ശമനരാവ്

തെരഞ്ഞെടുത്ത സോവിയറ്റ് കഥകൾ

Shamanaravu

Therenjedutha soviet kathakal

Stories

Translation

Sarath Mannoor

CHINTHA PUBLISHERS
Thiruvananthapuram

First Edition
January 2023

Published & Typesetting
Chintha Publishers, Thiruvananthapuram

Cover Design
Vinod Mangoes

ISBN : 978-93-94753-14-3

CO - 3128 / 6048

Email: chinthapublishers@gmail.com
Website: www.chinthapublishers.com

A version is available at National Libraries
Kolkata, Mumbai, Chennai and Delhi

Distribution
DESHABHIMANI BOOKHOUSE
H O Thiruvananthapuram 695035

Branch
Head Office Kunnukuzhi • Statue Thiruvananthapuram
KSRTC Bus Terminal Thampanoor • Saphalyam Complex Thiruvananthapuram
KSRTC Bus Station Alappuzha • KSRTC Bus Station Ernakulam
Machingal Lane Thrissur • IG Road Kozhikode
Mavoor Road Kozhikode • NGO Union Building Kannur
Central Bus Terminal Complex Thavakkara Kannur

ശമനരാവ്

തെരഞ്ഞെടുത്ത സോവിയറ്റ് കഥകൾ

പരിഭാഷ
ശരത് മണ്ണൂർ

ചിന്ത പബ്ലിഷേഴ്സ്
തിരുവനന്തപുരം-695 035

ശരത് മണ്ണൂർ

കോഴിക്കോട് ജില്ലയിലെ മണ്ണൂർ സ്വദേശി.
കാലിക്കറ്റ് സർവ്വകലാശാലയിൽനിന്നും റഷ്യൻ സാഹിത്യത്തിൽ പി എച്ച് ഡി. ഇപ്പോൾ കാലിക്കറ്റ് സർവ്വകലാശാലയിൽ സേവനമനുഷ്ഠിക്കുന്നു. വിവർത്തനത്തിനുള്ള അഭയദേവ് സ്മാരക ഭാഷാ സമന്വയ പുരസ്കാരം ലഭിച്ചിട്ടുണ്ട്. *ചെഖോവ് കഥകൾ, ഫ്രാങ്കൻസ്റ്റൈൻ, ഓവർക്കോട്ട്, റഷ്യൻ നാടോടിക്കഥകൾ, അച്ഛന്റെ കുട്ടിക്കാലം, ലോകഭാഷകൾ, യുളീസസ്, വെളുത്ത രാത്രികൾ, വിശ്രുത ഒ ഹെൻറി കഥകൾ, മേരി, ജൂലിയസ് സീസർ* എന്നിവയാണ് പ്രസിദ്ധീകരിച്ച കൃതികൾ.

സഹധർമ്മിണി : ലതാറാണി
മക്കൾ : അർജ്ജുൻ ശരത്, ശലഭ
വിലാസം : ശരത് മണ്ണൂർ
മണ്ണൂർ പി ഒ
കോഴിക്കോട് 673328
ഫോൺ : 8078585841

ഉള്ളടക്കം

പ്രസാധകക്കുറിപ്പ്

നിശ്ചല തടാകത്തിലെ തെളിജലംപോലെ സുതാര്യമാണ് റഷ്യൻകഥകൾ. അന്യാപദേശ രൂപത്തിലുള്ള പതിനൊന്നു കഥകളുടെ സമാഹാരമാണിത്. റഷ്യൻ വിപ്ലവത്തിന് തൊട്ടു മുന്നിലും പിന്നിലുമായി നടക്കുന്ന കഥകൾ. തികഞ്ഞ ഗ്രാമീണത ഈ കഥകളുടെ ജീവനാണ്. ഓരോ കഥയും ലളിതമായ ജീവിതപാഠങ്ങളാണ്. തത്വത്തിന്റെ അമിതഭാരം ഇതിലൊരു കഥയും പേറുന്നില്ല. ഒന്നിൽനിന്നും മറ്റൊന്നി ലേക്ക് ആവേശത്തോടെ കടന്നുപോകുവാനും വൈകാരി കതയുടെ തൂവൽസ്പർശമേല്പിക്കാനും കഴിയുന്ന ഈ കഥകളുടെ കാവ്യാത്മകത ഒട്ടുംചോരാതെ വിവർത്തനം നിർവ്വഹിച്ചിട്ടുള്ളത് ഡോ. ശരത് മണ്ണൂരാണ്.

നമ്മുടെ കഥാശേഖരത്തിൽ ഈ അമൂല്യ ഗ്രന്ഥത്തിന് തീർച്ച യായും ഒരിടമുണ്ടാകും.

ചിന്ത പബ്ലിഷേഴ്സ്

ഉദ്യോഗപർവ്വം

സെർഗെയ് ചിരഞ്ചിയെവിച്ച് സീമനവ്

(1858–1922)

റഷ്യൻ ഗദ്യസാഹിത്യത്തിലെ ശ്രദ്ധേയ നാമം. റഷ്യയിലെ അന്ദ്രയേവ്സ്കി ഗ്രാമത്തിലെ ഒരു ദരിദ്രകുടുംബത്തിൽ ജനനം. കടുത്ത ദാരിദ്ര്യം മൂലം ഗ്രാമംവിട്ടു മോസ്കോയിലെത്തി. ജീവസന്ധാരണത്തിനായി പലതരം ജോലികളിലേർപ്പെട്ടു. ആദ്യകഥ *രണ്ടു സഹോദരന്മാർ* (1887) ടോൾസ്റ്റോയിയുടെ പ്രശംസ നേടി. നൂറിലധികം കഥകളും കവിതകളുമെഴുതി. *എന്റെ ഗ്രാമജീവിതം* എന്ന ഓർമ്മക്കുറിപ്പുകളുടെ സമാഹാരം ഏറെ ശ്രദ്ധിക്കപ്പെട്ടു. 1905 ൽ വിപ്ലവ പ്രവർത്തനങ്ങളുമായി ബന്ധപ്പെട്ടതിനെത്തുടർന്ന് നാടുകടത്തപ്പെട്ടു. വിപ്ലവാനന്തരം സ്വദേശത്തേക്ക് തിരിച്ചുവന്ന് എഴുത്തിൽ മുഴുകി. ഗോർക്കിയുടെ ആത്മമിത്രം. 1922 ൽ ഒരു സംഘം കൊള്ളക്കാരാൽ വധിക്കപ്പെട്ടു.

ജോലി കിട്ടാക്കനിയായ കാലത്താണ് ഗെറാസിം മോസ്കോയിൽ തിരിച്ചെത്തിയത്. ക്രിസ്മസിന് അല്പം മുമ്പായിരുന്നു അത്. എത്ര ചെറിയ ജോലിയാണെങ്കിലും അതുപേക്ഷിക്കാൻ ആരും തയ്യാറാകാത്ത കാലം. മൂന്നാഴ്ചയോളം നമ്മുടെ കഥാനായകൻ ജോലിയന്വേഷിച്ചു നടന്നു. പക്ഷേ, ഫലമുണ്ടായില്ല. ഗ്രാമത്തിൽനിന്നും പോന്നതിൽപ്പിന്നെ പല ബന്ധുക്കളുടെയും പരിചയക്കാരുടെയും കൂടെയാണ് അവൻ കഴിഞ്ഞിരുന്നത്. ദാരിദ്ര്യത്തിന്റെ കാഠിന്യമൊന്നും അനുഭവിച്ചിട്ടില്ലെങ്കിലും തന്നെപ്പോലെ തണ്ടുംതടിയുമുള്ള ഒരുത്തൻ ഒരു പണിക്കും പോകാതെ മറ്റുള്ളവരുടെ ഔദാര്യം പറ്റിക്കഴിയുന്നത് അവനെ സംബന്ധിച്ചിടത്തോളം അത്ര സുഖകരമായൊരു ഏർപ്പാടായിരുന്നില്ല.

കുട്ടിക്കാലം മുതൽ ഗെറാസിം മോസ്കോയിലാണ് താമസിച്ചിരുന്നത്. കുട്ടിയായിരിക്കുമ്പോൾ അവൻ ഒരു മദ്യശാലയിൽ കുപ്പി കഴുകുന്ന പണി ചെയ്തിരുന്നു. പിന്നീടവൻ ഒരു വീട്ടിൽ വേലക്കാരനായി. കഴിഞ്ഞ രണ്ടു വർഷമായി അവൻ ഒരു കച്ചവടക്കാരന്റെ കൂടെയായിരുന്നു. അങ്ങനെയിരിക്കെ പട്ടാളസേവനത്തിനായി അവന് ഗ്രാമത്തിലേക്ക് പോകേണ്ടിവന്നു. ഗ്രാമം പെട്ടെന്നു തന്നെ അവനു മടുക്കുകയും ചെയ്തു. അവിടത്തെ ജീവിതം അവന് ശീലമുണ്ടായിരുന്നില്ല. ജീവിതം നശിപ്പിക്കുന്നതിലും ഭേദം പട്ടണത്തിൽ ചെന്ന് തെണ്ടുകയാണെന്ന തോന്നൽ ശക്തമായപ്പോഴാണ് ഗെറാസിം വീണ്ടും മോസ്കോയിലേക്ക് തിരിച്ചത്.

മോസ്കോയിലെ തെരുവുകളിലൂടെ ജോലിക്കുവേണ്ടി അലഞ്ഞ് അവനു മടുത്തു. എന്തെങ്കിലുമൊരു ജോലി തരപ്പെടുത്തുവാൻ പറ്റാവുന്ന രീതികളെല്ലാം അവൻ പരീക്ഷിച്ചു. പരിചയക്കാരുടെ അടുത്തെല്ലാം അവൻ കയറിയിറങ്ങി. ചിലപ്പോഴൊക്കെ അപരിചിതരേയും ബുദ്ധിമുട്ടിച്ചു. പക്ഷേ, എല്ലാം വെറുതെ. അവസാനം, ഇനിയും മറ്റുള്ളവരെ ആശ്രയിക്കുന്നത് ശരിയല്ലെന്ന തോന്നൽ ശക്തമായതോടെ ദിവസം ഒരു നേരം മാത്രം ഭക്ഷണം കഴിക്കുന്നത് അവൻ ശീലമാക്കി. ചില ദിവസങ്ങളിൽ പട്ടിണി കിടന്നു. ജോലി തിരക്കിയുള്ള അവന്റെ സന്ദർശനം പലരിലും നീരസമുണ്ടാക്കിയിരുന്നു. അവനെച്ചൊല്ലി ചിലർക്കെല്ലാം അവരുടെ യജമാനന്മാരുടെ അനിഷ്ടം സമ്പാദിക്കേണ്ടിവരികയും ചെയ്തു. പക്ഷേ, അക്കാര്യത്തിൽ മാത്രം അവന് മറ്റൊരു മാർഗ്ഗവുമുണ്ടായിരുന്നില്ല. ജോലി

ക്കുവേണ്ടിയുള്ള അന്വേഷണം ഉപേക്ഷിക്കുകയെന്നത് അവന് ചിന്തിക്കാൻ പോലും പറ്റാത്ത കാര്യമായിരുന്നു.

ഒരു ദിവസം ഗെറാസിം ഗ്രാമത്തിൽനിന്നും വന്ന തന്റെ ഒരു പരിചയക്കാരനെ കാണാൻ പോയി. മോസ്കോ നഗരത്തിന്റെ അങ്ങേയറ്റത്താണ് അയാൾ താമസിക്കുന്നത്. ഒരു വലിയ കച്ചവടക്കാരന്റെ വണ്ടിക്കാരനാണ്. വളരെക്കാലമായി അവിടെ പണിയെടുക്കുകയാണ്. കച്ചവടക്കാരന്റെ വിശ്വസ്തനാണ്. നാക്കാണ് അയാളുടെ ഏറ്റവും വലിയ ആയുധം. അതുപയോഗിച്ചാണ് അയാൾ യജമാനന്റെ പ്രീതി സമ്പാദിച്ചത്; മറ്റു പണിക്കാരുടെ അപ്രീതിയും.

ഗെറാസിമിനെ അയാൾ യഥോചിതം സ്വീകരിച്ചു. ചായ കൊടുത്തു. വിശേഷങ്ങൾ തിരക്കി.

“കാര്യങ്ങളൊക്കെ വലിയ കഷ്ടത്തിലാണ് യെഗോർ ദനിലിച്ച്.” ഗെറാസിം പറഞ്ഞു. “കുറെ ദിവസമായി ഒരു പണിക്കുവേണ്ടി അലയുന്നു...”

“പഴയ മുതലാളിയോട് നിന്നെ തിരിച്ചെടുക്കാൻ പറഞ്ഞില്ലേ?”

“പറയാഞ്ഞിട്ടാണോ?”

“എന്നിട്ടെന്താ, അയാൾ സമ്മതിക്കുന്നില്ലേ?”

“എനിക്കു പകരം ഇപ്പോൾ അവിടെ വേറൊരാളുണ്ട്.”

“എടാ, നിങ്ങൾ ചെറുപ്പക്കാരുടെ കുഴപ്പമിതാണ്. ജോലിയൊക്കെ ചെയ്യും. പക്ഷേ, ഒരിക്കൽ വിട്ടുപോയാൽ പിന്നീടങ്ങോട്ട് തിരിഞ്ഞു നോക്കില്ല. യജമാനൻ നമ്മെ എപ്പോഴും ഓർമ്മിക്കുന്ന തരത്തിൽ വേണം നമ്മൾ അവരോട് പെരുമാറേണ്ടത്. അപ്പോൾ പിന്നെ അവർക്ക് നമ്മെ ഒഴിവാക്കാൻ കഴിയില്ല. ഇനി അഥവാ നമ്മൾക്കു പകരം മറ്റാരെയെങ്കിലും വച്ചിട്ടുണ്ടെങ്കിൽത്തന്നെ അവരെ ഒഴിവാക്കി നമ്മളെത്തന്നെ സ്വീകരിക്കും....”

“അതൊക്കെ ആരെക്കൊണ്ടുപറ്റും? ഇക്കാലത്ത് അങ്ങനെയുള്ള യജമാനന്മാരൊക്കെയുണ്ടോ? പിന്നെ, നമ്മളും അത്ര വലിയ പുണ്യാളന്മാരൊന്നുമല്ലല്ലോ..”

“എന്നാൽ കേട്ടോ, ഞാൻ എന്റെ കാര്യം തന്നെ പറയാം.” യെഗോർ ഗൗരവത്തോടെ പറഞ്ഞു. “എന്തെങ്കിലും കാര്യത്തിന് ഞാനിവിടത്തെ ജോലി മതിയാക്കി പോയെന്നിരിക്കട്ടെ; പിന്നീടെപ്പോഴെങ്കിലും ഞാൻ തിരിച്ചുവരുന്നപക്ഷം യജമാനൻ എന്നെ തിരിച്ചെടുക്കും. അക്കാര്യത്തിൽ അദ്ദേഹത്തിന് സന്തോഷമേ കാണൂ.”

ഗെറാസിം ആശയറ്റ് കുറേനേരം അവിടെ ഇരുന്നു. ചങ്ങാതി വീമ്പു പറയുകയാണെന്ന് അവനു മനസ്സിലായി. ഇയാളെ സന്തോഷിപ്പിക്കുന്നപക്ഷം തനിക്കെന്തെങ്കിലും ഗുണമുണ്ടാകാതിരിക്കില്ല എന്ന് അവനു തോന്നി. അവൻ പറഞ്ഞു:

“അതു പിന്നെ എനിക്കറിയില്ലേ യെഗോർ. നിങ്ങളെപ്പോലെയുള്ള പണിക്കാരെ കിട്ടാനാണ് വിഷമം. കഴിവില്ലാത്തവനാണെങ്കിൽ നിങ്ങൾക്കി

വിടെ പന്ത്രണ്ടുവർഷം ജോലിചെയ്യാൻ കഴിയുമായിരുന്നോ?"

യെഗോർ പുഞ്ചിരിച്ചു. ഗെറാസിമിന്റെ പുകഴ്ത്തലിൽ അയാൾ വീണു പോയെന്ന് വ്യക്തം.

"അതാണ് കാര്യം.." അയാൾ പറഞ്ഞു. "എന്നെപ്പോലെ നീയും പണിയെടുത്തിരുന്നെങ്കിൽ ഇപ്പോൾ ഇങ്ങനെ തെണ്ടിത്തിരിഞ്ഞു നടക്കേണ്ടി വരില്ലായിരുന്നു."

ഗെറാസിം ഒന്നും പറഞ്ഞില്ല. അപ്പോഴേക്കും യെഗോറിനെ യജമാനൻ വിളിപ്പിച്ചു.

"നീ ഇവിടെ ഇരിക്ക്. ഞാനിപ്പോൾ വരാം."

കുറച്ചുനേരത്തിനുള്ളിൽ അയാൾ തിരിച്ചു വന്നു. അരമണിക്കൂറിനുള്ളിൽ യജമാനൻ പട്ടണത്തിലേക്ക് പോകുമെന്ന് അയാൾ പറഞ്ഞു. പിന്നെ പൈപ്പിന് തീകൊളുത്തി മുറിയിൽ കുറച്ചുനേരം ഉലാത്തിയതിനുശേഷം അയാൾ ഗെറാസിമിന്റെ അരികിലേക്കു ചെന്നു.

"നോക്കെടാ, നിനക്ക് സത്യമായിട്ടും ജോലി ആവശ്യമുണ്ടോ? എങ്കിൽ ഞാൻ യജമാനനോട് പറയാം; എന്താ..."

"യജമാനന് ആളെ ആവശ്യമുണ്ടോ?" ഗെറാസിം ആകാംക്ഷയോടെ ചോദിച്ചു.

"ഒരാൾ ഇപ്പോൾ ഇവിടെയുണ്ട്. പക്ഷേ, ഒന്നിനും കൊള്ളില്ല. പ്രായം കുറേയുണ്ട്. പണിയെടുക്കാനൊന്നും വയ്യ. ഇവിടെ വൃത്തിയും വെടിപ്പുമൊന്നും ആരും ശ്രദ്ധിക്കാത്തതിനാൽ കിഴവൻ പിഴച്ചു പോകുന്നു എന്നുമാത്രം."

"ഓഹോ; അപ്പോൾ എന്റെ കാര്യം ഒന്ന് സൂചിപ്പിച്ചാൽ നന്നായിരുന്നു. ജീവിതകാലം മുഴുവൻ എനിക്ക് നിങ്ങളോട് കടപ്പാടുണ്ടായിരിക്കും. ജോലിയും കൂലിയുമില്ലാതെ ഇനിയും ഇങ്ങനെ നടക്കാൻ വയ്യ."

"ശരി ശരി. ഞാനൊന്നു നോക്കട്ടെ. നീ ഒരു കാര്യം ചെയ്യ്. ഇപ്പോൾ പോയി നാളെ വാ.. ഇതാ, പത്ത് കോപ്പെക്ക്. ഇത് വച്ചോ.."

"വളരെ നന്ദി, യെഗോർ, എനിക്കുവേണ്ടി ഒന്നു പറയണേ. അത് വലിയ സഹായമായിരിക്കും."

"ഞാൻ നോക്കട്ടെ.."

ഗെറാസിം യാത്ര പറഞ്ഞിറങ്ങി. യെഗോർ കുതിരകളെ വണ്ടിയിൽ കെട്ടാൻ പോയി. പിന്നെ യൂണിഫോം ധരിച്ചു, വണ്ടിയുമായി മുൻവശത്തു കാത്തു നിന്നു. കുറച്ചുനേരം കഴിഞ്ഞപ്പോൾ യജമാനൻ പുറത്തേക്കു വന്നു വണ്ടിയിൽ കയറി. കുതിരവണ്ടി പട്ടണത്തിലേക്കു കുതിച്ചു. അവിടത്തെ കാര്യങ്ങൾ കഴിഞ്ഞ് യജമാനൻ തിരിച്ചെത്തി വിശ്രമിക്കുമ്പോൾ യെഗോർ ഭവ്യതയോടെ അദ്ദേഹത്തിന്റെ മുന്നിലെത്തി.

"അങ്ങുന്നേ; എനിക്കൊരു കാര്യം പറയാനുണ്ടായിരുന്നു."

"എന്താ കാര്യം യെഗോർ?"

"നാട്ടിൽനിന്ന് ഒരു പയ്യൻ വന്നിട്ടുണ്ട്. നല്ല തങ്കപ്പെട്ട സ്വഭാവം. എന്തെങ്കിലും പണി കിട്ടുമോ എന്നറിയാൻ വന്നതാണ്."

"അതിന്?''

"അങ്ങുന്ന് വിചാരിച്ചാൽ അവനെന്തെങ്കിലും ജോലി..."

"ഞാനോ? ഇവിടെ ഞാനവന് എന്തു ജോലിയാണ് നല്കുക?"

"ഇവിടത്തെ പണികളൊക്കെ ചെയ്യിക്കാമല്ലോ.." യെഗോർ കൗശലത്തോടെ പറഞ്ഞു.

"അപ്പോൾ നമ്മുടെ പോളികാർപ്പിച്ചോ? അയാളെവിടെ പോകും?"

"അയാൾക്ക് വയസ്സായില്ലേ അങ്ങുന്നേ. ഇനി പിരിച്ചുവിടുന്നതാ നല്ലത്."

യജമാനൻ കുറച്ചുനേരം എന്തോ ആലോചിച്ചു. പിന്നെ പറഞ്ഞു:

"അത് ശരിയാണോ യെഗോർ? എത്രകാലമായി അയാൾ ഇവിടെ പണിയെടുക്കുന്നു. ഒരു കാരണവുമില്ലാതെ അയാളെ എങ്ങനെ പറഞ്ഞയയ്ക്കും...."

"പണിയെടുത്തതിന് അയാൾ കൂലിയും വാങ്ങിയിട്ടില്ലേ? വയസ്സുകാലത്തേക്ക് അയാൾ എന്തെങ്കിലും സമ്പാദിച്ചിട്ടുമുണ്ടാകും."

"സമ്പാദ്യമോ; അയാൾക്കോ? എവിടുന്ന്? അയാൾ ഒറ്റത്തടിയൊന്നുമല്ലല്ലോ. ഭാര്യയില്ലേ? അവർക്ക് ഭക്ഷണം കഴിക്കേണ്ടേ?"

"ആ മനുഷ്യന്റെ ഭാര്യ നല്ലൊരു അലക്കുകാരിയാണ്. ആ ഇനത്തിൽ കുറേ പൈസ കിട്ടുന്നുണ്ടാവില്ലേ?"

"അതൊക്കെ എന്തിന് തികയും?"

"അങ്ങുന്ന് എന്തിനാ അവരെക്കുറിച്ച് ഇങ്ങനെ ബേജാറാകുന്നത്? സത്യമായിട്ടും അയാളൊരു മോശം പണിക്കാരനാണ് അങ്ങുന്നേ. അങ്ങനത്തെ ആൾക്കാർക്ക് വെറുതെ പണം കൊടുക്കണോ? മുറ്റത്ത് മഞ്ഞ് കുടിക്കിടന്നിട്ട് അയാളത് സമയത്ത് നീക്കുന്നുണ്ടോ? അയാളുടെ എല്ലാ പണിയും അങ്ങനെത്തന്നെയാണ്. രാത്രി കാവലിന്റെ കാര്യം പറയുകയും വേണ്ട. അയാൾ കാരണം പലപ്പോഴും അങ്ങുന്നിന് പല കുഴപ്പങ്ങളുമുണ്ടായിട്ടില്ലേ? അങ്ങനത്തെ ഒരാളെ ഇനിയും വച്ചുകൊണ്ടിരിക്കുന്നത് ശരിയാണോ?"

"എന്നാലും അതൊരു കടുംകൈയാകില്ലേ യെഗോർ?" യജമാനൻ ചോദിച്ചു. "പതിനഞ്ചു കൊല്ലമായി അയാൾ ഇവിടെ ജോലി ചെയ്യുന്നു. ഇപ്പോൾ പ്രായമായ അവസ്ഥയിൽ പറഞ്ഞയയ്ക്കുന്നത് പാപമല്ലേ?"

"പാപം... മണ്ണാങ്കട്ട. അങ്ങുന്ന് അയാളോട് തെറ്റൊന്നും ചെയ്യുന്നില്ലല്ലോ. ഇവിടന്ന് പറഞ്ഞു വിട്ടെന്നു കരുതി അയാൾക്ക് ഒന്നും സംഭവിക്കാൻ പോകുന്നില്ല. ശരണാലയത്തിലേക്ക് പൊയ്ക്കോളും."

യെഗോറിന്റെ കടുംപിടുത്തത്തിന് അവസാനം യജമാനൻ വഴങ്ങി. "ശരി." അദ്ദേഹം പറഞ്ഞു. "നിങ്ങളുടെ ആളെ കൊണ്ടുവരൂ.... ഞാനൊന്ന് നോക്കട്ടെ."

പിറ്റേന്ന് വൈകുന്നേരം ഗെറാസിം വീണ്ടും യെഗോറിന്റെ മുന്നിലെത്തി.

"പ്രതീക്ഷയ്ക്ക് വകയുണ്ടോ യെഗോർ?" അവൻ ആകാംക്ഷയോടെ ചോദിച്ചു.

"കുറച്ചു വകയുണ്ട്." യെഗോർ പറഞ്ഞു. "ആദ്യം ഒരു കപ്പ് ചായ കുടിക്ക്. എന്നിട്ട് പോയി മുതലാളിയെ കാണാം."

മനസ്സിലെ പിരിമുറുക്കം മൂലം ചായ കുടിക്കാൻ അവനൊട്ടും രസം തോന്നിയില്ല. എങ്കിലും ആതിഥേയന്റെ ക്ഷണം സ്വീകരിക്കാതിരിക്കാൻ കഴിയാത്തതുകൊണ്ടു മാത്രം അവൻ കുറച്ചു ചായ കുടിച്ചെന്നു വരുത്തി.

യജമാനൻ അവനോട് താമസിക്കുന്നതെവിടെയാണെന്നും മുൻപ് എന്തു ജോലിയാണ് ചെയ്തിരുന്നതെന്നും തിരക്കി. തനിക്ക് എല്ലാ ജോലിയും ചെയ്യാൻ കഴിയുന്ന ഒരാളെയാണ് വേണ്ടതെന്നും അതിനു തയ്യാറാണെങ്കിൽ പിറ്റേന്നു തന്നെ വന്നുകൊള്ളാനും അദ്ദേഹം പറഞ്ഞു. അപ്രതീക്ഷിതമായി ലഭിച്ച ആ സൗഭാഗ്യത്തിൽ ഗെറാസിം ആദ്യമൊന്ന് പകച്ചു പോയെങ്കിലും അടുത്തനിമിഷം അടക്കാനാവാത്ത സന്തോഷത്തിൽ അവൻ മതിമറന്നു.

"അങ്ങനെ ഇപ്പോൾ ജോലി കിട്ടിയില്ലേ.." മുറിയിൽ തിരിച്ചെത്തിയപ്പോൾ യെഗോർ ആഹ്ലാദത്തോടെ പറഞ്ഞു. "നന്നായി പണിയെടുക്കണം. എന്നെ നാണം കെടുത്തരുത്. മുതലാളിമാരുടെ സ്വഭാവം അറിയില്ലല്ലോ.... ഒരിക്കൽ നമുക്കൊരു തെറ്റു പറ്റിയാൽ മതി; പിന്നെ എല്ലാത്തിനും അവർ കുറ്റം കണ്ടുപിടിക്കും."

"അതൊന്നും പേടിക്കേണ്ട. ഞാനൊരു കുഴപ്പവുമുണ്ടാക്കില്ല."

യെഗോറിനോട് യാത്ര പറഞ്ഞ് ഗെറാസിം പുറത്തേക്കിറങ്ങി. ഗെയിറ്റിനടുത്തേക്ക് നടക്കുന്നതിനിടയിൽ തികച്ചും യാദൃച്ഛികമായാണ് അവൻ വൃദ്ധനായ ജോലിക്കാരന്റെ മുറിയിലേക്ക് നോക്കിയത്. അതിന്റെ ജനാലയിലൂടെ വെളിച്ചം പുറത്തേക്ക് വീഴുന്നുണ്ടായിരുന്നു. നാളെ മുതൽ തന്റെ താമസം അതിനുള്ളിലാണ്. ഗെറാസിം ആകാംക്ഷയോടെ ജനാലയിലൂടെ അകത്തേക്ക് ഒന്നെത്തിനോക്കി. അതിന്റെ പാളികളിൽ മഞ്ഞ് കട്ടപിടിച്ചിരുന്നതിനാൽ അകത്തെ കാഴ്ചകളൊന്നും അവന് വ്യക്തമായില്ല. എങ്കിലും അകത്ത് രണ്ടുപേരുടെ സംസാരം അവന് ശരിക്കും കേൾക്കാൻ കഴിഞ്ഞു.

"നമ്മൾ ഇനി എന്തു ചെയ്യും?" ഒരു സ്ത്രീയുടെ വിഷാദത്തോടെയുള്ള ചോദ്യം. അതിനു മറുപടിയായി ഒരു പുരുഷന്റെ ശബ്ദം കേട്ടു.

"എനിക്കൊന്നുമറിയില്ല. ഇനി തെരുവു തെണ്ടുകതന്നെ. അല്ലാതെ എങ്ങനെ ജീവിക്കും."

"വേറെ വഴിയൊന്നും ഞാനും കാണുന്നില്ല.." സ്ത്രീശബ്ദം വീണ്ടും. "എന്തു ചെയ്യാം നമ്മുടെ വിധിയായിരിക്കും. എത്രകാലമായി നമ്മൾ ഇവിടെ പണിയെടുക്കുന്നു. അതിരാവിലെ മുതൽ അന്തിയാവോളം പണി തന്നെ പണി. നമ്മൾ അതൊക്കെ ചെയ്തു. ഇപ്പോൾ പ്രായമായപ്പോൾ പുറത്തു പോകുന്നു.."

"നമുക്കെന്തു ചെയ്യാൻ പറ്റും? യജമാനന് ഇനി നമ്മളെ വേണ്ട.

അതിന് അദ്ദേഹത്തെ കുറ്റം പറയാനും പറ്റില്ല. ആരും സ്വന്തം കാര്യമല്ലേ നോക്കൂ..."

"യജമാനന്മാരൊക്കെ ഇങ്ങനെ കണ്ണിൽച്ചോരയില്ലാത്തവരാണോ? വർഷങ്ങളോളം ചോര നീരാക്കി അദ്ധ്വാനിച്ച പണിക്കാരോട് ഒരു ദയയും അവർ കാണിക്കില്ലേ? നമ്മുടെ നല്ല കാലമൊക്കെ ഇവിടുത്തെ യജമാനനുവേണ്ടിയാണ് ചെലവഴിച്ചത്. എന്നിട്ടിപ്പോൾ കിട്ടിയതോ?" കരച്ചിലിന്റെ വക്കോളമെത്തിയ സ്വരത്തിൽ സ്ത്രീ പറഞ്ഞു.

"യജമാനനെ മാത്രം കുറ്റപ്പെടുത്താനും കഴിയില്ല. ഇവിടത്തെ വണ്ടിക്കാരൻ യെഗോറിന്റെ സ്നേഹിതനു വേണ്ടിയാണത്രേ... യെഗോർ പറഞ്ഞാൽ യജമാനന് തള്ളിക്കളയാൻ പറ്റുമോ?"

"അയാളൊരു വെഷപ്പാമ്പാണ്. ദുഷ്ടൻ... അയാളുടെ കള്ളത്തരമൊന്നും യജമാനൻ അറിയുന്നില്ലല്ലോ. വൈക്കോലും കാലിത്തീറ്റയും മറിച്ചു വില്ക്കുന്ന കാര്യം യജമാനനെ അറിയിച്ചാലോ? ഇവനെയൊന്നും അങ്ങനെ വിടരുത്." ആത്മരോഷത്തോടെ സ്ത്രീ പറഞ്ഞു.

"വേണ്ട. വേണ്ട... അതൊക്കെ പാപമാണ്...."

"പാപമോ? നമുക്കെങ്ങനെ പാപം കിട്ടും? ഞാൻ പറഞ്ഞതൊക്കെ സത്യമല്ലേ? എല്ലാത്തിനും തെളിവുമുണ്ട്. യജമാനൻ എല്ലാം അറിയട്ടെ... എന്നാലും ഇതൊരു കൊലച്ചതിയായിപ്പോയല്ലോ കർത്താവേ... നമ്മുടെ അവസ്ഥ ഇനി എന്താകും? ആ ചെകുത്താൻ നമ്മളെ കുത്തുപാളയെടുപ്പിച്ചില്ലേ?"

അങ്ങനെ പറഞ്ഞ് ആ സ്ത്രീ തേങ്ങിക്കരയാൻ തുടങ്ങി.

ഗെറാസിം ഇതെല്ലാം കേൾക്കുന്നുണ്ടായിരുന്നു. ആ സ്ത്രീയുടെ കരച്ചിൽ തന്റെ ഹൃദയത്തിലേക്ക് തുളച്ചുകയറുന്നതായി അവനു തോന്നി. ആ വൃദ്ധദമ്പതികൾക്ക് എത്ര വലിയ ദുരിതമാണ് താൻ സമ്മാനിക്കാൻ പോകുന്നതെന്ന് അവൻ ഒരു ഞെട്ടലോടെ ഓർത്തു. അതോടെ അവന്റെ മനസ്സിടിഞ്ഞു. ഹൃദയത്തിൽ ഒരു കാരമുള്ള് തറച്ചതുപോലെ... കുറച്ചു നേരം എന്തോ ചിന്തിച്ച് അവൻ അവിടെത്തന്നെ നിന്നു. പിന്നെ യെഗോറിന്റെ മുറിയിലേക്ക് തിരിച്ചുനടന്നു.

"എന്താടാ, എന്തുപറ്റി? എന്തെങ്കിലും മറന്നോ?"

"ഇല്ല, യെഗോർ, ഇല്ല..." ഗെറാസിം മടിച്ചു മടിച്ചു പറഞ്ഞു. "ഞാൻ വന്നത്.... നോക്കൂ, നിങ്ങളുടെ സന്മനസ്സിന് നന്ദിയുണ്ട്. എന്നെക്കൊണ്ട് നിങ്ങൾക്കുണ്ടായ ബുദ്ധിമുട്ടുകൾക്ക് മാപ്പ് ചോദിക്കുകയാണ്. ഞാൻ ഈ ജോലി സ്വീകരിക്കുന്നില്ല."

"ഹെന്ത്! നീയെന്താടാ പറഞ്ഞത്?"

"എനിക്ക് ഈ ജോലി വേണ്ട, യെഗോർ, ഞാൻ വേറെ ജോലിയെന്തെങ്കിലും കിട്ടുമോന്ന് നോക്കാം."

അതുകേട്ടപ്പോൾ യെഗോർ കോപം കൊണ്ടു തിളച്ചു. "നീയെന്താണെടാ എന്നെ കുരങ്ങുകളിപ്പിക്കുകയാണോ? പച്ചപ്പാവമായി വന്നിട്ട് ഇപ്പോൾ അഹങ്കാരം കാണിക്കുന്നോ? തെമ്മാടി, നീയെന്നെ അപമാനി

ക്കുകയായിരുന്നു, അല്ലേ...."

ഗെറാസിം ഒന്നും പറഞ്ഞില്ല. അവന് ഒന്നും പറയാനുണ്ടായിരുന്നില്ല എന്നതാണ് സത്യം. അവന്റെ മുഖം ചുവന്നു. തല താഴ്ത്തി ഒരു കുറ്റവാളിയെപ്പോലെ അവൻ നിന്നു.

യെഗോർ കുറച്ചുനേരം കൂടി ചറപറാന്ന് എന്തൊക്കെയോ പറഞ്ഞു. പിന്നെ അയാളും നിശ്ശബ്ദനായി.

ഗെറാസിം അല്പനേരം കൂടി അവിടെത്തന്നെ നിന്നു. പിന്നെ തൊപ്പിയെടുത്ത് തലയിൽ വെച്ച് മുറിയിൽനിന്ന് പുറത്തേക്കിറങ്ങി. വളരെ വേഗം അവൻ ഗെയിറ്റ് കടന്ന് തെരുവിലെത്തി. എങ്ങോട്ടെന്നില്ലാതെ അവൻ നടന്നു. പക്ഷേ, അവന്റെ മനസ്സ് അപ്പോൾ ശാന്തമായിരുന്നു. ആത്മസംതൃപ്തിയുടെ ഒരിളം കാറ്റ് തന്റെ ആത്മാവിനെ തഴുകിക്കൊണ്ടിരിക്കുന്നതായി അവനു തോന്നി.

ആദ്യപ്രേമം

വ്ളജിമീർ ബഗമോളവ്
(1926–2003)

ഇരുപതാം നൂറ്റാണ്ടിലെ റഷ്യയിലെ ശ്രദ്ധേയനായ എഴുത്തുകാരൻ. രാജ്യാന്തരതലത്തിൽ ശ്രദ്ധിക്കപ്പെട്ട നിരവധി കഥകളുടെ രചയിതാവ്. രണ്ടാം ലോക മഹായുദ്ധത്തിൽ പങ്കെടുത്ത ബഗമോളവ് യുദ്ധത്തെക്കുറിച്ച് ഏറ്റവും കൂടുതൽ എഴുതിയ കഥാകാരനാണ്. *ഇവാൻ, സോസിയ, സത്യത്തിന്റെ നിമിഷം, ആദ്യപ്രേമം* എന്നിവയാണ് അദ്ദേഹത്തിന്റെ വിഖ്യാതമായ രചനകൾ. സ്നേഹത്തിനും ആഹ്ലാദത്തിനും പ്രതീക്ഷകൾക്കും യുദ്ധം ഏല്പിക്കുന്ന മാരകമായ മുറിവുകളെ ഈ രചനകൾ തുറന്നു കാട്ടുന്നു.

ഞങ്ങൾ അടുത്തടുത്ത് കിടക്കുകയായിരുന്നു. ഇരുട്ടിൽ, വെറും നിലത്ത്, ആരുടേയും കണ്ണിൽപ്പെടാതെ. കഴിഞ്ഞ അഞ്ചുമാസമായി ഞങ്ങൾ പ്രണയത്തിലാണ്. എനിക്ക് വയസ്സ് പത്തൊൻപത്. അവൾക്ക് പതിനെട്ടും. ഞാൻ കമ്പനി കമാന്റർ. അവൾ നഴ്സ്. ഇടയ്ക്കിടെ ഞങ്ങൾ രഹസ്യമായി കാണാറുണ്ട്. ഇപ്പോൾ ഞങ്ങൾ മൂന്നുപേരുണ്ടെന്ന കാര്യം ആർക്കും അറിയില്ല.

"ഇത് ആണായിരിക്കും; നിങ്ങളെപ്പോലെത്തന്നെ." പത്താമത്തെ തവണയായിരിക്കും അവൾ ഇതുതന്നെ പറയുന്നത്. എന്നെ സന്തോഷിപ്പിക്കാൻ അവൾക്കെപ്പോഴും തിടുക്കമായിരുന്നു.

"കാര്യങ്ങൾ ഇപ്പോൾ അത്ര പന്തിയല്ലാത്തതുകൊണ്ട് എനിക്ക് പെൺകുട്ടിയെ മതി.. നിന്നെപ്പോലത്തെ ഒന്നിനെ..." ഞാനും മന്ത്രിച്ചു. പക്ഷേ, അപ്പോൾ എന്റെ ചിന്തകൾ അവിടെയെങ്ങുമായിരുന്നില്ല. ഞങ്ങളുടെ മുന്നിൽ അഞ്ഞൂറ് മീറ്ററോളം ദൂരത്തിൽ എന്റെ റെജിമെന്റിലെ ആളുകൾ വലിയ കിടങ്ങുകളിലും താല്ക്കാലിക ഷെൽട്ടറുകളിലും കിടന്നുറങ്ങുന്നുണ്ടായിരുന്നു. അതിനുമപ്പുറം ശത്രുക്കളായ ജർമ്മൻ സൈന്യം താവളമടിച്ചിരിക്കുന്ന ഔട്ട് പോസ്റ്റുകളാണ്.

ഇപ്പോൾ അന്ധകാരം വിഴുങ്ങിക്കിടക്കുന്ന ആ സങ്കേതം നാളെ രക്തരൂഷിതമായ പോരാട്ടത്തിലൂടെ പിടിച്ചെടുക്കുക എന്നതാണ് ഞങ്ങളുടെ ദൗത്യം. വൈകുന്നേരം ഞങ്ങൾ അഞ്ച് ഓഫീസർമാരെ ഹെഡ്ക്വാർട്ടേഴ്സിലേക്ക് വിളിപ്പിച്ചിട്ട് ഇക്കാര്യം അറിയിക്കുകയായിരുന്നു. ഞങ്ങൾ അഞ്ചു കമാന്റർമാർക്കല്ലാതെ റെജിമെന്റിലെ മറ്റാർക്കും ഇതിനെക്കുറിച്ച് യാതൊരറിവും ഉണ്ടായിരുന്നില്ല. ഓർഡർ വായിച്ചു കേൾപ്പിച്ചതിനുശേഷം കമാന്റിങ് ഓഫീസർ എന്റെ നേരെ തിരിഞ്ഞുകൊണ്ട് പറഞ്ഞു:

"വെടിവെയ്പ് തുടങ്ങിയാലുടനെ കമ്പനിയുമായി ഔട്ട് പോസ്റ്റിലേക്ക് നീങ്ങണം. അത് പിടിച്ചെടുക്കേണ്ടത് നിങ്ങളുടെ ചുമതലയാണ്."

ഞങ്ങൾ പരസ്പരം കെട്ടിപ്പുണർന്നു കിടക്കുകയായിരുന്നു. അവളുടെ കവിളിൽ ചുണ്ടുകൾ ചേർത്തപ്പോൾ പിറ്റേന്നത്തെ യുദ്ധത്തെക്കുറിച്ച് ചിന്തിക്കാതിരിക്കാൻ എനിക്കു കഴിഞ്ഞില്ല. 'ഇവളുടെ കാര്യം എന്താകും?' അങ്ങേയറ്റത്തെ ഉൽക്കണ്ഠയോടെ ഞാൻ ചിന്തിച്ചു. അതിനൊരു പരി

ഹാരം കണ്ടെത്താൻ കുറച്ചൊന്നുമല്ല ഞാൻ തല പുകച്ചത്.

"രണ്ടു മണിക്കൂറെങ്കിലും ഒന്നുറങ്ങണം." വടക്കൻ ചുവയുള്ള സംഭാഷണശൈലിയിൽ അവൾ പറഞ്ഞു.

"രാത്രി കിടക്കാൻ നേരം ഞാൻ പലപ്പോഴും ചിന്തിക്കാറുണ്ട്. രാവിലെ എഴുന്നേല്ക്കുമ്പോൾ എല്ലാം കഴിഞ്ഞിരിക്കുമെന്ന്. കിടങ്ങുകളും മരണവും രക്തപ്പുഴകളും... രണ്ടു വർഷമായില്ലേ ഇതെല്ലാം തുടങ്ങിയിട്ട്. ഇനിയുമിത് സഹിക്കാൻവയ്യ. യുദ്ധമില്ലാത്ത, മരണവും രക്തച്ചൊരിച്ചിലുമില്ലാത്ത ഒരു സൂര്യോദയം എന്നെങ്കിലുമുണ്ടാകുമോ?"

"ഞാൻ ഇപ്പോൾത്തന്നെ മേജറെ ചെന്നു കാണാം." അവൾ തലയിണയാക്കി വച്ചിരുന്ന എന്റെ കൈ മെല്ലെ വലിച്ചെടുത്തുകൊണ്ട് ഞാൻ പറഞ്ഞു. "ഞാനെല്ലാം അദ്ദേഹത്തോടു പറയാൻ പോവുകയാണ്. നിന്നെ ഉടനെ വീട്ടിലേക്ക് പറഞ്ഞയക്കണം."

"നിങ്ങൾക്കെന്താ തലയ്ക്ക് വെളിവില്ലാതായോ" എഴുന്നേറ്റിരുന്ന് എന്റെ കൈ പിടിച്ചു വലിച്ചുകൊണ്ട് അവൾ ചോദിച്ചു. "ഇതെങ്ങാനും മേജർ അറിഞ്ഞാൽ നിങ്ങളെ ജീവനോടെ തൊലിയുരിക്കും." എന്നിട്ട് മേജറുടെ പരുക്കൻ ശബ്ദം അനുകരിച്ചുകൊണ്ട് അവൾ തുടർന്നു: "കീഴ്ജീവനക്കാരുമായുള്ള വഴിവിട്ട ബന്ധം ഒരു യൂണിറ്റിന്റെ കാര്യശേഷിയെ നശിപ്പിക്കുമെന്നറിയാമല്ലോ. ഏതെങ്കിലുമൊരു ഉദ്യോഗസ്ഥൻ അത്തരമൊരു പ്രവൃത്തിയിലേർപ്പെട്ടെന്ന് അറിഞ്ഞാൽ ആ നിമിഷം ഞാനയാളെ നാടുകടത്തും. അയാൾ ഏത് റാങ്കിൽപ്പെട്ടവനായാലും...ആദ്യം യുദ്ധം ജയിച്ചുവരൂ. എന്നിട്ട് ആരെ വേണമെങ്കിലും പ്രേമിച്ചോളൂ. ഇപ്പോൾ പറ്റില്ല."

താൻ പറഞ്ഞതിലെ തമാശ സ്വയം ആസ്വദിച്ചുകൊണ്ട് അവൾ ശബ്ദമില്ലാതെ ചിരിച്ചു.

"അതെ, മേജർ വലിയ കർക്കശക്കാരനാണ്. യുദ്ധഭൂമി പ്രേമിക്കാനുള്ള വേദിയല്ലെന്ന് അദ്ദേഹത്തിന് നല്ല ബോദ്ധ്യമുണ്ട്. എന്നാലും വേണ്ടില്ല, മേജറെ കണ്ട് കാര്യം അവതരിപ്പിക്കാം." ഞാൻ പറഞ്ഞു.

"അത് വേണ്ട.."

അവൾ എന്റെ കവിളിൽ മുഖം ചേർത്തുവച്ചുകൊണ്ട് പറഞ്ഞു. "ഞാൻ തന്നെ എല്ലാം സാവധാനം പറഞ്ഞുകൊള്ളാം. മേജറോട് എന്താണ് പറയേണ്ടത് എന്ന് ഞാൻ മനസ്സിൽ കണക്കുകൂട്ടി വച്ചിട്ടുണ്ട്. നിങ്ങളാണ് കുട്ടിയുടെ അച്ഛൻ എന്ന് ഞാനൊരിക്കലും പറയില്ല."

എനിക്ക് അതു കേട്ടപ്പോൾ അരിശം വന്നു. "ഞാനല്ലെങ്കിൽ പിന്നെ ആരാണ്?"

"ഓ ഇങ്ങനെയൊരു മണ്ടൻ." അവൾ ചിരിച്ചുകൊണ്ട് എന്നെ കളിയാക്കി. പിന്നെ തുടർന്നു: "ദൈവം സഹായിച്ച് ഇവന് നിങ്ങളുടെ മുഖഛായ കിട്ടാതിരിക്കട്ടെ. ഞാനെല്ലാം ഏർപ്പാടാക്കിക്കൊള്ളാം. ജനന സർട്ടിഫിക്കറ്റിലും മറ്റു രേഖകളിലും നിങ്ങൾ തന്നെയായിരിക്കും അച്ഛൻ.

എന്നാൽ മേജറോട് ഞാൻ പറയുക വേറെ പേരാണ്."

അവൾ നിഷ്കളങ്കയും ശുദ്ധഗതിക്കാരിയുമായിരുന്നു. അതുകൊണ്ടു തന്നെ അവളെന്താണ് ചെയ്യാൻ പോകുന്നതെന്ന് ആലോചിച്ച് ഞാനത്ഭുതപ്പെട്ടു.

"ആളാരാണെന്നാണ് നീ പറയാൻ പോകുന്നത്?"

"മരിച്ചുപോയ ആരുടെയെങ്കിലും പേര് പറയാം. ബൈക്കോവ് ആണെന്നു പറഞ്ഞാലോ."

"വേണ്ട; മരിച്ചവരെ വെറുതെ വിട്ടേക്ക്."

"എന്നാൽ കിന്ദ്യായേവ് ആയാലോ?"

സാർജന്റ് കിന്ദ്യായേവ്! സുമുഖനായ ചെറുപ്പക്കാരൻ. പക്ഷേ, മുഴുക്കുടിയൻ. മോഷണക്കുറ്റത്തിന് ഈയിടെയാണ് അയാളെ നാടുകടത്തിയത്..

അത്യധികമായ സ്നേഹവായ്പോടെ ഞാനവളെ നെഞ്ചോടു ചേർത്തു. അവൾ അപ്പോൾ സംഭ്രമത്തോടെ മുഷ്ടിചുരുട്ടി എന്റെ നെഞ്ചിലമർത്തിക്കൊണ്ട് എന്നിൽ നിന്നും അകന്നു.

"നിങ്ങൾ ഞങ്ങളെ ചതച്ചുകളയുമല്ലോ.." (തന്നെപ്പറ്റി പറയുമ്പോഴൊക്കെ ഇപ്പോൾ ഞങ്ങൾ എന്നു പറയുന്നത് അവളുടെ പതിവായിരുന്നു.) എന്റെ പ്രിയനേ; എന്നെക്കൊണ്ട് നിങ്ങൾക്ക് ഒരു ബുദ്ധിമുട്ടും ഉണ്ടാകില്ല. തീർച്ച.."

അവൾ വീണ്ടും ചിരിച്ചു. പക്ഷേ, എനിക്ക് ചിരിക്കാനായില്ല. ഞാൻ ഗൗരവത്തോടെ പറഞ്ഞു:

"നീ വേഗം മേജറെ ചെന്നു കാണണം."

"ഈ പാതിരാത്രിയിലോ?"

"ഞാൻ നിന്നെ അവിടെയെത്തിക്കാം. അദ്ദേഹത്തോട് കാര്യമെല്ലാം പറയണം. നിന്നെ വീട്ടിലേക്ക് തിരിച്ചയക്കണമെന്ന് അപേക്ഷിക്കണം."

"പക്ഷേ, അത് ശരിയാണോ?"

"ദയവായി; എനിക്കു വേണ്ടി... നിനക്ക് ഇനിയും ഇവിടെ തുടരാനാവില്ല. ഇതെല്ലാം നീ കാണുന്നില്ലേ? ഒരുപക്ഷേ, നാളത്തെ യുദ്ധത്തിൽ..."

"നാളെ യുദ്ധമുണ്ടോ? "അവൾ ഒരു നിമിഷം ജാഗരൂകയായി. "സത്യമാണോ ഈ പറയുന്നത്?"

"അതെ.."

കുറച്ചുനേരം അവൾ ഒന്നും മിണ്ടാതെ നിശ്ചലയായിക്കിടന്നു. എന്നാൽ അവളുടെ ശ്വാസോച്ഛ്വാസത്തിന്റെ താളഗതിയിൽനിന്നും അവൾ വല്ലാതെ പരിഭ്രമിച്ചിട്ടുണ്ടെന്ന് എനിക്ക് മനസ്സിലായി.

"യുദ്ധം നടക്കുമ്പോൾ പെട്ടെന്നങ്ങനെ ഓടിപ്പോകാമോ?" കുറേ നേരത്തെ മൗനത്തിനുശേഷം അവൾ ചോദിച്ചു. "മാത്രമല്ല, അങ്ങനെ ആഗ്രഹിച്ചാൽത്തന്നെ അതെങ്ങനെ നടക്കും? മെഡിക്കൽ കമ്മീഷന്റെ

പരിശോധന കഴിയാൻ ദിവസങ്ങളെടുക്കും. അതിന്റെ റിപ്പോർട്ടും ഓർഡ റുമെല്ലാം ഡിവിഷൻ മുഖേന വരികയും വേണം." ഒരു നിമിഷം അവൾ നിശ്ശബ്ദയായി.

"എന്തായാലും ഞാൻ മേജറോട് സംസാരിക്കാം, പോരേ.."

ഞാൻ മറുപടിയൊന്നും പറഞ്ഞില്ല. എനിക്കപ്പോൾ ഒന്നും പറയാനുണ്ടായിരുന്നില്ല എന്നതാണ് സത്യം.

"ഞാൻ മരിക്കുന്നതാണ് നല്ലത്." പെട്ടെന്ന് അവൾ എന്റെ ചെവിയിൽ മന്ത്രിച്ചു. "ഒരു പ്രശ്നമുണ്ടാക്കാതെ നല്ല കുട്ടിയായി ജീവിക്കണമെന്ന് മേജർ എപ്പോഴും ഉപദേശിക്കുമായിരുന്നു. എന്നിട്ടിപ്പോൾ... ഞാനെന്താണ് ചെയ്തത്?"

അവൾ മുഖം കോട്ടിന്റെ കൈകൾക്കുള്ളിലേക്ക് പൂഴ്ത്തിവച്ചിട്ട് തിരിഞ്ഞു കിടന്നു. അടക്കിപ്പിടിച്ച തേങ്ങലുകളിൽ അവളുടെ ശരീരം കുലുങ്ങിക്കൊണ്ടിരുന്നു. അവളെ അരികിലേക്കു ചേർത്ത് നിറഞ്ഞു തുളുമ്പിയ കണ്ണുകളിൽ ചുംബിക്കാനല്ലാതെ മറ്റൊരു തരത്തിലും എനിക്ക് അപ്പോൾ അവളെ ആശ്വസിപ്പിക്കാനായില്ല.

"പോകാം..." അവൾ പിന്നെ ഉറച്ച ശബ്ദത്തിൽ പറഞ്ഞു.

ഈർപ്പം തങ്ങി നില്ക്കുന്ന ഇരുണ്ട താഴ്വരയിലേക്ക് ഞങ്ങൾ മെല്ലെ ഇറങ്ങി നടന്നു. ബെറ്റാലിയൻ എയ്ഡ് പോസ്റ്റ് അവിടെയായിരുന്നു സ്ഥാപിച്ചിരുന്നത്. അവൾ വഴുതി വീഴാതിരിക്കാൻ അല്പം വളർന്നു തുടങ്ങിയ അവളുടെ അരക്കെട്ടിൽ ഞാൻ ചുറ്റിപ്പിടിച്ചു. അവളുടെ ഓരോ കാലടിയും എന്റെയുള്ളിൽ ഭീതിയും ജാഗ്രതയുമുണർത്തി..

പതിനഞ്ചു വർഷങ്ങൾ കടന്നുപോയി. പക്ഷേ, എല്ലാം ഇന്നലെ കഴിഞ്ഞതുപോലെ എന്റെ ഓർമ്മയിൽ തങ്ങി നില്ക്കുന്നുണ്ട്.

പിറ്റേന്ന് അതിരാവിലെത്തന്നെ യുദ്ധം തുടങ്ങി. മോർട്ടാറുകളും യന്ത്രത്തോക്കുകളും നിരന്തരം ഗർജ്ജിച്ചു. പച്ച നിറത്തിലുള്ള അഗ്നിനാളങ്ങൾ അകത്തേക്ക് ഉയർന്നുപൊങ്ങി. തികച്ചും കരുതലോടെയുള്ള ഒരാക്രമണമായിരുന്നു ഞങ്ങൾ നടത്തിയത്.

സൂര്യനുദിച്ചു അരമണിക്കൂറിനുശേഷം പരാജിതരായ ജർമ്മൻ സേനയുടെ കിടങ്ങിൽ വെച്ച് കമാന്റിങ് ഓഫീസറും മറ്റ് ഉന്നത ഉദ്യോഗസ്ഥരും എന്നെ അഭിനന്ദിച്ചു. അവരെന്നെ ആലിംഗനം ചെയ്യുകയും എന്റെ കൈപിടിച്ച് കുലുക്കുകയും ചെയ്തു. പക്ഷേ, അവരുടെ മുന്നിൽ ഒന്നും കാണാനാവാതെ, ഒന്നും കേൾക്കാനാവാതെ ഒരു മരക്കഷണം പോലെ വികാരരഹിതനായി ഞാൻ നിന്നു.

ഞാൻ സൂര്യനെ നോക്കി. എനിക്ക് ആ സൂര്യനെ ചക്രവാളത്തിലേക്കു തന്നെ പറഞ്ഞയക്കാൻ കഴിഞ്ഞിരുന്നെങ്കിൽ... രണ്ടു മണിക്കൂർ മുമ്പു വരെ ഞങ്ങൾ മൂന്നുപേരുണ്ടായിരുന്നു... പക്ഷേ, സൂര്യന് ഉദിക്കാതിരിക്കാൻ

കഴിയില്ലല്ലോ... ഞാനിവിടെ ഈ കുന്നിൻ മുകളിൽ നില്ക്കുന്നു. അവളോ, അവളെവിടെയാണ്?

അവൾ താഴെയുണ്ടായിരുന്നു. അവിടെ, ശവസംസ്കാരത്തിന്റെ ചുമതലയുണ്ടായിരുന്ന ഭടന്മാർ തിരക്കിട്ട് തലങ്ങും വിലങ്ങും ഓടിനടക്കുന്നത് ഞാൻ കാണുന്നുണ്ടായിരുന്നു.

മറ്റാരും ആ സത്യം അറിഞ്ഞിരുന്നില്ല. അവൾ എനിക്ക് ആരായിരുന്നെന്നോ, എനിക്ക് എന്തെല്ലാമായിരുന്നെന്നോ ആർക്കും അറിയില്ലായിരുന്നു. ഞങ്ങൾ മൂന്നുപേരായിരുന്നു എന്ന സത്യവും ആരും അറിഞ്ഞിരുന്നില്ലല്ലോ.

വെളുത്ത കള്ളം

അലക്സാണ്ടർ ഇവാനവിച്ച് കുപ്രിൻ
(1870–1938)

ഇരുപതാം നൂറ്റാണ്ടിലെ റഷ്യൻ ഗദ്യസാഹിത്യത്തിലെ ശ്രദ്ധേയ നാമം. 1870 ആഗസ്ത് 26 ന് ജനനം. പിതാവിന്റെ ആകസ്മിക നിര്യാണത്തെത്തുടർന്ന് ആറു വയസ്സുവരെ മാതാവിനൊപ്പം മോസ്കോയിലെ വിധവാഗൃഹത്തിൽ കഴിഞ്ഞു. വിദ്യാഭ്യാസാനന്തരം കുറേക്കാലം സൈനിക സേവനം. തുടർന്ന് ജീവസന്ധാരണത്തിനുവേണ്ടി നിരവധി തൊഴിലുകൾ. കവിതകൾ എഴുതിക്കൊണ്ട് അക്ഷരലോകത്തേക്കു കടന്നുവന്നു. ആദ്യകഥ *അവസാനത്തെ അരങ്ങേറ്റം* പത്തൊൻപതാമത്തെ വയസ്സിൽ. 1896 ൽ ആദ്യ നോവൽ *മൊളാഹ്* വെളിച്ചം കണ്ടു. *ഗാർനറ്റ് വള, മരതകം, ഒലേസ്യ* എന്നിവ മറ്റു പ്രധാന രചനകൾ, റഷ്യയിലെ സാധാരണക്കാരായ ജനങ്ങളുടെ ജീവിതം ഹൃദ്യമായി ചിത്രീകരിച്ച എഴുത്തുകാരൻ.

കുപ്രിന്റെ ആത്മകഥാപരമായ കഥയാണ് *വെളുത്ത കള്ളം*.

ഇവാൻ ഇവാനവിച്ച് സെമന്യൂത ചീത്ത മനുഷ്യനൊന്നുമല്ല. ആൾ ഗൗരവക്കാരനാണ്. ഭയഭക്തി ബഹുമാനങ്ങളുള്ളവനാണ്. മദ്യപാനം, പുകവലി മുതലായ ദുശ്ശീലങ്ങളൊന്നുമില്ല. ചീട്ടുകളി കേന്ദ്രങ്ങളിൽ ഒരിക്കൽപ്പോലും പോയിട്ടില്ല. സ്ത്രീവർഗ്ഗത്തോട് അല്പവും ആകർഷണം തോന്നിയിട്ടുമില്ല... എന്നിട്ടും ലോകത്തിലെ ഏറ്റവും ഭാഗ്യംകെട്ട മനുഷ്യരിൽ ഒരാളായിരുന്നു ഇവാൻ. അവന്റെ പെരുമാറ്റത്തിലെ അംഗീകരിക്കാനാവാത്ത ഒരേയൊരു ദൗർബല്യം എല്ലാത്തിനോടുമുള്ള അകാരണമായ ഭയവും സംഭ്രമവുമാണ്. ഈയൊരു കാരണംകൊണ്ടുതന്നെയാണ്, ദുർബ്ബലരെ തഴഞ്ഞ് ശക്തരും ധീരരുമായ പുരുഷന്മാരുടെ പിന്നാലെ പോകുന്ന സ്ത്രീകളെപ്പോലെ, വിധി ഇവാനെ നിരന്തരം വേട്ടയാടിയിരുന്നത്.

സ്കൂളിൽ പഠിക്കുന്ന കാലത്തുതന്നെ വിധിയുടെ ബലിയാടായിരുന്നു ഇവാൻ. ക്ലാസിലെ ഏതെങ്കിലുമൊരു വികൃതിച്ചെറുക്കൻ കടലാസ് ചുരുട്ടി അദ്ധ്യാപകന്റെ തലയ്ക്ക് നേരെ എറിഞ്ഞാൽ അടുത്ത നിമിഷം പിടിക്കപ്പെടുക ഇവാനായിരിക്കും. തലയിൽ വന്നിരുന്ന ഈച്ചയെ ഓടിക്കാനായി അവൻ കൈയുയർത്തിയത് കൃത്യം ആ സമയത്തായിരിക്കും. ഇവാന്റെ ആംഗ്യവിക്ഷേപം കാണുമ്പോൾ തന്നെയെറിഞ്ഞത് അവൻ തന്നെയാണെന്ന് അദ്ധ്യാപകൻ ഉറപ്പിക്കുകയും ചെയ്യും.

"എടാ ഇവാൻ, മൂശേട്ടേ... ആ മൂലയിൽ പോയി നില്ക്കെടാ..."

ആ ക്ലാസിന്റെ അവസാനം അദ്ധ്യാപകൻ നിർഭാഗ്യവാനായ ആ കുട്ടിയെ ഹെഡ്മാസ്റ്ററുടെ മുറിയിലേക്ക് വലിച്ചിഴച്ചു കൊണ്ടുപോകും. വലിയ കണ്ണടയ്ക്കുള്ളിൽ ഹെഡ്മാസ്റ്ററുടെ കണ്ണുകൾ ജ്വലിക്കുന്നതും താടിരോമങ്ങൾ വിറകൊള്ളുന്നതും കാണുമ്പോൾ കടുത്ത ഭയവും സംഭ്രമവുംകൊണ്ട് ഇവാന്റെ മുഖം കടലാസുപോലെ വിളറും. പിന്നെ ഹെഡ്മാസ്റ്ററുടെ ഊഴമാണ്. കല്ലിച്ച കൈവിരൽകൊണ്ട് അവന്റെ കൊച്ചു തലമണ്ടയിൽ ശക്തിയായി ഞൊട്ടിക്കൊണ്ട് അദ്ദേഹം ശകാരങ്ങളുടെ കെട്ടഴിച്ചുവിടും.

"കള്ളച്ചെകുത്താനേ, സ്കൂളിന് ചീത്തപ്പേരുണ്ടാക്കാൻ വന്നതാണോടാ നീ? പിഴച്ചുണ്ടായവൻ. മരത്തലയൻ."

ശകാരത്തിനൊടുവിൽ ഹെഡ്മാസ്റ്റർ ഇങ്ങനെയൊരു ശിക്ഷാവിധി

പ്രസ്താവിക്കും.

"ഉച്ചഭക്ഷണത്തിനുശേഷം മൂന്നുദിവസം ഇവനെ ശിക്ഷാമുറിയിൽ കൊണ്ടുപോകണം. ക്രിസ്മസ് വരെ ക്ലാസ് കയറ്റം നല്കേണ്ട. ഇനിയും കുരുത്തക്കേട് കാട്ടിയാൽ അടിച്ചു പുറത്താക്കാം.." അതിനുശേഷം പേടിച്ചരണ്ട ആ പാവത്തിന്റെ കരണത്ത് ആഞ്ഞടിച്ച് "ഇറങ്ങിപ്പോടാ ശവമേ" എന്ന് ഉച്ചത്തിൽ ആക്രോശിക്കും.

ഇത്തരം രംഗങ്ങൾ ഇടയ്ക്കിടെ ആവർത്തിച്ചുകൊണ്ടിരിക്കും. ഹെഡ്മാസ്റ്ററുടെ വീടിന്റെ ജനാല ആരെങ്കിലും എറിഞ്ഞുതകർത്താൽ, അയൽപക്കത്തെ പൂന്തോട്ടത്തിൽ ആരെങ്കിലും അതിക്രമിച്ചുകയറിയാൽ, അവയുടെ ഏഴയലത്തുപോലും ചെന്നിട്ടില്ലാത്ത ഇവാനാണ് പിടിക്കപ്പെടുക. വീണ്ടും ഹെഡ്മാസ്റ്ററുടെ വക ഭീഷണിയും മർദ്ദനവും ശകാരവും...

ഇക്കാരണത്താൽ അവന്റെ വിദ്യാഭ്യാസം കഷ്ടിച്ച് ആറാം ക്ലാസുവരെയെത്തി നില്ക്കുകയാണുണ്ടായത്. അത്രവരെയെങ്കിലും അവൻ പിടിച്ചുനിന്നിട്ടുണ്ടെങ്കിൽ അതിനു കാരണം അവന്റെ അമ്മയാണ്. മുഖത്ത് സദാ ദൈന്യഭാവമുള്ള ആ സ്ത്രീ വിധവാഗൃഹത്തിലെ അന്തേവാസിയാണ്. മകനുവേണ്ടി നിരവധി തവണ അവർ ഹെഡ്മാസ്റ്ററുടെയും സ്കൂളിന്റെ ചുമതല വഹിക്കുന്ന പുരോഹിതന്റെയും കാല്ക്കൽ വീണ് കണ്ണീരൊഴുക്കിയിട്ടുണ്ട്...

"എന്റെ മോന്റെ ഭാവി നശിപ്പിക്കരുതേ സാറേ.. അവൻ പാവമാണ്... നല്ല അനുസരണയുള്ളവനാണ്. എല്ലാവരേയും അവന് പേടിയാണ്. എപ്പോഴും നാണവും സങ്കോചവുമാണ്. മറ്റു കുട്ടികളൊക്കെ അവനെ കളിയാക്കും. സാറേ, അവനെ സ്കൂളിൽനിന്ന് പുറത്താക്കരുതേ... വേണമെങ്കിൽ എന്റെ മോന് നല്ല അടി കൊടുത്തോളൂ..."

ഇടയ്ക്കിടെ ഇവാനെ ചാട്ടവാറുകൊണ്ട് ക്രൂരമായി തല്ലിച്ചതച്ചിരുന്നെങ്കിലും അതുകൊണ്ട് പ്രത്യേകിച്ച് ഒരു പ്രയോജനവുമുണ്ടായില്ല. ഏഴാം ക്ലാസിലേക്കുള്ള പ്രവേശനപ്പരീക്ഷയിൽ രണ്ടു തവണ പരാജയപ്പെട്ടതോടെ അവൻ സ്കൂളിൽനിന്നും പുറത്തായി. എങ്കിലും അമ്മയുടെ കണ്ണീരിൽ കുതിർന്ന അപേക്ഷയിൽ സ്കൂൾ അധികാരികൾ ഇവാന് ആറാം തരം പൂർത്തിയാക്കി എന്നതിന് ഒരു സർട്ടിഫിക്കറ്റ് നല്കാനുള്ള ഔദാര്യം കാണിച്ചു.

ഏറെക്കാലത്തിനുശേഷം പറഞ്ഞാൽ തീരാത്ത കഷ്ടപ്പാടുകൾക്കും യാതനകൾക്കുമൊടുവിൽ മകന് ഒരു ജോഡി കുപ്പായം വാങ്ങാനുള്ള പണം ആ അമ്മ ഒരുവിധത്തിൽ സംഘടിപ്പിച്ചു. ഒരു ത്രീ പീസ് സ്യൂട്ട്, പച്ചനിറത്തിലുള്ള കോട്ട്, കണ്ടം വെച്ച് തുന്നിയ ബൂട്ട്, പരന്ന തൊപ്പി എന്നിവയെല്ലാം അവർ വാങ്ങിക്കൊണ്ടു വന്നു. അടിവസ്ത്രങ്ങൾ പഴയ ബ്ലൗസിൽ നിന്നും പാവാടയിൽനിന്നും വെട്ടിയെടുത്ത് അവർ തന്നെ തുന്നിയുണ്ടാക്കി.

മകന് ഇനി വേണ്ടത് ഒരു ജോലിയാണ്. പക്ഷേ, അതത്ര എളുപ്പമുള്ള കാര്യമല്ലല്ലോ. അത് അവന്റെ ഭാഗ്യം പോലെത്തന്നെ അതിവിദൂരമായിരുന്നു. ഒരു വർഷത്തോളം ഇവാൻ ഒരു ജോലിയന്വേഷിച്ച് ആ മഹാനഗരത്തിൽ അലഞ്ഞുനടന്നു. വിധവാഗൃഹത്തിൽനിന്നും അമ്മയ്ക്ക് ലഭിച്ചിരുന്ന ഭക്ഷണമായിരുന്നു ആ കാലത്ത് അവന്റെ കത്തലടക്കിയത്. കിട്ടുന്ന ഭക്ഷണത്തിന്റെ പകുതിയോളം ആ അമ്മ രഹസ്യമായി മകന് എത്തിച്ചുകൊടുത്തിരുന്നു. ഉറങ്ങാനുള്ള സ്ഥലം കണ്ടെത്തുക എന്നതായിരുന്നു ഏറെ ദുഷ്കരമായ കാര്യം. വിധവാഗൃഹത്തിൽ അഞ്ചാറ് വിധവകൾക്ക് ഒരു മുറിയാണുള്ളത്. അമ്മ അധികാരികളുടെ കാലു പിടിച്ച് അടുക്കളയുടെ ഒരു മൂലയിൽ അവന് തല ചായ്ക്കാനുള്ള അനുവാദം വാങ്ങിയിരുന്നു. അവിടെ രണ്ടു സ്റ്റൂളും ഒരു കസേരയും നിരത്തിയിട്ട് അതിന്മേലായിരുന്നു അവൻ കിടന്നുറങ്ങിയിരുന്നത്.

ഒരു വർഷം ഇങ്ങനെ കടന്നുപോയി. അങ്ങനെയിരിക്കെ ഒരു സർക്കാർ ഓഫീസിൽ പകർപ്പെഴുത്തുകാരനായി ഇവാൻ നിയമിതനായി. ഇരുപത്തിമൂന്ന് റൂബിളും പതിനൊന്നു കോപ്പെക്കുമായിരുന്നു ശമ്പളം. അമ്മയ്ക്ക് പരിചയമുള്ള ഒരു വക്കീലിന്റെ ശുപാർശയിലാണ് അവന് ആ ജോലി തരപ്പെട്ടത്.

ജോലിക്കു വേണ്ടി ഇവാൻ തന്റെ മുഴുവൻ ഊർജ്ജവും ചെലവഴിച്ചു. തന്നെത്തന്നെ അർപ്പിച്ചു. ഓഫീസിൽ നേരത്തെ എത്തുകയും നേരം വൈകി മാത്രം പോവുകയും ചെയ്ത ഒരേ ഒരാൾ അവനായിരുന്നു. ചിലപ്പോൾ രാത്രി ഏറെ വൈകുന്നതുവരെ അവൻ ജോലി ചെയ്തു. കുറച്ചു പണം അധികം കിട്ടുന്നതിനുവേണ്ടി ചിലപ്പോഴൊക്കെ അവൻ സഹപ്രവർത്തകരുടെ ചില ജോലികളും ഏറ്റെടുക്കാൻ സന്നദ്ധനായി. സഹപ്രവർത്തകർക്കെല്ലാം അവനോട് പുച്ഛമായിരുന്നു. എല്ലാവരും അവജ്ഞയോടെയാണ് അവനോട് പെരുമാറിയത്. അതുകൊണ്ടുതന്നെ ഓഫീസിൽ ആരുമായും അവന് ആത്മബന്ധമുണ്ടായിരുന്നില്ല. അവൻ ബില്യാർഡ്സ് കളിച്ചില്ല. വൈകുന്നേരങ്ങളിൽ കൊച്ചുവർത്തമാനങ്ങൾ പറഞ്ഞ് കറങ്ങി നടക്കുവാൻ കൂട്ടുകാരികളുമില്ലായിരുന്നു. അതുകൊണ്ടുതന്നെ ഓഫീസിൽ 'ഒറ്റക്കുറുക്കൻ' എന്ന പരിഹാസപ്പേരിലാണ് അവൻ അറിയപ്പെട്ടത്.

ഇങ്ങനെയൊക്കെയാണെങ്കിലും ഇവാൻ സന്തോഷവാനായിരുന്നു. അവന് താമസിക്കാൻ ചെറിയ ഒരു മുറി കിട്ടി. ഒരു ചെറിയ ഹോട്ടലിൽ ഇരുപത് കോപ്പെക്കിന് അത്താഴം ഏർപ്പാടാക്കി. ചായ സ്വന്തമായി ഉണ്ടാക്കി. അമ്മയെ കാണാൻ ആപ്പിളോ പലഹാരങ്ങളോ വാങ്ങി വിധവാഗൃഹത്തിൽ പോയി. ആ വർഷാവസാനം പുതിയ കുപ്പായവും ഷൂസും വാങ്ങാനുള്ള പണം അവന്റെ കൈയിൽ വന്നുചേർന്നു. ജോലിയോടുള്ള ആത്മാർത്ഥത മേലുദ്യോഗസ്ഥരിൽ മതിപ്പുളവാക്കിയിരുന്നു. അതിനെത്തു

ടർന്ന് രണ്ടാമത്തെ വർഷം അവന് സ്ഥാനക്കയറ്റം ലഭിക്കുകയും അതു വഴി അഞ്ചു റൂബിളിന്റെ വർദ്ധവ് ശമ്പളത്തിലുണ്ടാവുകയും ചെയ്തു. ആ വർഷം കഴിയാറായപ്പോഴേക്കും അവൻ ജോലിയിൽ സ്ഥിരമായി. അവന്റെ പേരിൽ ബാങ്കിൽ ചെറിയൊരു സമ്പാദ്യവുമുണ്ടായി, പക്ഷേ, വിധി... അതെത്ര ക്രൂരമാണ്! ഇവാന്റെ ഈ ഐശ്വര്യങ്ങൾക്കു മുന്നിൽ തികച്ചും അപ്രതീക്ഷിതമായാണ് വിധി അതുവരെ ഒളിപ്പിച്ചു വച്ചിരുന്ന തന്റെ കരാള മുഖം പുറത്തെടുത്തത്.

ഓഫീസ് സമയം കഴിഞ്ഞാലും ഏറെനേരം ഇവാൻ ജോലി ചെയ്യുമായിരുന്നു. അതിനുപുറമെ വീട്ടിൽ വച്ചും അവൻ പകർത്തിയെഴുതും. പുലർച്ചെ അഞ്ചുമണിവരെയൊക്കെ അത് നീണ്ടു പോകാറുണ്ട്. പിന്നെ ഏഴുമണിവരെ ഒന്ന് ഉറങ്ങും. അതിനുശേഷം പ്രഭാതകൃത്യങ്ങൾ ധൃതിയിൽ നിർവ്വഹിച്ച്, വിളറിവെളുത്ത് ക്ഷീണിതനായി, ചുവന്നുകലങ്ങി പോളകൾ വീർത്ത കണ്ണുകൾക്കു ചുറ്റും നിദ്രാരാഹിത്യത്തിന്റെ കറുത്ത വലയങ്ങളുമായി അവൻ ഓഫീസിലെത്തും. പഴയതുപോലെ ഇപ്പോൾ അവന് നേരത്തെ ഓഫീസിലെത്താൻ കഴിയാറില്ല. വൈകി വരുന്നവരിൽ ഒരാളായിക്കഴിഞ്ഞിരുന്നു അവനും.

ഒരിക്കൽ പതിവുപോലെ ഇവാൻ ഓഫീസിലെത്തി. എന്താണെന്നറിയില്ല ജോലി ചെയ്യാനുള്ള കടലാസുകളും മറ്റും മേശപ്പുറത്ത് എടുത്തു വയ്ക്കുന്നതിനു മുൻപുതന്നെ എന്തൊക്കെയോ ദുഷ്ചിന്തകളും അകാരണമായ ഭീതിയും അവന്റെ മനസ്സിനെ പിടിച്ചുലച്ചിരുന്നു. സഹപ്രവർത്തകരിൽ ചിലർ ഒരു ശത്രുവിനെയെന്നപോലെയാണ് അവനെ നോക്കിയത്. മറ്റു ചിലരുടെ നോട്ടത്തിൽ കടുത്ത ആകാംക്ഷ പ്രകടമായിരുന്നു. വേറെ ചിലരാകട്ടെ അവന്റെ നോട്ടത്തിനു മുന്നിൽ അവജ്ഞയോടെ മുഖം തിരിച്ചുകളഞ്ഞു. ഇവാന് സത്യത്തിൽ ഒന്നും മനസ്സിലായില്ല. എങ്കിലും എന്തുകൊണ്ടാണെന്നറിയില്ല, അവന്റെ ഹൃദയം ഒരു മഞ്ഞുകട്ടപോലെ തണുത്തുറഞ്ഞിരുന്നു.

നിമിഷങ്ങൾ കടന്നുപോകുന്തോറും ഇവാന്റെ മനസ്സിലെ ഭീതിയും പിരിമുറുക്കവും വർദ്ധിച്ചുകൊണ്ടിരുന്നു. പതിനൊന്നുമണിയായപ്പോൾ പതിവുപോലെ ഡയറക്ടറുടെ വരവിനെ സൂചിപ്പിക്കുന്ന മണിനാദം കേൾക്കാൻ തുടങ്ങി. അത് കേട്ടപ്പോൾ അവൻ അറിയാതെ ഞെട്ടിപ്പോയി. അവന്റെ ശരീരം ചെറുതായി വിറച്ചു. "അങ്ങുന്ന് നിങ്ങളെ വിളിക്കുന്നു" എന്ന് സെക്രട്ടറി വന്ന് താഴ്ന്ന സ്വരത്തിൽ അറിയിച്ചപ്പോൾ തലയ്ക്കടിയേറ്റവനെപ്പോലെ അവനൊന്ന് പുളഞ്ഞു. പിന്നെ, അസുഖകരമായ ഒരു സ്വപ്നത്തിലെന്നപോലെ എഴുന്നേറ്റ് കാലുകൾ വലിച്ചിഴച്ച് ഡയറക്ടറുടെ മുറിയിലേക്ക് നടന്നു. സഹപ്രവർത്തകരുടെ കണ്ണുകൾ അവനെ പിന്തുടർന്നു.

മുമ്പൊരിക്കലും ഇവാൻ ഡയറക്ടറുടെ മുറിയിൽ പോയിട്ടില്ല.

അതിന്റെ വിശാലതയും ആഡംബരവും അവനെ അതിശയിപ്പിക്കുക തന്നെ ചെയ്തു. വലിയ മേശയ്ക്ക് പിന്നിൽ ഒരു കുരുവിക്കുഞ്ഞിനെപ്പോലെ തൂങ്ങിപ്പിടിച്ചിരിക്കുന്ന ഡയറക്ടർ പെട്ടെന്ന് അവന്റെ കണ്ണിൽപ്പെട്ടില്ല. ഏതോ മായിക ലോകത്ത് അകപ്പെട്ടതുപോലെ സ്വയം മറന്നു നില്ക്കുകയായിരുന്നു അവൻ.

"ഇവാൻ, ഇവിടെ വരൂ.." പെട്ടെന്ന് ഡയറക്ടറുടെ ശബ്ദം കേട്ട് അവൻ ഞെട്ടി. അവന് പരിസരബോധമുണ്ടായി. അവൻ ഓടിച്ചെന്ന് ഡയറക്ടറെ താണു വണങ്ങി.

"നിങ്ങളെന്തിനാണ് ഇതു ചെയ്തത്? സത്യം പറയണം..." ഡയറക്ടറുടെ ചോദ്യം കേട്ട് ഇവാൻ അന്ധാളിച്ചുപോയി.

"അങ്ങുന്നേ... ഞാൻ... ഞാനെന്തു ചെയ്തെന്നാണ് അങ്ങുന്നു പറയുന്നത്?" അവൻ വിക്കി വിക്കി ചോദിച്ചു.

"അത് എന്നേക്കാൾ നന്നായി നിങ്ങൾക്ക് അറിയാവുന്നതല്ലേ... മേശവലിപ്പ് പൊളിച്ച് നിങ്ങൾ സർക്കാർ മുദ്രയും പണവും മോഷ്ടിച്ചില്ലേ? അതെന്തിനായിരുന്നു? നിഷേധിക്കാൻ നോക്കേണ്ട. ഞങ്ങൾക്കെല്ലാം അറിയാം..."

"അയ്യോ, ഞാനോ... അങ്ങുന്നേ... കർത്താവ് സാക്ഷിയായി..." പൊതുവേ നല്ലവനും മഹാമനസ്കനുമായിരുന്നു ഡയറക്ടർ. ആ പദവിയിലെത്തുന്നതിനു മുൻപ് അദ്ദേഹം ഒരു സർവ്വകലാശാലയിൽ പ്രൊഫസറായിരുന്നു. പക്ഷേ, ഇപ്പോൾ ഇവാന്റെ വാക്കുകൾ കേട്ടപ്പോൾ അദ്ദേഹത്തിന് കോപം നിയന്ത്രിക്കാനായില്ല. മുഷ്ടി ചുരുട്ടി മേശപ്പുറത്ത് ശക്തിയായി ഇടിച്ചുകൊണ്ട് അദ്ദേഹം പറഞ്ഞു:

"കർത്താവിന്റെ പേര് ഇക്കാര്യത്തിൽ ഉച്ചരിക്കാൻ നിങ്ങൾക്ക് എങ്ങനെ ധൈര്യം വന്നു? ഇന്നലെ രാത്രി ഓഫീസിൽ നിങ്ങൾ തനിച്ചായിരുന്നില്ലേ? പുലർച്ചെ ഒരു മണിവരെ നിങ്ങളിവിടെ ഉണ്ടായിരുന്നു. പിന്നെയുണ്ടായിരുന്നത് കാവല്ക്കാരൻ അങ്കുറിനാണ്. കഴിഞ്ഞ നാല്പതു വർഷമായി അങ്കുറിൻ ഞങ്ങളോടൊപ്പമുണ്ട്. ആ മനുഷ്യനെ സംശയിക്കാൻ യാതൊരു ന്യായവുമില്ല. അതുകൊണ്ട് കുറ്റം സമ്മതിക്കുകയാണ് നിങ്ങൾക്കു നല്ലത്. അങ്ങനെയെങ്കിൽ മുകളിലേക്ക് റിപ്പോർട്ടുചെയ്യാതെ ഞാൻ നിങ്ങളെ പറഞ്ഞുവിടാം..."

ഇവാന്റെ കാലുകൾ വിറച്ചു. നിലത്ത് കുന്തിച്ചിരുന്ന് അസ്പഷ്ടമായി അയാൾ പറഞ്ഞു:

"അങ്ങുന്നേ, കർത്താവ് സാക്ഷിയായി ഞാനൊരു കുറ്റവും ചെയ്തിട്ടില്ല. ഞാൻ പറയുന്നത് സത്യമാണ്. എന്നെ വിശ്വസിക്കണം."

"എഴുന്നേല്ക്കെടാ.." വെറുപ്പും ക്രോധവും കലർന്ന സ്വരത്തിൽ ഡയറക്ടർ അലറി. "ഇന്നലെ രാത്രി നീ മൂക്കറ്റം കുടിച്ച് തലയ്ക്ക് വെളിവില്ലാതെ കിടക്കുകയായിരുന്നെന്ന് നിന്റെ മോന്ത വിളിച്ചുപറയുന്നുണ്ടല്ലോ.

നിന്നെപ്പോലുള്ള അഴിമതിക്കാരും കള്ളന്മാരും (കള്ളന്മാർ എന്ന് കടുപ്പിച്ചാണ് അദ്ദേഹം പറഞ്ഞത്) പണത്തിനു വേണ്ടി എന്തും ചെയ്യും. എന്നിട്ട് നേരെ കള്ളുഷാപ്പിലേക്കോ വേശ്യാലയത്തിലേക്കോ പോകും. ഇതൊന്നും എനിക്കറിയില്ലെന്നാണോ വിചാരം? ഈ സ്ഥാപനത്തിന്റെ സല്പ്പേരിന് കളങ്കമുണ്ടാക്കുന്ന യാതൊന്നും ചെയ്യാൻ ഞാൻ ആരേയും അനുവദിക്കില്ല. അതുകൊണ്ടുതന്നെ നിന്നെ ഞാൻ പൊലീസിലേല്പിക്കുന്നില്ല. ഇനി അഥവാ പൊലീസെങ്ങാനും നിന്നെ പൊക്കിയാൽ നിന്നെക്കുറിച്ച് നല്ലതൊന്നും എനിക്ക് പറയാനുണ്ടാവില്ലെന്നും ഓർത്തോ.."

അങ്ങനെ പറഞ്ഞ് ഡയറക്ടർ മേശപ്പുറത്തെ ബെല്ലിൽ വിരലമർത്തി.

അവിടുന്നങ്ങോട്ടുള്ള ഇവാന്റെ ജീവിതത്തെക്കുറിച്ച് പറയാതിരിക്കുകയാണ് ഭേദം. തണുപ്പും ഇരുട്ടും നിറഞ്ഞ ഒരറയുടെ മൂലയിലായിരുന്നു അവൻ താമസിച്ചിരുന്നത്. മീൻപിടുത്തക്കാരിൽനിന്നും പരൽമീനുകൾ വാങ്ങി ചന്തയിൽ കൊണ്ടുപോയി വിറ്റ് ഉപജീവനം നടത്തിയിരുന്ന മിഹയ്ലേവ്ന എന്ന സ്ത്രീയായിരുന്നു തൊട്ടപ്പുറത്ത്. അതിനുമപ്പുറത്ത് ചെരുപ്പുകുത്തിയായ ഇവാൻ നിക്കളായെവിച്ചിന്റെ നിത്യഗർഭിണിയായ ഭാര്യയും ഒരു കൂട്ടം സന്താനങ്ങളുമടങ്ങുന്ന കുടുംബം. നിക്കളായെവിച്ച് പകൽ മുഴുവനും ഒരു ബെഞ്ചിലിരുന്ന് ചെരിപ്പുകൾ തുന്നുകയും അതിന്റെ ഉപ്പൂറ്റിയിൽ ആണിയടിക്കുകയും മറ്റ് അറ്റക്കുറ്റപ്പണികൾ നടത്തുകയും ചെയ്യും. പ്രവൃത്തി ദിവസങ്ങളിൽ അയാൾ മാന്യനും നല്ലവനുമായിരിക്കും. എന്നാൽ ഒഴിവുദിവസങ്ങളിൽ അമിതമായ മദ്യപാനം അയാളെ മൃഗമാക്കി മാറ്റും. അറയുടെ നാലാമത്തെ മൂലയുടെ അവകാശി അലക്കുകാരിയായ ഇലിയിഷ്നയാണ്. പിശുക്കിയും കൗശലക്കാരിയുമായ ആ സ്ത്രീയുടെ ഏക ദൗർബല്യം മദ്യമാണ്.

ജീവിതം ഇവാന്റെ മുന്നിൽ ഒരു ചോദ്യചിഹ്നമായി നില്ക്കുന്ന സമയം. എങ്കിലും ധീരതയോടെ അതിനെ നേരിടാൻ തന്നെയാണ് അവന്റെ തീരുമാനം. അയൽക്കാരനായ ചെരിപ്പുകുത്തിയുടെ മൂന്നാമത്തെ മകളെ അവൻ എഴുത്തും വായനയും പഠിപ്പിക്കാൻ തുടങ്ങി. അതിനു പകരമായി രാവിലത്തെ ചായയും റൊട്ടിയും അവിടെനിന്നും തരപ്പെടുത്തി. ചായക്കടയിലും മദ്യശാലയിലും വെച്ച് അവൻ ആളുകൾക്ക് ഹർജികളും പരാതികളും തയ്യാറാക്കിക്കൊടുത്തു. പോസ്റ്റ് ഓഫീസിൽ കത്തയയ്ക്കാൻ വരുന്നവർക്ക് കവറിൽ മേൽവിലാസമെഴുതിക്കൊടുത്തു. മാസം മൂന്നുറൂബിൾ ശമ്പളത്തിൽ തെരുവിന്റെ അങ്ങേത്തലയ്ക്കൽ താമസിക്കുന്ന കച്ചവടക്കാരന്റെ മകൾക്ക് ട്യൂഷനെടുത്തു. ഇടയ്ക്കിടെ ചില പകർപ്പെഴുത്തും കിട്ടിയിരുന്നു. എങ്കിലും അവന്റെ പ്രധാന തൊഴിൽ ജോലിക്കുവേണ്ടിയുള്ള അന്വേഷണം തന്നെയായിരുന്നു. പക്ഷേ, ഹതഭാഗ്യനായ ആ ചെറുപ്പക്കാരന്റെ ബാഹ്യരൂപം ആരിലും മതിപ്പോ താല്പര്യമോ ഉണ്ടാക്കാനാവാത്തവിധം അനാകർഷകവും പരിക്ഷീണവുമായിരുന്നു. വെട്ടിയൊതു

ക്കാത്ത മുടിയും ശ്മശ്രുക്കൾ വളർന്ന മുഖവും പിഞ്ഞിക്കീറിയ കുപ്പായവും അവനൊരു ഭ്രാന്തനാണെന്ന തോന്നലാണ് ആളുകളിലുണ്ടാക്കിയത്. അവന്റെ ചീർത്തു വിളറിയ മുഖം കടുത്ത അനാരോഗ്യത്തിന്റെ ലക്ഷണമായിരുന്നു. ബൂട്ടുകൾ ഉപ്പൂറ്റിയുടെ ഭാഗത്ത് അടർന്നു പോയിരുന്നു. അവൻ ഒരിക്കൽപ്പോലും മദ്യപിച്ചിട്ടില്ല. എങ്കിലും ആ രൂപം ഒരു മുഴുക്കുടിയന്റേതായിരുന്നു.

ഇങ്ങനെയൊക്കെയാണെങ്കിലും വർഷത്തിൽ നാലു ദിവസം ഇവാൻ ഒരു പുതിയ മനുഷ്യനായി മാറും. പുതുവത്സരദിനം, ഈസ്റ്റർ, ഈസ്റ്ററിനു ശേഷമുള്ള ഏഴാമത്തെ ഞായറാഴ്ച, കോൺകോർഡിയാ പുണ്യാളന്റെ തിരുനാൾ എന്നിവയാണവ. ഈ വിശേഷ ദിവസങ്ങളുടെ തലേന്ന് അങ്ങേയറ്റത്തെ വൈഷമ്യങ്ങൾ – ചിലപ്പോൾ അവഹേളനങ്ങളും അവമതികളും – സഹിച്ച് അവൻ തന്നെ ഒരു പുതിയ മനുഷ്യനാക്കിയെടുക്കും. അതിനുവേണ്ടി പതിനഞ്ചു കോപ്പെക്ക് അവൻ ചെലവഴിക്കേണ്ടതുണ്ട്. അഞ്ചു കോപ്പെക്കിന് ഒരു കുളി തരമാക്കും. അഞ്ചു കോപ്പെക്ക് കൊടുത്താൽ ഇവാന്റെ അറയുടേതുപോലെയുള്ള മറ്റൊരു അറയിൽ താമസിക്കുന്ന ക്ഷുരകൻ കട്ടിങ്ങും ഷേവിങ്ങും ചെയ്തുകൊടുക്കും. പിന്നെയുള്ള അഞ്ചു കോപ്പെക്കിന് അവൻ ഒരു ചോക്കലേറ്റോ മധുരനാരങ്ങയോ വാങ്ങും. പിന്നീട് തന്റെ പഴയ പരിചയക്കാരെയാരെയെങ്കിലും സന്ദർശിക്കും. അവരാണെങ്കിൽ നീരസവും സഹതാപവും പുറത്തുകാട്ടാതെ അവനെ സ്വീകരിക്കുകയും ചെയ്യും. ഇവാന്റെ സ്ഥിരം ആതിഥേയർ പെഷോർക്കിനും മെസ്സെയുമാണ്. തന്റെ സന്ദർശനം അവർക്ക് അലോസരമുണ്ടാക്കാതിരിക്കാൻ ഒന്നിടവിട്ടു മാത്രമേ അവൻ അവരെ കാണാൻ പോകാറുള്ളൂ. അത്തരമൊരവസരത്തിൽ ഇവാൻ തന്റെ മുന്നിൽ കൊണ്ടുവച്ച ചായ ഒരിറക്കു കുടിച്ചശേഷം ഒന്നു മൂളുകയും തല കുലുക്കുകയും ചെയ്തു.

“കാര്യങ്ങളൊക്കെ വലിയ കുഴപ്പത്തിലാണ് അല്ലേ?” മെസ്സ ചോദിച്ചു.

“പറയുന്നത് പാപമാണെന്നറിയാം. എങ്കിലും പറയാതിരുന്നിട്ടും കാര്യമൊന്നുമില്ലല്ലോ. സ്ഥിതി വളരെ മോശമാണ് സ്നേഹിതാ...”

“എന്നാലും നിങ്ങൾ ആ വൃത്തികേട് ചെയ്യുമെന്ന് തീരെ കരുതിയില്ല.”

“എന്താ നീയിപ്പറയുന്നത്? ഞാനത് ചെയ്യുമെന്ന് നീ വിശ്വസിക്കുന്നുണ്ടോ? കർത്താവാണേ, ഞാനൊരു തെറ്റും ചെയ്തിട്ടില്ല.”

“ഓ, വിഷമിക്കേണ്ട. ഞാൻ വെറുതെ ചോദിച്ചെന്നേയുള്ളൂ. നിങ്ങൾ അങ്ങനെയൊന്നും ചെയ്യില്ലെന്ന് എനിക്കറിയാം. കഷ്ടകാലം ആർക്കാണ് വരാത്തത്? നിങ്ങൾക്ക് പണമെന്തെങ്കിലും വേണോ? ഒരു പത്തിരുപത്തഞ്ച് കോപ്പെക്ക് എന്റെ കൈയിലുണ്ടാവും...”

“വേണ്ട സ്നേഹിതാ; പണമൊന്നും ഇപ്പോൾ വേണ്ട. പകരം ഒരു

കോട്ട് തരുമോ? കടമായിട്ടു മതി. ഒരു രണ്ടുമണിക്കൂർ നേരത്തെ കാര്യമേയുള്ളൂ. പേടിക്കേണ്ട.. ഞാൻ നന്നായികുളിച്ചതാണ്. ഇപ്പോൾ വൃത്തിയും വെടിപ്പുമുണ്ട്."

"ഓ, നിങ്ങളുടെ ഒരു കാര്യം. ഇപ്പോഴെന്തിനാ കോട്ട്? എന്താ വിശേഷം? പണ്ടൊരിക്കൽ ഞാൻ നിങ്ങൾക്കൊരു കോട്ട് തന്നിരുന്നു. ഇപ്പോൾ കൊല്ലം മൂന്നായി..."

"എനിക്കൊരു അമ്മായിയുണ്ടെന്ന് നിനക്കറിഞ്ഞുകൂടേ? അവർക്ക് വയസ്സായി. ഇനി അധികകാലമുണ്ടാവില്ല. ഞാനാണ് അവരുടെ ഏക അവകാശി. വിശേഷ ദിവസങ്ങളിൽ അമ്മായിയെ കാണാൻ പോകണം. അവർ അത്ര വലിയ പണക്കാരിയൊന്നുമല്ല കേട്ടോ. എങ്കിലും അഞ്ഞൂറെങ്കിൽ അഞ്ഞൂറ്. എനിക്കത് വലുതാണ്. നിനക്കിത് കേൾക്കുമ്പോൾ ചിരി വരുന്നുണ്ടാകും."

ഇവാൻ നിഷ്കളങ്കമായ ഒരു കള്ളം പറഞ്ഞു.

"ശരി.. ശരി; കോട്ട് ഞാൻ തരാം.."

അങ്ങനെ പഴയ സ്യൂട്ട് തേച്ചുമിനുക്കി അതിന്റെ പിഞ്ഞിയ ദ്വാരങ്ങൾ കറുത്ത മഷി തേച്ച് മറച്ച് പരമാവധി വൃത്തിയും വെടിപ്പുമായി ഇവാൻ അമ്മയെ കാണാൻ വിധവാഗൃഹത്തിലേക്ക് പുറപ്പെട്ടു. അവിടത്തെ ഗേറ്റിനരികിൽ കാവല്ക്കാരൻ നികിത ചുവന്ന യൂണിഫോം ധരിച്ച് ഒരു പ്രതിമയെപ്പോലെ നില്ക്കുന്നുണ്ടായിരുന്നു. പഞ്ഞിപോലെ വെളുത്ത തലമുടിയായിരുന്നു അയാൾക്ക്. ഇവാന് അഞ്ചുവയസ്സുള്ളപ്പോൾ മുതൽ നികിത അവനെ കാണുന്നതാണ്. പക്ഷേ, ആ പരിചയത്തിന്റെ യാതൊരു ലക്ഷണവും അയാൾ അവനോട് കാണിക്കാറില്ല.

"ഹലോ, നികിതാ; നമസ്കാരം." ഇവാന്റെ ഉപചാരവാക്കുകൾ നികിത കേട്ടതായി ഭാവിച്ചില്ല. അയാൾ കല്ലുപോലെ അതേ നില്പു നിന്നു.

"എന്റെ അമ്മയ്ക്കെങ്ങനെയുണ്ട്?" കോട്ട് ഊരി ചുമരിലെ കൊളുത്തിൽ തൂക്കിയിടുന്നതിനിടയിൽ അവൻ കാവല്ക്കാരനോടു തിരക്കി.

"എന്തുണ്ടാവാൻ?" നീരസത്തോടെ നികിത പറഞ്ഞു. "അവർക്കൊരു കുഴപ്പവുമില്ല. അടുത്ത കാലത്തൊന്നും ചാകാനും പോകുന്നില്ല."

പതിവുപോലെ വൈകുന്നേരമായപ്പോഴാണ് ഇവാൻ അവിടെയെത്തിയത്. അതിന് കാരണവുമുണ്ട്. ഇരുട്ടു പരക്കാൻ തുടങ്ങിയ ആ സമയത്ത് തന്റെ കുപ്പായത്തിന്റെയും ബൂട്ടിന്റെയും പിഞ്ഞിക്കീറലും മുഷിവും മറ്റാരുടെയും കണ്ണിൽപ്പെടില്ലെന്ന് അവനറിയാമായിരുന്നു.

സാന്ത്വനത്തിന്റെ പച്ചനിറം പൂശിയ ചുവരുകൾ പിന്നിട്ട്, നീണ്ട ഹാളിൽ നിരനിരയായിട്ട വെളുത്ത തുകൽക്കിടക്കകൾക്കരികിലൂടെ, കണ്ണുകളിൽ നിറഞ്ഞ ആകാംക്ഷയുമായി വെള്ളെഴുത്തു കണ്ണടച്ചില്ലിലൂടെ അവനെത്തന്നെ നോക്കിനില്ക്കുന്ന വൃദ്ധവിധവകൾക്കു മുന്നിലൂടെ ഇവാൻ സെമന്യൂത അമ്മയുടെ മുറി ലക്ഷ്യമാക്കി നടന്നു.

ആ കെട്ടിടത്തിനുള്ളിലെ അന്തരീക്ഷം കുട്ടിക്കാലം മുതലേ അവനു പരിചിതമായിരുന്നു. മരുന്നിന്റെയും കർപ്പൂരത്തുളസിയുടെയും മെഴുകിന്റെയും ഫിനോലിന്റെയും ഗന്ധത്തിനൊപ്പം വേർതിരിച്ചറിയാനാവാത്ത വിധം കൂടിക്കുഴഞ്ഞുകിടക്കുന്ന വൃത്തിയും വെടിപ്പും നിറഞ്ഞ വാർദ്ധക്യത്തിന്റെ ഗന്ധവും അവൻ ചെറുപ്പം മുതൽ പരിചയിച്ചതാണ്. ഇപ്പോൾ അതെല്ലാം വീണ്ടും അവന്റെ ചേതനയെ പുണരാൻ തുടങ്ങിയപ്പോൾ തന്റെ ഹൃദയത്തിനുള്ളിൽ ദുഃഖത്തിന്റെയും വേദനയുടെയും കടലിരമ്പുന്നതായി അവനു തോന്നി.

അവൻ അമ്മയുടെ മുറിയിലെത്തി. അവിടെ ആറു കട്ടിലുകൾ തലഭാഗം ചുമരിനോട് ചേർത്തിട്ടിരുന്നു. ഓരോ കട്ടിലിന്റെയും മുകളിലായി ചുമരിൽ വർണ്ണചിത്രങ്ങളും ചിപ്പികളും വെച്ച് അലങ്കരിച്ച ഷെൽഫുണ്ടായിരുന്നു. മുറിയുടെ മച്ചിൽ ഒരു വിളക്ക് കത്തിക്കൊണ്ടിരുന്നു. അതിൽനിന്നും താഴേക്ക് പരന്നൊഴുകിയ വെളിച്ചത്തിന്റെ സമൃദ്ധിയിൽ മൂന്നു വൃദ്ധകൾ ചേർന്ന് ചീട്ടുകളിക്കുന്നതും രണ്ടുപേർ എന്തോ തുന്നിക്കൊണ്ടിരിക്കുന്നതും ഇവാൻ കണ്ടു. അവനെ സംബന്ധിച്ചിടത്തോളം ആ കാഴ്ച ഹൃദയഭേദകമായിരുന്നു.

"കോൺകോർദിയാ സെർഗ്യേവ്നാ... നിങ്ങളെ കാണാൻ ആരാണ് വന്നിരിക്കുന്നതെന്ന് നോക്കിയാട്ടെ."

"വാന്യയല്ലേ അത്?" അമ്മ കണ്ണട നെറ്റിയിലേക്ക് ഉയർത്തിവച്ചുകൊണ്ട് എഴുന്നേറ്റു. അവരുടെ കൈയിലുണ്ടായിരുന്ന നൂലുണ്ട താഴെ വീണ് തറയിലൂടെ ഉരുണ്ടു.

"വാന്യാ... എടാ മോനേ.. നീ ഇത്ര വൈകിയതെന്തേ? കാത്തിരുന്ന് എനിക്ക് മടുത്തു. നിന്നെ കാണാതെ ചാകേണ്ടി വരുമോ എന്നുപോലും ഞാൻ പേടിച്ചു. വാ, എന്റെ അടുത്തേക്കു വാ.. ഇന്നലെയും കൂടി നിന്നെ സ്വപ്നം കണ്ടതേയുള്ളു.."

വിറയ്ക്കുന്ന കൈകൾ കൊണ്ട് അവർ മകന്റെ കൈ പിടിച്ച് കട്ടിലിൽ ഇരുത്തി. കട്ടിലിനരികിലെ ചെറിയ മേശപ്പുറത്ത് അവർ ഒരു തുണി വിരിച്ചു. പിന്നീട് അതിന്മേൽ ഒരു മെഴുകുതിരി കത്തിച്ചുവെച്ചു. ഷെൽഫിൽ നിന്നും ചായപ്പാത്രവും കപ്പുകളും പഞ്ചസാര ടിന്നും പുറത്തേക്കെടുക്കുമ്പോൾ അമ്മ അങ്ങേയറ്റം ആഹ്ലാദവതിയായിരുന്നു. അവരുടെ ശുഷ്കിച്ച കൈവിരലുകൾ അതിദ്രുതം ചലിച്ചുകൊണ്ടിരുന്നു.

കടുംനീല യൂണിഫോം ധരിച്ച ഒരു പരിചാരിക അതുവഴി വന്നപ്പോൾ അമ്മ അവരെ വിളിച്ചു: "ഡോമാ, കുറച്ചു ചൂടുവെള്ളം തരുമോ? എന്റെ വാന്യ വന്നിട്ടുണ്ട്."

ഡോമ ഇവാനെ നോക്കി അഭിവാദ്യം ചെയ്തുകൊണ്ട് പറഞ്ഞു: "നമസ്കാരം ഇവാൻ ഇവാനവിച്ച്. എത്രകാലമായി ഇങ്ങോട്ടൊക്കെ ഒന്നു വന്നിട്ട്. നിങ്ങളെ കാണാതെ അമ്മ വിഷമിച്ചിരിക്കുകയായിരുന്നു. ചൂടു

വെള്ളം ഇപ്പോൾ കൊണ്ടുവരാം."

ഡോമ ധൃതിയിൽ പുറത്തേക്കിറങ്ങി. അമ്മയും മകനും ഒന്നും മിണ്ടാതെ കുറച്ചുനേരം പരസ്പരം നോക്കിയിരുന്നു.

"നിനക്കെന്താ സുഖമില്ലേ മോനേ?" മേശപ്പുറത്തു വിശ്രമിച്ചിരുന്ന മകന്റെ കൈത്തണ്ടയിൽ മെല്ലെ തലോടിക്കൊണ്ട് അവർ വാത്സല്യത്തോടെ ചോദിച്ചു. "നീ ആകെ വിളറി ക്ഷീണിച്ചിരിക്കുന്നല്ലോ? എന്തുപറ്റിയെടാ നിനക്ക്?"

"ജോലിത്തിരക്കാണമ്മേ.." ഇവാൻ കല്ലുവെച്ച ഒരു നുണ പറഞ്ഞു. "ഓഫീസിൽ എല്ലാ കാര്യത്തിനും ഞാൻ തന്നെ വേണം. രാവിലെ മുതൽ രാത്രി വരെ ജോലിയാണ്."

"മോനേ, ശരീരം കൂടുതൽ ക്ഷീണിപ്പിക്കരുതേ.."

"സാരമില്ല അമ്മേ. എനിക്ക് അത്ര കുഴപ്പമൊന്നുമില്ല. പിന്നെ, എന്റെ അദ്ധ്വാനത്തിന് നല്ല ശമ്പളം കിട്ടുന്നുണ്ട്. ഉദ്യോഗക്കയറ്റം ഉടനെയുണ്ടാകുമെന്നാണ് കേൾക്കുന്നത്. ഈസ്റ്ററിന് ബോണസും കിട്ടും. അധികം വൈകാതെ നമുക്ക് ഒരു വീട് വാടകയ്ക്കെടുത്ത് അങ്ങോട്ട് മാറണം. നമ്മുടെ വിഷമങ്ങളെല്ലാം ഉടനെ മാറും അമ്മേ..."

അമ്മയുടെ കണ്ണുകൾ നിറഞ്ഞൊഴുകി. "എനിക്കും അതിനൊക്കെ എന്തു മോഹമുണ്ടെന്നോ മോനേ... കർത്താവ് നിന്നെ കൈവെടിയില്ല. നീയാകെ..."

"സാരമില്ല അമ്മേ... അതൊന്നും സാരമില്ല."

അപ്പോഴേക്കും ഡോമ ചൂടുവെള്ളവുമായി വന്നു.

അമ്മ വേഗം ചായ തയ്യാറാക്കി. അപ്പോഴേക്കും അടുത്ത കട്ടിലിന്റെ അവകാശികളായ വൃദ്ധമാതാക്കൾ അവിടേക്കു വന്ന് അമ്മയെയും മകനെയും ചുറ്റിപ്പറ്റിനിന്നു. ഇവാൻ കൊച്ചുകുഞ്ഞായിരിക്കുമ്പോൾത്തന്നെ അവർക്ക് അവനെ അറിയാം. ചിലർ അവനോട് കുശലം പറഞ്ഞു. "എടാ വാന്യമോനേ, എനിക്ക് നിന്നെ മനസ്സിലായതേയില്ലല്ലോ. നീ വളർന്ന് വല്യ ആളായിപ്പോയില്ലേ? പണ്ട് നീയിവിടെ ഒരു പട്ടിക്കുഞ്ഞിനെപ്പോലെ ഓടിക്കളിച്ചത് എനിക്ക് ഇപ്പോഴും ഓർമ്മയുണ്ട്. അന്നത്തെ നിന്റെ വികൃതി ഒന്നു കാണണമായിരുന്നു. നീയെന്നെ എപ്പോഴും കളിപ്പിക്കുമായിരുന്നു. മരിച്ചുപോയ നമ്മുടെ നജ്യേഷ്ദ മുത്തശ്ശിയെ നീ കളിയാക്കിയതിനു കണക്കില്ല. 'വാലുള്ള മുത്തശ്ശി' എന്നാണ് നീയവരെ വിളിച്ചിരുന്നത്. എല്ലാം ഇന്നലെ കഴിഞ്ഞതുപോലെ..."

അപ്പോഴേക്കും അമ്മ അല്പം ഗൗരവത്തോടെ കൈവീശിക്കൊണ്ട് അവരോടു പറഞ്ഞു: "നോക്കൂ; ഞാനും വാന്യയും ചില പ്രധാനപ്പെട്ട കാര്യങ്ങൾ സംസാരിക്കുകയാണ്."

സ്വാദിഷ്ഠമായ ചായ മൊത്തിക്കുടിച്ചുകൊണ്ട് ഇവാൻ അമ്മയുമായി കൊച്ചുവർത്തമാനങ്ങളിൽ ഏർപ്പെട്ടു.

"അമ്മയ്ക്ക് ഇപ്പോൾ അസുഖമൊന്നുമില്ലല്ലോ?"

"വയസ്സായില്ലേടാ... പരലോകത്തേക്കുള്ള ടിക്കറ്റെടുത്ത് നില്ക്കുകയാണ്. നിന്റെ പെങ്ങന്മാരുടെ സ്ഥിതി വളരെ മോശമാണ് മോനേ... നിനക്കെങ്കിലും സ്വന്തം കാലിൽ നില്ക്കാൻ കഴിഞ്ഞല്ലോ; അതുതന്നെ വലിയ ഭാഗ്യം. കാത്യയുടെ ഭർത്താവിന്റെ സ്ഥിതി പറയാതിരിക്കുന്നതാണ് ഭേദം. ചീട്ടുകളിയും കുടിയുമായി സമ്പാദിച്ചതൊക്കെ നശിപ്പിച്ചു. എന്നും രാത്രി കുടിച്ച് കുന്തം മറിഞ്ഞാണ് വീട്ടിലെത്തുക. വന്നാൽ പിന്നെ ആ പെണ്ണിനെ അടിച്ചു കൊല്ലാറാക്കും. ഇങ്ങനെ പോയാൽ റെയിൽവേയിലെ അവന്റെ പണി വേഗം തന്നെ പോയിക്കിട്ടും. കാത്യയ്ക്കാണെങ്കിൽ വീണ്ടും ഗർഭവുമുണ്ട്. അതിനു മാത്രം അവന് നല്ല സാമർത്ഥ്യമാണ്. കഴുവേറി മോൻ."

"അതേ അമ്മേ; അളിയൻ കഴുവേറിമോൻ തന്നെയാണ്...."

"മോനേ, പതുക്കെപ്പറ. അത്തരം കാര്യങ്ങളൊന്നും ഉറക്കെ പറഞ്ഞുകൂടാ." അമ്മ മന്ത്രിക്കുന്ന സ്വരത്തിൽ പറഞ്ഞു. ഇവിടെ എന്തു പറഞ്ഞാലും മറ്റുള്ളവർ കേൾക്കും. പിന്നെ അത് അങ്ങാടിപ്പാട്ടാവുകയും ചെയ്യും. ഞാനെവിടെയാണ് നിർത്തിയത്? ആ... സോന്യയുടെ കാര്യവും ഇങ്ങനെയൊക്കെത്തന്നെയാണ്. അവളുടെ ഭർത്താവ് നല്ലവനൊക്കെയാണ്. പാവെൽ കുടുംബക്കാരാരും മോശക്കാരല്ലല്ലോ... പറഞ്ഞിട്ടെന്താ; പെണ്ണുങ്ങളുടെ കാര്യത്തിൽ അവനൊരു ചെന്നായയാണ്. അങ്ങനെ പറയേണ്ടി വന്നതിൽ കർത്താവ് എന്നോടു പൊറുക്കട്ടെ. പെണ്ണുങ്ങൾക്കു വേണ്ടി അവൻ പണം ധൂർത്തടിക്കുകയാണ്. നാണമില്ലാത്തവൻ. ആ തേവിടിശ്ശികൾ എന്തുപറഞ്ഞാലും അവൻ സാധിപ്പിച്ചുകൊടുക്കും. പാവം സോന്യ. ആ വിഡ്ഢിപ്പെണ്ണിന് എന്നിട്ടും ഭർത്താവ് എന്നു പറഞ്ഞാൽ ജീവനാണ്. കുറച്ചു ദിവസം മുമ്പ് അവന്റെ മേശവലിപ്പിൽ നിന്നും ഉടുതുണിയില്ലാത്ത കുറേ കുത്തിച്ചികളുടെ ഫോട്ടോ അവൾക്കു കിട്ടി. മേശയുടെ താക്കോൽ അവനറിയാതെ അവൾ കൈക്കലാക്കിയിരുന്നു. അതൊക്കെ ആ വഷളൻ എടുത്ത ഫോട്ടോകളായിരുന്നു. സോന്യ വിഷം കഴിച്ച് മരിക്കാനൊരുങ്ങിയതാണ്. ഏതോ പുണ്യാളന്മാരുടെ കൃപകൊണ്ടാണ് പെണ്ണ് രക്ഷപ്പെട്ടത്... ഓ, ഇതൊക്കെ നിന്നോട് പറഞ്ഞിട്ടെന്താ? നീ നിന്നെപ്പറ്റിയൊന്നും പറഞ്ഞില്ലല്ലോ മോനേ. പതുക്കെപ്പറഞ്ഞാൽ മതി കേട്ടോ. ഇവിടുത്തെ ചുമരിനുപോലും കാതുകളുണ്ട്.."

അപ്പോൾ ഇവാൻ തന്റെ ഭാവനയെ കടിഞ്ഞാണഴിച്ചു വിട്ടു. യാതൊരു സങ്കോചവുമില്ലാതെ ഒരു കൂട്ടം പെരുംനുണകൾ വളരെ തന്മയത്വത്തോടെ അമ്മയുടെ മുന്നിൽ അവതരിപ്പിച്ചു. പലതും കഴിഞ്ഞ തവണ വന്നപ്പോൾ പറഞ്ഞതിൽ നിന്നും തികച്ചും വിരുദ്ധമായിരുന്നു. അവനതൊന്നും ശ്രദ്ധിച്ചില്ല. എന്നാൽ അമ്മ ശ്രദ്ധിച്ചിരുന്നു. അവർ പക്ഷേ, ഒന്നും മിണ്ടിയില്ല. അവരുടെ വൃദ്ധനയനങ്ങൾ അതിനെത്തുടർന്ന് കൂടുതൽ ദുഃഖാർദ്രമായി.

"എനിക്കിപ്പോൾ വളരെ നല്ല ജോലിയാണമ്മേ... മേലധികാരി

കൾക്കെല്ലാം എന്നെ വലിയ ഇഷ്ടമാണ്. കൂടെ ജോലിചെയ്യുന്നവരും സ്നേഹത്തോടെയാണ് പെരുമാറുന്നത്. ത്രക്താക്കോവും പ്രിയോബ്രാഷെൻസ്കിയും അസൂയകാരണം എനിക്കെതിരെ ഗൂഢാലോചന നടത്തിയെന്നത് സത്യമാണ്. പക്ഷേ, അവരെക്കൊണ്ട് വേറെ വലിയ കുഴപ്പമൊന്നും ഉണ്ടായിട്ടില്ല. അവർ പൊണ്ണന്മാരാണ്. എന്തുപറഞ്ഞാലും മനസ്സിലാവില്ല. വിദ്യാഭ്യാസവും കമ്മിയാണ്. ഒരുത്തനെ സെമിനാരിയിൽ നിന്നും പുറത്താക്കിയതാണ്. മറ്റവൻ ജന്മനാ മന്ദബുദ്ധിയും. ഓഫീസ് കാര്യങ്ങളൊക്കെ ഞാൻ ശരിക്കും പഠിച്ചിട്ടുണ്ട് അമ്മേ. മേലധികാരി ഇടയ്ക്കിടെ വന്ന് എന്റെ കൈപിടിച്ചു കുലുക്കും. കുറച്ചുദിവസം മുൻപ് അദ്ദേഹം എന്നെ ഡിന്നറിന് വീട്ടിലേക്ക് ക്ഷണിച്ചിരുന്നു. പാട്ടും നൃത്തവുമൊക്കെയായി പരിപാടി ഗംഭീരമായിരുന്നു. അതിനിടയിൽ ഒരു സംഭവമുണ്ടായി. അദ്ദേഹത്തിന്റെ മകൾ ല്യൂബോവ് കുറേ കൂട്ടുകാരികളോടൊപ്പം വന്ന് ചോദിക്കുകയാണ്, എനിക്ക് റോസാപ്പൂവാണോ ലില്ലിപ്പൂവാണോ ഇഷ്ടം എന്ന്. ഞാൻ പറഞ്ഞു ലില്ലിപ്പൂവാണെന്ന്. അതുകേട്ടപ്പോൾ അവളുടെ മുഖം ലജ്ജകൊണ്ടു തുടുത്തുപോയി. ലില്ലിപ്പൂവ് താനാണെന്ന കാര്യം എങ്ങനെയാണ് മനസ്സിലാക്കിയതെന്ന് അവൾ ചോദിച്ചപ്പോൾ എന്റെ ഹൃദയം അങ്ങനെ പറഞ്ഞതാണെന്ന് ഞാനവളെ അറിയിച്ചു...."

"മോനേ വാന്യാ... നിനക്ക് കല്യാണം കഴിക്കാൻ സമയമായെടാ.." അമ്മ ഒരു കുസൃതിച്ചിരിയോടെ പറഞ്ഞു.

"കുറച്ചുകൂടി കഴിയട്ടെ അമ്മേ. കുറച്ചുകാലം കൂടി ഞാൻ സ്വതന്ത്രനായി നടക്കട്ടെ. എന്നാലും, ഓഫീസറുടെ മകൾ സുന്ദരിയാണ് കേട്ടോ.."

"എടാ കള്ളാ.." അമ്മ അപ്പോൾ ഹൃദയം തുറന്നു ചിരിച്ചു. "പിന്നെയെന്തുണ്ടായെന്നോ? ഓഫീസർ വന്ന് എന്റെ തോളിൽ തട്ടിക്കൊണ്ടു പറയുകയാണ്, "നന്നായി; സത്യത്തിൽ എനിക്ക് നിങ്ങളിൽ ഒരു കണ്ണുണ്ടായിരുന്നു. ഇക്കാര്യം എനിക്ക് പൂർണ്ണ സമ്മതമാണ്." എന്ന്. എന്റെ അമ്മേ, ഞാനത് കേട്ട് അമ്പരന്നുപോയി...."

ഭാവനയുടെ ചിറകുകൾ വിരിച്ച് അവന്റെ നുണക്കഥകൾ പറന്നുയർന്നുകൊണ്ടിരുന്നു. അകലെ നിന്നും കേട്ട മണിനാദമാണ് അതിനു വിരാമമിട്ടത്. ആ ശബ്ദം അടുത്തടുത്ത് വന്നുകൊണ്ടിരുന്നു. കുറച്ചു കഴിഞ്ഞപ്പോൾ ഡോമ വന്ന് അത്താഴം തയ്യാറാക്കിയിട്ടുണ്ടെന്ന് അറിയിച്ചു.

"മോനേ, നീയിവിടെ ഇരിക്ക്. ഞാൻ പോയി വേഗം വരാം, കേട്ടോ." അമ്മ അങ്ങനെ പറഞ്ഞുകൊണ്ട് ധൃതിയിൽ പുറത്തേക്കുപോയി. ഏകദേശം പതിനഞ്ചുമിനിറ്റ് കഴിഞ്ഞപ്പോഴേക്കും അമ്മ തിരിച്ചെത്തി. അവരുടെ കൈയിൽ റൊട്ടിയും മീനുമുണ്ടായിരുന്നു.

"തിന്നോ മോനേ.." അമ്മ വാത്സല്യത്തോടെ പറഞ്ഞു. "നിനക്ക് തരാൻ എന്റെ കൈയിൽ ഇതൊക്കെയേ ഉള്ളൂ. കുട്ടിയായിരുന്നപ്പോൾ നിനക്ക് മീൻ എന്തിഷ്ടമായിരുന്നെന്നോ?"

“ഇപ്പോൾ തീരെ വിശക്കുന്നില്ല അമ്മേ. കുറച്ചു മുമ്പാണ് പ്രാഗ് ഇന്റർനാഷണൽ ഹോട്ടലിൽനിന്നും വയറുനിറയെ ഭക്ഷണം കഴിച്ചത്. അവിടെ ഒരു പാർട്ടിയുണ്ടായിരുന്നു. ഞാൻ അമ്മയ്ക്ക് ഒരു നാരങ്ങ കൊണ്ടുവന്നിട്ടുണ്ട്. ഇതാ..”

അങ്ങനെ പറഞ്ഞുകൊണ്ട് പാത്രത്തിലെ ഭക്ഷണം അവൻ ആർത്തിയോടെ കഴിച്ചുതീർത്തു. ആ സമയം അമ്മയുടെ ചുളിവുകൾ വീണ കവിളിലൂടെ ഒരു കണ്ണീരരുവി താഴോട്ടൊഴുകി. ഇവാൻ പക്ഷേ, അതു കണ്ടില്ല.

അവസാനം പിരിയാനുള്ള സമയമായി. അമ്മ ഗെയിറ്റുവരെ വരാമെന്നു പറഞ്ഞെങ്കിലും വാതില്ക്കൽ അഴിച്ചുവച്ചിട്ടുള്ള തന്റെ പഴഞ്ചൻ കോട്ടിന്റെ കാര്യം ഓർമ്മ വന്നപ്പോൾ ഇവാൻ അതിന് സമ്മതിച്ചില്ല. അവൻ പറഞ്ഞു:

“അമ്മേ, യാത്ര പറയുന്നത് ദീർഘിക്കുന്തോറും അതിന്റെ വിഷമവും കൂടും. മാത്രമല്ല പുറത്തു നല്ല മഞ്ഞുമുണ്ട്. അമ്മയ്ക്ക് ജലദോഷം പിടിക്കും..”

അമ്മയോട് യാത്ര പറഞ്ഞ് ഇവാൻ ധൃതിയിൽ പുറത്തിറങ്ങി. പൂമുഖത്തിന്റെ വാതില്ക്കൽ തൂക്കിയിട്ടിരുന്ന കോട്ട് എടുത്തിട്ടുകൊണ്ട് അവൻ കാവല്ക്കാരനോട് ലോഹ്യം പറഞ്ഞു.

“ഹലോ, നികിതാ.. ഇങ്ങനെയൊക്കെ അങ്ങ് കഴിഞ്ഞുകൂടുകയാണ് ആശാനേ. പ്രധാന സംഗതിയെന്താണെന്നുവച്ചാൽ നമ്മൾ ഒരിക്കലും നിരാശരാകാൻ പാടില്ല എന്നതാണ്. ഭാഗ്യം വരികയും പോവുകയും ചെയ്യും. അതിനെ അതിന്റെ പാട്ടിനു വിട്ടേക്കണം.. അതിരിക്കട്ടെ; നിങ്ങൾക്ക് പത്തു കോപ്പെക്ക് തരണമെന്നുണ്ടായിരുന്നു. പക്ഷേ, ചില്ലറയില്ലെന്നാണ് തോന്നുന്നത്...”

“അത് സത്യം...” കാവല്ക്കാരൻ പരിഹാസത്തോടെ പറഞ്ഞു. “നിന്റെ കൈയിൽ വലിയ നോട്ടുകളേ കാണൂ എന്ന് ആർക്കാണ് അറിഞ്ഞുകൂടാത്തത്? വെറുതെ നിന്ന് വാചകമടിക്കാതെ വേഗം സ്ഥലം കാലിയാക്കാൻ നോക്ക്. ആ വാതിലടച്ചേക്കണം. പുറത്തു നല്ല മഞ്ഞുണ്ട്. ഞാൻ തണുത്ത് വിറച്ച് ചത്തു പോകും..”

പ്രിയപ്പെട്ട വായനക്കാരേ, ഇതാണ് നമ്മുടെ കഥാനായകന്റെ അവസ്ഥ. നിങ്ങൾ കണ്ടില്ലേ? വിധി അവനെ നിരന്തരം വേട്ടയാടുകയാണ്. എന്നാണ് അത് അവനെയൊന്നു കടാക്ഷിക്കുക? അത് ഒരിക്കലുമുണ്ടാവില്ലേ? ഉണ്ടാവുമെന്നു തന്നെയാണ് ഞാൻ വിശ്വസിക്കുന്നത്. വിധിയെന്ന ആ സൗന്ദര്യധാമം തന്റെ പ്രണയകടാക്ഷം ഇവാൻ സെമന്യൂതയെന്ന നിർഭാഗ്യവാന്റെ മേൽ ചൊരിയുകയാണെങ്കിൽ എന്തുതന്നെ സംഭവിക്കില്ല!

ഒരുപക്ഷേ, ഓഫീസിലെ കാവല്ക്കാരനായ അങ്കുറിൻ മരണശയ്യയിൽ കിടക്കുമ്പോൾ പേരക്കുട്ടിയെ വിളിച്ച്, “ഞാൻ മരിക്കാൻ പോവുകയാണ്. അതിനു മുൻപ് എനിക്ക് ഡയറക്ടറെ കണ്ട് വളരെ പ്രധാനപ്പെട്ട ഒരു കാര്യം പറയാനുണ്ട്” എന്നറിയിച്ചേക്കാം. അതിനെത്തുടർന്ന് ഡയറ

ക്ടർ അയാളെ കാണാനെത്തുന്നു. വൃദ്ധനായ തന്റെ ശരീരത്തിലെ അവശേഷിച്ച ശക്തിയും സംഭരിച്ച് കിടക്കയിൽ നിന്നെഴുന്നേറ്റ് ഡയറക്ടറുടെ കാല്ക്കൽ വീണു കരഞ്ഞുകൊണ്ട് ഇങ്ങനെ പറയുന്നു.

"അങ്ങുന്നേ; ഇത്രയും കാലം എന്റെ മനസ്സാക്ഷി എന്നെ കുറ്റപ്പെടുത്തുകയായിരുന്നു. ഇപ്പോൾ ഞാൻ മരിക്കാറായിരിക്കുന്നു. അതുകൊണ്ട് എനിക്കെന്റെ കുറ്റങ്ങൾ ഏറ്റുപറയണം. ആ പണവും മുദ്രകളും മോഷ്ടിച്ചത് ഞാനായിരുന്നു അങ്ങുന്നേ. എന്റെയുള്ളിലെ പിശാചാണ് എന്നെക്കൊണ്ട് അതു ചെയ്യിച്ചത്. ഒരു നിരപരാധിയെ ഇത്രയും കാലം ഞാൻ കണ്ണീരു കുടിപ്പിച്ചു. എനിക്ക് മാപ്പു തരണം അങ്ങുന്നേ. പണവും മുദ്രകളും ഇവിടെത്തന്നെയുണ്ട്. അലമാരയുടെ ഏറ്റവും മുകളിലെ വലതുവശത്തെ അറയിൽ..."

അടുത്തദിവസം തന്നെ ഡയറക്ടർ ഇവാൻ സെമന്യൂതയെ ആളയച്ച് വിളിപ്പിക്കുന്നു. അവന്റെ കൈ പിടിച്ചുകൊണ്ട് അദ്ദേഹം അങ്കുറിൻ പറഞ്ഞ കാര്യങ്ങൾ എല്ലാവരേയും അറിയിക്കുന്നു. അവരുടെ മുന്നിൽ വെച്ച് ഡയറക്ടർ അവനോട് മാപ്പു ചോദിക്കുന്നു. അവന്റെ കൈപിടിച്ചു കുലുക്കുകയും നിറഞ്ഞ കണ്ണുകളോടെ അവനെ ആശ്ലേഷിക്കുകയും ചെയ്യുന്നു. ഇവാൻ അമ്മയോടൊപ്പം സുഖവും സമാധാനവും നിറഞ്ഞ ഒരു പുതിയ ജീവിതത്തിന് തുടക്കം കുറിക്കുന്നു. മകൻ തന്നോട് കള്ളം പറഞ്ഞകാര്യം തനിക്കറിയാമെന്ന് അവർ ഒരിക്കലും അവനോട് പറയുന്നില്ല. ആ കാര്യം അമ്മയ്ക്കറിയാമെന്ന് താൻ മനസ്സിലാക്കിയിട്ടുണ്ടെന്ന് അവനും അറിയിക്കുന്നില്ല. ദൗർഭാഗ്യകരമായ ആ സംഭവത്തെക്കുറിച്ചുള്ള പരാമർശങ്ങൾ തങ്ങളുടെ നിത്യസംഭാഷണങ്ങൾക്കിടയിൽ കടന്നുവരാതിരിക്കാൻ രണ്ടുപേരും ശ്രദ്ധിക്കുന്നു.

ഒരു ചെറിയ, നിഷ്കളങ്കമായ കള്ളം അതിലോലമായ ഒരു പൂപോലെയാണ്. ഒന്നുതൊട്ടാൽ, ഒരു കാറ്റടിച്ചാൽ കൂമ്പിപ്പോകുന്ന ഒരു വെളുത്ത പൂവ്!

ചൂടും തണുപ്പും

ഇവാൻ ബൂനിൻ
(1870–1953)

സാഹിത്യത്തിനുള്ള നൊബേൽ പുരസ്കാരം നേടിയ ആദ്യ റഷ്യക്കാരനാണ് ഇവാൻ അലക്സിയേവിച്ച് ബൂനിൻ. അതിശയിപ്പിക്കുന്ന കൈയടക്കത്തിന്റെയും അതിമനോഹര ഗദ്യത്തിന്റെയും നിസ്തുല മാതൃകകളാണ് ഇദ്ദേഹത്തിന്റെ കൃതികൾ. *The Village, Dry Valley* എന്നീ ലഘുനോവലുകളും *The Life of Arsaner* എന്ന ആത്മകഥാപരമായ നോവലും *Dark Avenues* എന്ന ചെറുകഥാ സമാഹാരവും പ്രശസ്ത രചനകളാണ്.

ഗ്രീഷ്മത്തിലെ ചൂടേറിയ ഒരു ദിവസം പഴയ എസ്റ്റേറ്റിനു പിന്നിൽ പൊട്ടിപ്പൊളിഞ്ഞ് എന്നോ വിസ്മൃതിയിലാണ്ടു പോയ ഒരു സെമിത്തേരിയുണ്ട്. അവിടെ കാട്ടുപൂക്കളും വള്ളിച്ചെടികളും നിറഞ്ഞു നില്ക്കുന്ന പഴകിയ കുറേ മൺകൂനകൾ കാണാം. അതിനടുത്ത് ഇടിഞ്ഞുവീഴാറായ ഒരു ദേവാലയവും. കാട്ടുചെടികളും മുൾപ്പടർപ്പുകളും വിഴുങ്ങി നില്ക്കുകയാണതിനെ.

എസ്റ്റേറ്റിലെ തൊഴിലാളികളുടെ കുട്ടികൾ അവിടെ കളിക്കാൻ വരും. കളിക്കുന്നതിനിടെ അവർ ദേവാലയത്തിലെ പൊട്ടിപ്പൊളിഞ്ഞ ജനാലയിലൂടെ അകത്തേക്ക് എത്തി വലിഞ്ഞു നോക്കും. അകത്തെ അന്ധകാരത്തിൽ നിന്ന് അപ്പോൾ ഈർപ്പത്തിന്റെ വാട അവരുടെ മൂക്കിലേക്ക് ഇടിച്ചു കയറും.

അകത്ത് എന്തൊക്കെയാണ് ഉള്ളതെന്ന് അവർക്കറിയില്ല. പുറത്ത് നല്ല വെളിച്ചമുണ്ട്; ചൂടും. അകത്താണെങ്കിൽ തണുപ്പും ഇരുട്ടും. അവിടെ ഇരുമ്പുപെട്ടികളിൽ ആരുടെയൊക്കെയോ മുത്തച്ഛന്മാരും മുത്തശ്ശിമാരുമുണ്ട്. ആരുടെയോ ചെറുപ്പക്കാരനായ അമ്മാവനുമുണ്ട്. സ്വയം നിറയൊഴിച്ച് മരണം വരിച്ച അമ്മാവൻ!

ഇത് വളരെ കൗതുകകരം തന്നെ. പുറത്ത് ചൂടും പ്രകാശവും പൂക്കളും ചെടികളും പ്രാണികളും പൂമ്പാറ്റകളും... ഇവിടെ ഓടിക്കളിക്കാം; ഇരിക്കാം, അകത്തേക്ക് നോക്കാം... അതേസമയം അകത്തു കിടക്കുന്നവർക്ക് ഒന്നിനുമാകില്ല. തണുത്തുറഞ്ഞ ഇരുമ്പുപെട്ടികൾക്കുള്ളിൽ അതിലെ കൂരിരുട്ടിൽ നീണ്ടു നിവർന്നു കിടക്കുകയേ നിവൃത്തിയുള്ളൂ. മുത്തച്ഛന്മാരും മുത്തശ്ശിമാരും വളരെ പ്രായമുള്ളവരാണ്. അമ്മാവനോ, പച്ചക്കരിമ്പുപോലെ ചെറുപ്പവും.

“എന്തിനാണ് അയാൾ സ്വയം വെടിവെച്ചത്?”

“അയാൾക്ക് പ്രേമം തലയ്ക്കു പിടിച്ചുപോയി. പ്രേമം തലയ്ക്ക് പിടിച്ചാൽ ആളുകൾ എന്തും ചെയ്യും. സ്വയം വെടിവെച്ച് മരിക്കും...”

മഹാസമുദ്രത്തിലെ ദ്വീപുകൾ പോലെ അങ്ങകലെ ആകാശത്ത്

മേഘങ്ങൾ പ്രത്യക്ഷപ്പെട്ടു. ദൂരെ, വയലേലകളിൽ നിന്ന് പുഷ്പിച്ച കമ്പ ച്ചെടികളുടെ സുഗന്ധം ചുടുകാറ്റിനോടൊപ്പം ഒഴുകിവരുന്നുണ്ടായിരുന്നു.

മുകളിൽ കത്തിജ്ജ്വലിച്ചു നില്ക്കുന്ന സൂര്യനു താഴെ, ദേവാലയ ത്തിന്റെ ജനാലയ്ക്കരികിൽ അകത്തുനിന്നെത്തിയ തണുത്ത വാട കനം തൂങ്ങിനിന്നു.

ഇക്കാറസ്

സ്റ്റെപ്പാൻ ഗവ്രിലോവിച്ച് - 'സ്കിതാലിത്സ്'
(1869–1941)

പ്രശസ്തനായ റഷ്യൻ കവിയും കഥാകൃത്തും നോവലിസ്റ്റും. യഥാർത്ഥ പേര് സ്റ്റെപ്പാൻ ഗവ്രിലോവിച്ച് പിത്രോവ്. ജനനം 1869 നവംബർ 9 ന് റഷ്യയിലെ സമാറ പട്ടണത്തിൽ. ചെറുപ്പത്തിൽ ഏറെക്കാലം അച്ഛനോടൊപ്പം തെരുവുഗായകനായി റഷ്യയുടെ വിവിധ പ്രവിശ്യകളിൽ ചുറ്റിക്കറങ്ങി. മാക്സിം ഗോർക്കിയുമായുള്ള പരിചയം സ്കിതാലിത്സിനെ എഴുത്തിന്റെ ലോകത്തേക്ക് നയിച്ചു. കഥകൾ, നോവലുകൾ, കവിതകൾ, വിപ്ലവഗാനങ്ങൾ എന്നീ ഇനങ്ങളിൽ അസംഖ്യം രചനകൾ. ഒന്നാം ലോക മഹായുദ്ധത്തിൽ പങ്കെടുത്തു. അനേകം യുദ്ധ വിരുദ്ധ കവിതകൾ എഴുതി. *The House of the Chernovs, Fetters* എന്നിവ ശ്രദ്ധേയ നോവലുകൾ. 1941 ൽ അന്തരിച്ചു.

താൻ നിർമ്മിച്ച ആവിയെഞ്ചിനു വേണ്ടി ചില ഉപകരണങ്ങളും പിന്നെ കുറച്ച് വീട്ടുസാധനങ്ങളും വാങ്ങാനാണ് ഗ്രാമത്തിലെ കൊല്ലനായ നാസർ പട്ടണത്തിലെത്തിയത്. അയാളുടെ കുപ്പായക്കീശയിൽ മുപ്പതു റുബിളുണ്ടായിരുന്നു.

നാസർ പുറമേക്ക് ഒരു പരുക്കനാണ്. ഉറച്ചതെങ്കിലും അനാകർഷക മായിരുന്നു അയാളുടെ ശരീരം. നടത്തവും അവലക്ഷണം പിടിച്ചതായി രുന്നു. തല താഴ്ത്തി, കണ്ണുകൾ തറയിലുറപ്പിച്ച്...

ഗ്രാമത്തിലെ മറ്റുള്ളവരിൽനിന്നും പലതുകൊണ്ടും വ്യത്യസ്തനാ യിരുന്നു നാസർ. അയാളുടെ വിചിത്രമായ പെരുമാറ്റവും ചലനങ്ങളും കണ്ട് ആളുകൾ അയാളെ കളിയാക്കിയിരുന്നു. എങ്കിലും അയാളൊരു വിദഗ്ദ്ധനാണെന്നും, ആളൊരു കാഞ്ഞ പുള്ളിയാണെന്നും അവർക്കറി യാമായിരുന്നു. സത്യത്തിൽ ആർക്കും അയാളെ ശരിയായി മനസ്സി ലാക്കാൻ പറ്റിയിരുന്നില്ല. ചില സമയങ്ങളിൽ അയാൾ ഇടതടവില്ലാതെ ചലിച്ചുകൊണ്ടിരുന്ന ഒരു യന്ത്രം നിർമ്മിക്കുന്നതിനെക്കുറിച്ച് വാചാല മായി സംസാരിക്കും. മറ്റു ചിലപ്പോൾ ആകാശത്തെ മേഘക്കീറുകളുടെ നിറഭേദങ്ങൾ നോക്കി ആർത്തുചിരിക്കും. മറ്റുള്ളവരിൽ ചിരിയും അമ്പ രപ്പുമുണർത്തുന്ന ഇത്തരം വൈരുദ്ധ്യങ്ങൾ അയാളിൽ വേണ്ടുവോളമു ണ്ടായിരുന്നു.

ആവിയെഞ്ചിന്റെ നിർമ്മാണം നാസറിന്റെ മാനസികാരോഗ്യത്തെ കുറച്ചൊന്നുമല്ല അപഹരിച്ചത്. രാത്രിയെന്നോ പകലെന്നോ ഭേദമില്ലാതെ കുറേയേറെ ദിവസങ്ങൾ അയാൾ അതിന്റെ നിർമ്മാണത്തിൽ മുഴുകി. ആവിയെഞ്ചിനെ സംബന്ധിച്ച പലതരം ചിന്തകളുടെയും ആശങ്കകളു ടെയും ആധിക്യത്താൽ പല രാത്രികളും അയാൾക്ക് ശരിക്കും ഉറങ്ങാൻ കഴിഞ്ഞിരുന്നില്ല. എങ്കിലും ആ വിഷമങ്ങളും ദുരിതങ്ങളും അയാളെ തെല്ലും തളർത്തിയില്ല. തനിക്ക് ഒരുതരത്തിലും പ്രയോജനമില്ലാത്ത ആ യന്ത്രത്തിനുവേണ്ടി അയാൾ എല്ലാം മറന്ന് പ്രയത്നിച്ചു. തന്നെത്തന്നെ സമർപ്പിച്ചു.

നാസറിന്റെ ഇത്തരം കിറുക്കുകൾ ഗ്രാമവാസികളെ ശരിക്കും രസി പ്പിച്ചിരുന്നു. എന്നാൽ അയാളുടെ ഭാര്യയെ അവ അരിശം പിടിപ്പിക്കുക

യാണുണ്ടായത്. അവർ ഒരു സാധാരണ നാട്ടിൻപുറത്തുകാരിയായിരുന്നു. എങ്കിലും കാര്യവിവരവും പ്രായോഗിക ബുദ്ധിയും അവർക്കുണ്ടായിരുന്നു. അതോടൊപ്പം ദൈവഭയവും.

നാസർ ഇപ്പോൾ ഒരു കടയുടെ മുന്നിൽ നില്ക്കുകയാണ്. കുറേ നേരമായി അയാൾ അവിടെത്തന്നെ നില്ക്കുന്നു. പോർസലിൻ കൊണ്ടുണ്ടാക്കിയ കൗതുക വസ്തുക്കൾ വില്ക്കുന്ന ഒരു കടയായിരുന്നു അത്. അവിടെയങ്ങനെ നില്ക്കുമ്പോൾ ആവിയെഞ്ചിനും വീട്ടുസാധനങ്ങളും അയാളുടെ ബോധമണ്ഡലത്തിൽനിന്നും മാഞ്ഞുപോയി.

കടയുടെ മുന്നിലെ കണ്ണാടിക്കൂടിനുള്ളിലെ ഒരു കൂട്ടം ചെറിയ രൂപങ്ങളിലായിരുന്നു നാസറിന്റെ മുഴുവൻ ശ്രദ്ധയും. നദിക്കരയിലെ പാറപ്പുറത്ത് മാലാഖയെപ്പോലെ ചിറകുകളുള്ള നഗ്നനായ ഒരു ബാലൻ മരിച്ചുകിടക്കുന്നു. മുകളിലെ മേഘങ്ങൾക്കിടയിൽ നിന്നാണ് അവൻ താഴെ വീണുടഞ്ഞത്. അവന്റെ ശരീരം ഹൃദയഭേദകമാംവിധം കിടക്കുകയാണ് അവിടെ. ചുമലുകളിൽ നിന്നും പൊട്ടിയടർന്ന രണ്ടു വലിയ ചിറകുകൾ. ആകാശത്ത് അവന്റെ ഇരുവശത്തുമായി രണ്ടു മാലാഖമാർ അവനെത്തന്നെ നോക്കിക്കൊണ്ടു നില്ക്കുന്നു. അവരും നഗ്നരാണ്.

ആ കലാരൂപങ്ങൾ നാസറിന്റെ ഹൃദയത്തെ ആഴത്തിൽ സ്പർശിച്ചു. തന്റെ തൊണ്ടയിൽ പറഞ്ഞറിയിക്കാനാവാത്തവിധം സങ്കടകരമായ എന്തോ കുരുങ്ങിക്കിടക്കുന്നതായി അയാൾക്കു തോന്നി. അവയുടെ നേരെ നോക്കുമ്പോഴേക്കും താൻ കരഞ്ഞു പോകുമെന്ന് അയാൾക്കു തോന്നി. ആ രൂപങ്ങളുടെ സൗന്ദര്യമാണോ അതോ അവയുടെ ദൈന്യമാണോ അതിനു കാരണമെന്ന് അയാൾക്ക് അറിയില്ലായിരുന്നു.

വിചിത്രമായ ആ മാനസികാവസ്ഥയിൽനിന്നും മോചിതനാകാതെ നാസർ ഏറെനേരം അവിടെയങ്ങനെ നിന്നു. എത്രതവണ അവയെ നോക്കിയിട്ടും മതിയാകാത്തതുപോലെ. ഓരോതവണ നോക്കുമ്പോഴും അയാളുടെ കണ്ണുകൾ ഈറനണിഞ്ഞു. തന്റെ വീടും ഭാര്യയും കുട്ടികളും പിന്നെ ആവിയെഞ്ചിനും ഹൃദയാർദ്രമായ ഈ അവസ്ഥയ്ക്ക് മുന്നിൽ ഒന്നുമല്ലെന്ന് അയാളുടെ മനസ്സ് മന്ത്രിച്ചുകൊണ്ടിരുന്നു. അതിനെത്തുടർന്ന് കടയുടെ വാതിൽ തള്ളിത്തുറന്ന് അയാൾ അകത്തേക്കുചെന്നു. എന്നിട്ട് തൊപ്പിയൂരി കൈയിൽ പിടിച്ച് കൗണ്ടറിനു മുന്നിൽ പതുങ്ങിനിന്നു.

"എന്താ വേണ്ടത്?"

കൗണ്ടറിനു പിന്നിലെ മാന്യൻ, കടയുടമസ്ഥനാണെന്നു തോന്നുന്നു, അലക്ഷ്യഭാവത്തിൽ ചോദിച്ചു.

തന്റെ വളഞ്ഞു കുറുകിയ വിരലുകൾ ആ രൂപങ്ങളുടെ നേർക്കു ചൂണ്ടിക്കൊണ്ട് നാസർ തിരക്കി. "ഇതിനെത്രയാ വില?"

കടയുടമസ്ഥൻ നീരസത്തോടെ നാസറിനെ നോക്കി. എന്നിട്ട് ഒരു വികൃത സ്മിതത്തോടെ പറഞ്ഞു:

"അത് ഇക്കാറസ് ആണ്. ഇരുപത്തിയഞ്ച് റൂബിൾ വില വരും."

വിറയ്ക്കുന്ന കൈകൊണ്ട് കീശയിൽനിന്നും പണമെടുത്ത് നാസർ

പറഞ്ഞു. "ഇതാ പണം, ഇതെനിക്ക് വേണം..."

കടയുടമസ്ഥൻ അല്പമൊരു അമ്പരപ്പോടെ നാസറിനെ നോക്കി. പിന്നെ പണം വാങ്ങി ഇക്കാറസ് പൊതിഞ്ഞ് നാസറിനെ ഏല്പിച്ചു. വാത്സല്യപൂർവ്വം അത് നെഞ്ചോടു ചേർത്ത് നാസർ പുറത്തിറങ്ങി. കനത്ത ചുവടുകൾ വെച്ച് ചുമലുകൾ താഴ്ത്തി ചിന്താമഗ്നനായി അയാൾ നടന്നു.

ഒന്നും വാങ്ങാതെയാണ് അയാൾ വീട്ടിലെത്തിയത്. എന്നാൽ അയാൾക്ക് അതിൽ ഒട്ടും ദുഃഖമില്ലായിരുന്നു. നിഷ്കളങ്കമായ ഒരു പുഞ്ചിരിയായിരുന്നു അയാളുടെ മുഖത്ത്. ആ ഭാവം കണ്ട് ഭാര്യ ഒന്നമ്പരന്നു.

അപ്പോഴേക്കും അയാളുടെ മൂന്നു കുട്ടികൾ ഓടിവന്നു. അപ്പൻ സമ്മാനമെന്തെങ്കിലും കൊണ്ടുവന്നിട്ടുണ്ടാകുമെന്ന് അവർ പ്രതീക്ഷിച്ചു. ഭാര്യയാണെങ്കിൽ അടുക്കള വാതില്ക്കൽ നിന്നുകൊണ്ട് സംശയത്തോടെ അയാളെ തുറിച്ചുനോക്കി. ഭർത്താവിന്റെ പെരുമാറ്റത്തിൽ അവർക്ക് എന്തോ പന്തികേടു തോന്നിയിരുന്നു.

"ഇന്നെന്താ വല്യ സന്തോഷത്തിലാണല്ലോ?" അവർ സന്ദേഹത്തോടെ ചോദിച്ചു. "സാധനങ്ങളൊന്നും വാങ്ങിയില്ലേ?"

കുറച്ചുനേരത്തേക്ക് നാസർ ഒന്നും മിണ്ടിയില്ല. ഇക്കാറസ് നെഞ്ചോട് ചേർത്തു പിടിച്ചുകൊണ്ട് ഒരു ഗൂഢ സ്മിതവുമായി നില്ക്കുകയായിരുന്നു അയാൾ.

"ഒന്നും വാങ്ങാൻ പറ്റീല. പിന്ന്യാവട്ടെ." അവസാനം അയാൾ പതിഞ്ഞ ശബ്ദത്തിൽ പറഞ്ഞു. ഒരു നിമിഷത്തെ നിശ്ശബ്ദതയ്ക്കുശേഷം നിഷ്കളങ്കമായ പുഞ്ചിരിയോടെ അയാൾ തുടർന്നു. "നീ ഇതു കണ്ടോ? ഇതിനെത്രയായെന്നാ നിന്റെ വിചാരം? ഇരുപത്തിയഞ്ച് റൂബിൾ. ഇത് വാങ്ങിയപ്പോൾ പിന്ന്യൊന്നും വാങ്ങാൻ പറ്റീല. പണം തീർന്നു പോയി."

നാസർ ഇക്കാറസിന്റെ പൊതിയഴിച്ച് മേശപ്പുറത്തു വെച്ചു. അതിന്റെ നേരെ ഒരൊറ്റ പ്രാവശ്യം മാത്രമേ ആ സ്ത്രീ നോക്കിയുള്ളൂ. അവർ സ്തംഭിച്ചു പോയി. പിന്നെ ഭർത്താവിന്റെ നേരെ പൊട്ടിത്തെറിച്ചു.

"നിങ്ങൾക്ക് ഭ്രാന്തുപിടിച്ചോ മനുഷ്യാ? നാണോം മാനോമില്ലാതെ കുറേ സാധനങ്ങളുമായി വന്നിരിക്കുന്നു. എന്റെ കർത്താവേ, ഈ മനുഷ്യൻ ഇത്ര വൃത്തികെട്ട ഒരുത്തനാണെന്ന് ഞാനറിഞ്ഞില്ലല്ലോ... ഇരുപത്തിയഞ്ച് റൂബിൾ നിങ്ങൾ ഇതിന് കൊടുത്തല്ലോ... ദുഷ്ടൻ! ഞാനും പിള്ളേരും പട്ടിണികിടന്ന് ചാവുമല്ലോ കർത്താവേ...."

ഭാര്യയുടെ ശകാരം ക്രമേണ തേങ്ങലുകളും തുടർന്ന് കരച്ചിലുമായി മാറി. ഒന്നിനും കൊള്ളാത്ത ഒരു വസ്തുവിനുവേണ്ടി ഇരുപത്തിയഞ്ച് റൂബിൾ തുലച്ച ഭർത്താവിന്റെ വിവരക്കേടിനെക്കുറിച്ച് ഓർക്കുമ്പോഴൊക്കെ തനിക്ക് ഭ്രാന്തു പിടിക്കുന്നതായി അവർക്കു തോന്നി. പ്രിയപ്പെട്ട ആരോ മരണപ്പെട്ടതുപോലെ അവർ വാവിട്ടു കരഞ്ഞു. അതുകണ്ട് കുട്ടികളും ഉറക്കെ കരയാൻ തുടങ്ങി. ആ കോലാഹലങ്ങൾക്കു നടുവിൽ ഒരു സ്വപ്നത്തിൽ നിന്നും ഉണർന്നവനെപ്പോലെ നാസർ സ്തബ്ധനായി നിന്നു. അയാൾ എന്തൊക്കെയോ അവരോടു പറയാൻ ശ്രമിച്ചെങ്കിലും കഴിഞ്ഞില്ല.

അയാളുടെ മനസ്സിൽ അപ്പോൾ വേദനയും നിരാശയും നിറഞ്ഞു.

'നാണമില്ലാത്ത' ആ രൂപങ്ങളെ നോക്കാൻ പിന്നീടൊരിക്കലും ഭാര്യ നാസറിനെ അനുവദിച്ചില്ല. അവർ അത് ഒരു പെട്ടിയിൽ ഭദ്രമായി അടച്ചു വെച്ചു. എന്നാൽ ഞായറാഴ്ചകളിൽ ഭാര്യയും മക്കളും പള്ളിയിലേക്കു പോയാലുടനെ നാസർ പെട്ടി തുറന്ന് ഇക്കാറസ് പുറത്തെടുക്കും. മേശയ്ക്കരികിലിരുന്ന് അയാൾ അവയെ വാത്സല്യത്തോടെ നോക്കും. ആ സമയം അയാളുടെ മുഖത്ത് അസാധാരണമായ ഒരു പുഞ്ചിരി വിടരും. അങ്ങേയറ്റം നിഷ്കളങ്കവും ബാലസഹജവുമായ ഒരു നനുത്ത പുഞ്ചിരി.

അവസാനത്തെ കാരണവർ

ഫ്യോദർ അബ്രാമവ്
(1920–1983)

റഷ്യയിലെ വടക്കുകിഴക്കൻ പ്രവിശ്യകളിലെ ജനജീവിതത്തിന്റെ ദൈനംദിന വിശേഷങ്ങളെ എഴുത്തിലൂടെ ആവിഷ്കരിച്ച കഥാകാരനാണ് ഫ്യോദർ അബ്രാമവ്. കഥകൾക്കു പുറമേ നോവലുകളും നിരൂപണങ്ങളും അദ്ദേഹം എഴുതിയിട്ടുണ്ട്. *സഹോദരന്മാരും സഹോദരിമാരും, വഴികളും ഉപവഴികളും, വീട്* എന്നിവ പ്രധാന രചനകൾ. അബ്രാമവിന്റെ പ്രധാനപ്പെട്ട കഥകളിലൊന്നാണ് *അവസാനത്തെ കാരണവർ.*

ഗ്രാമത്തിലെ എല്ലാവരേയും എനിക്ക് നല്ല പരിചയമാണ്. ചെറുപ്പക്കാരും വൃദ്ധരും കുട്ടികളുമെല്ലാം എന്റെ പരിചിതവലയത്തിലാണ്. പലരുടെയും പേര് അറിയില്ലെന്നത് സത്യമാണ്. എന്നാലും അവരെയൊക്കെ കണ്ടാൽ എനിക്ക് വേഗം തിരിച്ചറിയാനാകും. പക്ഷേ, ദൂരെനിന്നും വരുന്ന ആ വൃദ്ധരൂപം എന്നെ ഒന്നമ്പരപ്പിക്കുക തന്നെ ചെയ്തു. വലിയ ബൂട്ടുകളിൽ കമ്പുകൾ നാട്ടിയതുപോലുള്ള ശുഷ്കിച്ച കാലുകൾ നീട്ടിവെച്ച്, വെയിലിൽ തിളങ്ങുന്ന ഊന്നുവടിയിൽ ശരീരമൂന്നി പ്രാഞ്ചി പ്രാഞ്ചി വരുന്ന ആ മനുഷ്യനെ എനിക്ക് പെട്ടെന്ന് മനസ്സിലായതേയില്ല. തൊട്ടരികിൽ എത്തിയപ്പോഴേ ആളെ തിരിച്ചറിയാനായുള്ളൂ. പാവെൽ വസീലിയെവിച്ച് സാവൻ..!

ദൈവമേ, ഇയാളാകെ മാറിപ്പോയല്ലോ... ഞാൻ അമ്പരപ്പോടെ ചിന്തിച്ചു. ദേഹം മുഴുവൻ വരണ്ടുണങ്ങിപ്പോയല്ലോ. കണ്ണുകൾ കുഴിയിലാണ്ടിരിക്കുന്നു. മറ്റേതോ ലോകത്തുനിന്നും പിന്തിരിഞ്ഞു നോക്കുന്നതുപോലെയായിരുന്നു അവ. ഇയാളുടെ താടിക്കെന്താണ് പറ്റിയത്? കഴിഞ്ഞ വർഷം വരെ അത് സമൃദ്ധമായി നീണ്ടുകിടന്നിരുന്നതാണല്ലോ...

ചെറുപ്പത്തിൽ എന്തൊരു മനുഷ്യനായിരുന്നു പാവെൽ! ശക്തിയുടെയും ധൈര്യത്തിന്റെയും ആൾരൂപമായിരുന്നു. വർഷകാലത്ത് നിറഞ്ഞു കവിയുന്ന നദിയുടെ കുത്തൊഴുക്കിലൂടെ തടിക്കഷണങ്ങൾ ഒഴുകിപ്പോകുമ്പോൾ ഗ്രാമത്തിലെ ധീരന്മാരായ ചെറുപ്പക്കാർ അവയുടെ പുറത്തുകയറി സവാരി നടത്തുമായിരുന്നു. അവരുടെ മുന്നിൽ എപ്പോഴും പാവെലിനെ കാണാം.

എന്തായിരുന്നു ഇയാളുടെ കല്യാണത്തിന്റെ പുരം! വധുവിനെ കൊണ്ടുവരാൻ പോയ പാവെലിന്റെ യാത്ര കാണേണ്ട കാഴ്ച തന്നെയായിരുന്നു. അന്ന് ഞാൻ ചെറിയ കുട്ടിയായിരുന്നു. എങ്കിലും ആ കാഴ്ച ഇന്നും എന്റെ ഓർമ്മയിൽ മായാതെ നില്ക്കുന്നുണ്ട്. എത്ര ഉത്സാഹത്തോടെയാണ് കുതിരകൾ കുതിച്ചു പാഞ്ഞത്. അവയുടെ പുറത്തെ അലങ്കാരങ്ങൾ സൂര്യവെളിച്ചത്തിൽ മിന്നിത്തിളങ്ങിയിരുന്നു. ചുറ്റും ശുഭ്ര മഞ്ഞ്. പൊൻവെയിൽ.... അവയ്ക്കിടയിലൂടെ നീങ്ങുന്ന ചായം തേച്ചുമിനുക്കിയ മഞ്ഞുവണ്ടി. അതിൽ കടുംചുവപ്പു നിറമുള്ള വിവാഹവേഷം ധരിച്ച് അക്ഷമനായി തലയുയർത്തി നില്ക്കുന്ന പാവെൽ വസീലിയെവിച്ച് എന്ന പുതുമണവാളൻ.

"പാവെൽ വസീലിയെവിച്ച്; നിങ്ങൾ തന്നെയാണോ ഇത്?" ഞാൻ അവിശ്വസനീയതയോടെ ചോദിച്ചു.

"അതേടാ മോനേ; ഞാൻ തന്നെ. പരലോകത്തേക്കുള്ള ടിക്കറ്റും വാങ്ങി കാത്തിരിക്കുകയാണ്..."

പാവെലിനെ ആശ്വസിപ്പിക്കാൻ എനിക്ക് വാക്കുകൾ കിട്ടിയില്ല.

"ആഘോഷവും ബഹളവുമൊക്കെ കഴിഞ്ഞു മോനേ. ഞാനിപ്പോൾ പോസ്റ്റാഫീസിൽ പോയി വരുന്ന വഴിയാണ്. സമ്പാദ്യമൊക്കെ പിൻവലിച്ചു. ശവമടക്കിന് പണം വേണ്ടേ? എല്ലാംകൂടി അറുനൂറ് റൂബിളുണ്ടായിരുന്നു. മുഴുവനും പിൻവലിച്ചു. എന്റെ സ്വന്തം കാര്യത്തിന് മക്കളുടെ പണമെടുക്കുന്നത് എനിക്കിഷ്ടമല്ല. എന്നാലും എന്റെ കുടുംബക്കാരോടും അയൽക്കാരോടുമൊക്കെ ശരിയായ രീതിയിൽ തന്നെ എനിക്ക് യാത്ര ചോദിക്കണം. ഗ്രാമത്തിലെ അവസാനത്തെ കാരണവർ പരലോകം പൂകുന്നത് എല്ലാവരും അറിയണം."

പാവെലിന്റെ വാക്കുകൾ എന്നെ ഒട്ടും അത്ഭുതപ്പെടുത്തിയില്ല. മരണം കാത്തുകിടക്കുന്ന നാലഞ്ച് വൃദ്ധജനങ്ങൾ ഗ്രാമത്തിലുണ്ട്. എന്നാൽ നാട്ടിലെ അവസാനത്തെ കാരണവർ എന്ന പദവി പാവെലിനു മാത്രം അവകാശപ്പെട്ടതാണ്. ജീവിതം ആഘോഷമാക്കിയിരുന്ന ഊർജ്ജസ്വലരായ പഴയ തലമുറയിലെ അവസാനത്തെ കണ്ണിയാണ് പാവെൽ.

അന്നു വൈകുന്നേരം പാവെൽ മരിച്ചു....

കുറെക്കാലമായി വാതിലിനടുത്തുള്ള പഴയ ഒരു മരക്കട്ടിലിലാണ് അയാൾ കിടന്നിരുന്നത്. എന്നാൽ അന്ന് കട്ടിലിൽനിന്നും തന്നെ താഴെയിറക്കിടത്താൻ അയാൾ മക്കളോട് ആവശ്യപ്പെട്ടു. മക്കളെല്ലാവരും ആ സമയം വീട്ടിലുണ്ടായിരുന്നു. അവർ അച്ഛൻ പറഞ്ഞതുപോലെത്തന്നെ ചെയ്തു. മുറിയിലെ മൂലയ്ക്കുണ്ടായിരുന്ന പഴയ മേശ മാറ്റിയിട്ടശേഷം അവിടെ ഒരു പായ വിരിച്ച് അവർ അയാളെ കിടത്തി.

"ഇനി മത്ര്യേനയേയും എന്റെ കൂടെ കിടത്തൂ."

പാവെലിന്റെ വാക്കുകൾ കേട്ടപ്പോൾ മക്കളെല്ലാം അമ്പരപ്പോടെ പരസ്പരം നോക്കി. അച്ഛൻ എന്താണുദ്ദേശിക്കുന്നതെന്ന് അവർക്ക് മനസ്സിലായില്ല.

"നിങ്ങളുടെ അമ്മയെ എന്റെ അരികിൽ കിടത്താൻ.." അയാൾ വീണ്ടും ആവശ്യപ്പെട്ടു.

ചൂടുള്ള നെരിപ്പോടിന് പുറം തിരിഞ്ഞിരിക്കുകയായിരുന്നു മത്ര്യേന. അവർ വൃദ്ധയും ദുർബ്ബലയുമായിരുന്നു. കട്ടിയുള്ള തുണികൊണ്ടുണ്ടാക്കിയ പഴയ ഒരു കുപ്പായമാണ് അവർ ധരിച്ചിരുന്നത്. മത്ര്യേന കഠിനാദ്ധ്വാനിയായിരുന്നു പണ്ട്. അവരുടെ വിവാഹം കഴിഞ്ഞിട്ട് വർഷമെത്രയോ കഴിഞ്ഞു. പാവെലിന് ഭാര്യയോട് ഇപ്പോഴും പഴയ അതേ സ്നേഹമാണ്. പക്ഷേ, ഇപ്പോൾ ഭർത്താവ് പറയുന്നതൊന്നും അവരുടെ മനസ്സിലേക്ക് എത്തിയിരുന്നില്ല. അവരുടെ സ്ഥിരബുദ്ധി നഷ്ടപ്പെട്ടിട്ട് മൂന്നുവർഷമായി.

"പക്ഷേ, അച്ഛാ..." മക്കളിൽ ഒരുവൾ സംശയിച്ചു നിന്നുകൊണ്ട് പറഞ്ഞു.

"അത് ശരിയല്ല അച്ഛാ..."

"ഞാൻ പറഞ്ഞത് കേട്ടാ മതി. അവളെ ഇവിടെ കിടത്ത്."

മക്കൾ വീണ്ടും പരസ്പരം നോക്കി. അവർക്കെങ്ങനെ അത് അനുസരിക്കാനാവും? അതേസമയം മരണത്തിലേക്ക് അടുത്തുകൊണ്ടിരിക്കുന്ന അച്ഛന്റെ ആഗ്രഹത്തിന് എങ്ങനെ എതിരു നില്ക്കാനാവും?

"മത്ര്യേനാ, എന്റെ പ്രിയപ്പെട്ട മത്ര്യേനാ... അവസാനം ഭാര്യ അയാളുടെ അരികിൽ കിടന്നപ്പോൾ അത്യധികമായ സ്നേഹത്തോടെ അയാൾ വിളിച്ചു. "മത്ര്യേനാ... അവസാനമായി നീയെന്നെ ഒന്നു കെട്ടിപ്പിടിക്ക്..."

അപ്പോൾ വർഷങ്ങൾക്കുമുൻപ് നഷ്ടപ്പെട്ട സ്ഥിരബുദ്ധി അവർക്കു തിരിച്ചുകിട്ടി. അതിനെത്തുടർന്ന് അല്പമൊരു പരിഭ്രമത്തോടെ അവർ ശുഷ്കിച്ച കൈകൾ കൊണ്ട് അയാളുടെ ദേഹത്തു ചുറ്റി...

പാവെലിന്റെ കണ്ണുകൾ നിറഞ്ഞു. ഇടറിയ സ്വരത്തിൽ അയാൾ പറഞ്ഞു. "ഇനി.... ഞാൻ പോകട്ടെ മത്ര്യേനാ..."

പാവെൽ മരിച്ചു.

ഗ്രാമം മുഴുവനും പാവെലിന്റെ ശവസംസ്കാരത്തിൽ പങ്കെടുത്തു. തങ്ങളുടെ അവസാനത്തെ കാരണവരുടെ അവസാനയാത്രയെ ഗ്രാമത്തിലെ സ്ത്രീകളും പുരുഷന്മാരും കുട്ടികളുമെല്ലാം അനുഗമിച്ചു.

രക്ഷകൻ

യെവ്ഗെനി നസോവ്
(1925–2002)

വിപ്ലവാനന്തര റഷ്യൻ സാഹിത്യത്തിലെ ശ്രദ്ധേയനാമം. നോവലിസ്റ്റ്, കഥാകൃത്ത്, ബാലസാഹിത്യകാരൻ എന്നീ നിലകളിൽ ദേശീയ പ്രശസ്തൻ. രണ്ടാം ലോകമഹായുദ്ധത്തിൽ പങ്കെടുക്കവേ കഠിനമായി മുറിവേറ്റു. വിശ്രമജീവിതം പൂർണ്ണമായും എഴുത്തിനു സമർപ്പിച്ചു. 2001 ലെ പ്രശസ്തമായ ബോൾഷെനിത്സിൻ പ്രൈസ് ഉൾപ്പെടെ നിരവധി ദേശീയ പുരസ്കാരങ്ങൾ നേടി. *വിജയത്തിന്റെ ചുവന്ന വീഞ്ഞ്, വാർക്ക, ജീവനാളം, തീരം, താഴ്വരയിലെ ശബ്ദങ്ങൾ* എന്നിവ ശ്രദ്ധേയ രചനകൾ. റഷ്യൻ ഗ്രാമീണ ജീവിതത്തിന്റെ നിഷ്കളങ്ക ചിത്രങ്ങളാണ് അദ്ദേഹം രചനകളിൽ വരച്ചിടുന്നത്. നസോവിന്റെ മികച്ച കഥകളിലൊന്നാണ് *രക്ഷകൻ.*

പക്ഷികൾക്ക് മിലിറ്ററി റാങ്ക് ഉണ്ടായിരുന്നെങ്കിൽ ആ കാട്ടുതാറാവ് ഒരു അഡ്മിറലാകുമായിരുന്നു. എല്ലാ അർത്ഥത്തിലും അവനൊരു അഡ്മിറൽ തന്നെ. നോട്ടത്തിലും നടത്തത്തിലും മറ്റു താറാവുകളോടുള്ള പെരുമാറ്റത്തിലും അവൻ ആ അന്തസ്സ് പാലിച്ചിരുന്നു.

ഒരു പ്രമാണിയെപ്പോലെയാണ് അവന്റെ നടത്തം. ഓരോ കാലടിയും നിലത്തുവയ്ക്കുന്നത് അങ്ങേയറ്റം ശ്രദ്ധയോടെയാണ്. മടക്കിയ വിശറി പോലെയുള്ള വെളുവെളുത്ത തൂവലുകൾക്കിടയിലേക്ക് കുറച്ചുനേരം ഉയർത്തിവെച്ചതിനുശേഷം യാതൊരു ധൃതിയുമില്ലാതെയാണ് അവൻ പാദം നിലത്തു ചെളിയിലേക്ക് താഴ്ത്തുന്നത്. ഒരു തൂവലിൽ പോലും അഴുക്ക് പുരളാതെ അവൻ ആ ചെളിപ്പാത മുറിച്ചുകടക്കും.

ഈ കാട്ടുതാറാവ് ഒരിക്കലും ഓടാറില്ല. ഒരു നായ ഓടിവരുന്നത് കണ്ടാൽപ്പോലും അവൻ ഓടില്ല. നീണ്ട കഴുത്ത് ഉയർത്തിപ്പിടിച്ചാണ് എപ്പോഴും അവന്റെ നില്പ്. അതുകണ്ടാൽ അവന്റെ കഴുത്തിൽ തല തന്നെയില്ലെന്ന് തോന്നിപ്പോകും. നീണ്ട കഴുത്തിന്റെ അറ്റത്ത് ഓറഞ്ചുനിറത്തിലുള്ള കൊക്കു കണ്ടാൽ ഒരു റിബൺ കെട്ടിയതാണെന്നേ തോന്നൂ...

നദിയിലെ ആഴം കുറഞ്ഞ ഭാഗത്ത് ഇറങ്ങി അവൻ അഞ്ചടിയോളം വീതിയുള്ള ചിറകുകളടിക്കുമ്പോൾ വെള്ളത്തിൽ വെള്ളിവലയങ്ങൾ നിറയുകയും നദിക്കരയിലെ പുൽച്ചെടികൾ വിറകൊള്ളുകയും ചെയ്യും. അവന്റെ ഭയങ്കരമായ മുരൾച്ചയിൽ പുൽമേട്ടിലെ പാൽക്കാരികളുടെ പാത്രങ്ങളെല്ലാം കുലുങ്ങിവിറയ്ക്കും...

ചുരുക്കിപ്പറഞ്ഞാൽ ഈ പ്രദേശത്തെ വീരനാണ് ഇവൻ. ഗ്രാമത്തിലെ മറ്റ് താറാവുകളുടെയെല്ലാം ആരാദ്ധ്യപുരുഷൻ. എതിരാളിയില്ലാത്ത ഭരണാധികാരിയെപ്പോലെയാണ് അവൻ ഇവിടെ വിരാജിക്കുന്നത്. വെളുത്തു തിളങ്ങുന്ന പുഴയോരവും പരന്നു കിടക്കുന്ന പുൽത്തകിടിയും അവന്റെ സാമ്രാജ്യമാണ്.

പതിവായി ഞാൻ മീൻ പിടിക്കാറുള്ള കുളവും അവന്റെ അധികാര പരിധിയിൽപ്പെട്ടതായിരുന്നു എന്നതാണ് സത്യം. അതുകൊണ്ടുതന്നെ ഏറെക്കാലമായി ഞങ്ങൾ ശത്രുക്കളുമായിരുന്നു. എന്റെ മീൻപിടുത്തം അവൻ തീരെ ഇഷ്ടപ്പെട്ടിരുന്നില്ല. എന്നെ അവൻ ഒരിക്കലും അംഗീകരി

ച്ചിരുന്നില്ല എന്നതാണ് സത്യം. ഞാൻ മീൻ പിടിക്കുമ്പോഴൊക്കെ ഒരു പറ്റം താറാവുകളുമായി വന്ന് അവൻ എന്റെ ചൂണ്ടയെ ആക്രമിക്കുമായിരുന്നു. ചൂണ്ടക്കയറിന്മേലുള്ള പൊങ്ങുതടി അവൻ കൊത്തിപ്പറിക്കും. അല്ലെങ്കിൽ ചൂണ്ടയിടുന്ന ഭാഗത്ത് അവനും കൂട്ടരും ശബ്ദമുഖരിതമായ ഒരു നീന്തൽ പരിപാടി നടത്തും. ഒളിച്ചുകളിച്ചും ചിറകടിച്ച് ആക്രോശിച്ചും അവൻ അവിടെ ബഹളമയമാക്കും. ആ സമയത്ത് ഒരൊറ്റ മീൻ പോലും എന്റെ ചൂണ്ടയിൽ വന്നു കൊത്തില്ല. ചൂണ്ടയിൽ ഇര കോർക്കുന്നതിനു വേണ്ടി ഒരു പാത്രത്തിൽ ഞാൻ കൊണ്ടുവരുന്ന മണ്ണിരകളിൽ മിക്കതിനേയും ഈ ബഹളത്തിനിടയിൽ അവൻ അകത്താക്കിയിട്ടുണ്ടാകും. ചിലപ്പോൾ ഞാൻ പിടിച്ചിട്ട മീനുകളെയും അവനെടുക്കും. ഇതൊന്നും പക്ഷേ, ഒരു കള്ളനെപ്പോലെ രഹസ്യമായിട്ടല്ല അവൻ ചെയ്തിരുന്നത്. അവന്റെ മറ്റേതൊരു പ്രവൃത്തിയെയും പോലെ അധികാരഭാവത്തിൽ, തിടുക്കമോ ഭയമോ സങ്കോചമോ കൂടാതെ...

ലോകത്തുള്ള സകലതും തനിക്കു വേണ്ടിയാണ് നിലകൊള്ളുന്നതെന്നാണ് മൂപ്പരുടെ വിചാരം. സത്യത്തിൽ ഗ്രാമത്തിലെ സ്ചോപ്ക എന്ന കുട്ടിയുമായിട്ടാണ് തന്റെ ജീവിതം ബന്ധപ്പെട്ടിരിക്കുന്നത് എന്നറിയുമ്പോൾ, സ്ചോപ്കയുടെ അമ്മയ്ക്ക് എപ്പോൾ വേണമെങ്കിലും തന്നെ ഒരുഗ്രൻ സൂപ്പ് ആക്കി മാറ്റാൻ സാധിക്കുമെന്നറിയുമ്പോൾ അവൻ അമ്പരന്നു പോകുമായിരിക്കും!

പാതയിലെ ചെളി ഉണങ്ങിയ ഉടനെ ഞാനെന്റെ ചൂണ്ടയെടുത്ത് സൈക്കിളിൽ കുളക്കരയിലേക്ക് കുതിച്ചു. പോകുന്ന വഴിക്ക് എനിക്ക് സ്ചോപ്കയെ കാണണമായിരുന്നു. ചൂണ്ടയിൽ കോർക്കാൻ മണ്ണിരകളെ അവനാണ് തരാറുള്ളത്.

യാത്രാമധ്യേ പുഴക്കരയിലെ പുൽത്തകിടിയിൽ ഞാൻ ആ കാട്ടുതാറാവിനെ കണ്ടു. ആ സമയം, ഞങ്ങൾ തമ്മിലുണ്ടായിരുന്ന ശത്രുത മറന്ന് ഞാനവനെ സാകൂതം നോക്കി നിന്നുപോയി. പുൽത്തകിടിയിൽ പടർന്ന സൂര്യവെളിച്ചത്തിൽ അവന്റെ രൂപം ചേതോഹരമായിരുന്നു. പഞ്ചസാരക്കട്ടയിൽ കൊത്തി വെച്ചതുപോലെ അവന്റെ ദേഹം വെട്ടിത്തിളങ്ങി. എന്നെ കണ്ടയുടനെ തല ഒരു പ്രത്യേക രീതിയിൽ താഴ്ത്തിവെച്ച് അവൻ എന്റെ നേരെ ഓടിവന്നു. അതോടൊപ്പം ഭീഷണമായ ഒരു സീല്ക്കാരവും അവന്റെ വായിൽനിന്നും ഉയർന്നു. പൊടുന്നനെ അപകടം മണത്ത ഞാൻ ഞങ്ങൾക്കിടയിൽ ഒരു സുരക്ഷാകവചമായി സൈക്കിൾ എടുത്തുവച്ചു. അപ്പോഴേക്കും ചിറകടിച്ച് പറന്നുവന്ന് അത്യധികമായ ദേഷ്യത്തോടെ അവൻ സൈക്കിൾ ബാറിന്മേൽ ശക്തിയായി ഇടിക്കാൻ തുടങ്ങി. “പോടോ പിശാചേ..” എന്നു വിളിച്ചു പറഞ്ഞുകൊണ്ട് സ്ചോപ്ക മണ്ണിര നിറച്ച പാത്രവുമായി അവിടേക്ക് ഓടി വന്നു. എന്നിട്ടും ആ ഭയങ്കരൻ അടങ്ങിയില്ല. അവസാനം സ്ചോപ്ക അവനെ കഴുത്തിനു പിടിച്ച് വലിച്ചിഴച്ച്

ദൂരേക്കു കൊണ്ടുപോയി. ക്രുദ്ധനായ ആ ഭീമൻ അപ്പോൾ പുളയുകയും കുതറിമാറാൻ ശ്രമിക്കുകയും ചെയ്തു. ഇടയ്ക്ക് വലിയ ചിറകുകൾ വിടർത്തി അവൻ സ്ചോപ്കയെ അടിച്ചു. അടിയേറ്റ് സ്ചോപ്കയുടെ തൊപ്പി താഴെ വീണു.

"വല്ലാത്തൊരു ഭയങ്കരൻ തന്നെ." ഒരുവിധത്തിൽ അവനെ പുൽമേട്ടിനപ്പുറത്തെത്തിച്ചശേഷം തിരിച്ചുവരുമ്പോൾ സ്ചോപ്ക പറഞ്ഞു. "ഈ വഴി പോകാൻ അവൻ ആരേയും അനുവദിക്കാറില്ല. കുഞ്ഞുങ്ങളെ നോക്കുന്നതിന്റെ വെപ്രാളമാണ്. അതാണ് ഇത്ര ദേഷ്യം..."

അപ്പോഴാണ് കുറച്ചപ്പുറത്ത് പുല്ലുകൾക്കിടയിൽ മഞ്ഞ നിറത്തിലുള്ള കുറേ കുഞ്ഞുതലകൾ എന്റെ കണ്ണിൽപ്പെട്ടത്...

"അവയുടെ അമ്മയെവിടെ?"

"ഒരു കാറിനടിയിൽപ്പെട്ടു ചത്തു."

താഴെ വീണ തൊപ്പി തലയിലെടുത്തുവച്ച് സ്ചോപ്ക അപ്പുറത്തുള്ള പാലത്തിനു നേരെ ഓടി. അവൻ സ്കൂളിലെത്താൻ വൈകുമെന്ന് ഉറപ്പായിരുന്നു.

ചൂണ്ടയിടാനായി കുളക്കരയിൽ ഇരിപ്പുറപ്പിച്ചപ്പോഴേക്കും മറ്റാരോടൊക്കെയോ ചില പോരാട്ടങ്ങളും പോർവിളികളുമൊക്കെ നടത്തി ആ കാട്ടുതാറാവ് അവിടേക്കെത്തിയിരുന്നു. അപ്പോഴാണ് ചുവന്ന പുള്ളികളുള്ള ഒരു പശുക്കുട്ടി എവിടെനിന്നോ അങ്ങോട്ടു വന്നത്. അതിന്റെ കഴുത്തിലെ പൊട്ടിയ കയറിന്റെ കഷണം നിലത്തിഴയുന്നുണ്ടായിരുന്നു. പശുക്കുട്ടിയെ കണ്ടയുടനെ അവൻ അതിന്റെ നേരെ കുതിച്ചു. അതുകണ്ടു ഭയന്ന പശുക്കുട്ടി പിൻകാലുകളുയർത്തി മുന്നോട്ട് ഓടി. അതിന്റെ പിന്നാലെ കണ്ണും മൂക്കുമില്ലാതെ ഓടുന്നതിനിടയിൽ നിലത്തിഴയുന്ന കയറിൽ ചവിട്ടി അവൻ മറിഞ്ഞു വീണു. മലർന്നു വീണതുകൊണ്ട് കുറച്ചു നേരത്തേക്ക് അവന് എഴുന്നേല്ക്കാൻ കഴിഞ്ഞില്ല. പിന്നെ ഒരു വിധത്തിൽ ചിറകു കുടഞ്ഞ് അവൻ എഴുന്നേറ്റു. മുമ്പത്തേക്കാൾ ദേഷ്യത്തോടെയാണ് പിന്നീടവൻ പശുക്കുട്ടിയുടെ പിന്നാലെ ഓടിയത്. അതിന്റെ ചുവന്ന ശരീരത്തിൽ നിന്നും അവൻ തുരുതുരെ രോമക്കൂട്ടങ്ങൾ കൊത്തിപ്പറിച്ചെടുത്തു. ആക്രമണം സഹിക്കാൻ പറ്റാതായപ്പോൾ പശുക്കുട്ടി കാട്ടുതാറാവിന്റെ നേരെ തിരിഞ്ഞു. മുൻകാലുകൾ നിവർത്തി വച്ചുകൊണ്ട് വയലറ്റ് നിറമുള്ള കണ്ണുകൾ കൊണ്ട് അത് അവനെ തുറിച്ചു നോക്കുകയും അവലക്ഷണം പിടിച്ച രീതിയിൽ തല കുടയുകയും ചെയ്തു. പക്ഷേ, കാട്ടുതാറാവ് തന്റെ ഭീമൻ ചിറകുകൾ വിടർത്തിയ ഉടനെ പശുക്കുട്ടി പേടിച്ച് തിരിഞ്ഞോടി. ഏതാനും നിമിഷങ്ങൾക്കകം അപ്പുറത്തെ വില്ലോച്ചെടികൾക്കിടയിൽ നിന്നും അതിന്റെ ദീനരോദനമുയർന്നു.

ആ ഭയങ്കരൻ അപ്പോൾ തന്റെ കുറ്റിവാൽ അങ്ങോട്ടുമിങ്ങോട്ടും ഞൊടിച്ചുകൊണ്ട് ഒരു ജേതാവിനെപ്പോലെ ആർത്തട്ടഹസിച്ചു. അവന്റെ ശക്തമായ ചിറകടിയൊച്ചയിലും ഭീഷണമായ സീല്ക്കാരത്തിലും പുൽത്ത

കിടി പ്രകമ്പനം കൊണ്ടു. അവന്റെ കുഞ്ഞുങ്ങൾ അതുകേട്ട് പേടിച്ചുകര ഞ്ഞു.

“നിനക്ക് ലജ്ജയില്ലേ?” ഞാൻ അവനോടു വിളിച്ചു ചോദിച്ചു.

“എന്തിനാണ് കുഞ്ഞുങ്ങളെ ഇങ്ങനെ പേടിപ്പിക്കുന്നത്?”

“ഹോങ്ക് ഹോങ്ക്..!” അവന്റെ ധിക്കാരത്തോടെയുള്ള മറുപടി.

“ഇങ്ങനെ എല്ലാവരേയും പേടിപ്പിക്കുന്ന നിനക്ക് നല്ല ശിക്ഷ തരണം.”

“ഹോങ്ക് ഹോങ്ക്...” വീണ്ടും അവന്റെ മറുപടി!

“എന്തൊരു ധിക്കാരം! ഒരച്ഛനാണത്രേ. ഇങ്ങനെയാണോ നീ കുഞ്ഞു ങ്ങളെ വളർത്തുന്നത്?”

അവനുമായി അങ്ങനെ കലഹിച്ചുകൊണ്ട് ചൂണ്ട നന്നാക്കുകയായി രുന്നു ഞാൻ. അതിനാൽ കാടിനപ്പുറത്തുനിന്നും മഴമേഘങ്ങൾ നീങ്ങി വരുന്നത് എന്റെ ശ്രദ്ധയിൽപ്പെട്ടില്ല. നിമിഷങ്ങൾക്കകം അവ വലിയ ഒരു മതിൽപോലെ വളർന്നു. അത് നീലാകാശത്തെ മെല്ലെ മെല്ലെ വിഴുങ്ങാൻ തുടങ്ങി. സൂര്യനു നേരെ നീങ്ങിക്കൊണ്ടിരുന്ന ആ മേഘക്കടലിന്റെ അരി കുകൾ ഉരുകിയ ഈയം പോലെ തിളങ്ങി. അവസാനം അത് സൂര്യനേയും വിഴുങ്ങി. അതോടെ പുൽമേടയിലെ വെളിച്ചം മങ്ങി. കാറ്റ് ശക്തിയായി വീശാൻ തുടങ്ങി. പുൽത്തകിടിയിൽ കൊത്തിപ്പെറുക്കിക്കൊണ്ടിരുന്ന താറാവുകളുടെ ചിറകുകൾ മുകളിലേക്കുയർന്നു. അവ ആകാംക്ഷയോടെ ആകാശത്തേക്ക് നോക്കി.

മഴയുടെ ആദ്യതുള്ളികൾ ആമ്പൽപ്പൂക്കളെ ഉലച്ചുകൊണ്ട് ശക്തി യായി പതിക്കാൻ തുടങ്ങി. ഒരു വലിയ സീല്ക്കാരം അവിടെ മുഴങ്ങി ക്കൊണ്ടിരുന്നു. അതിനെത്തുടർന്ന് മഴ കോരിച്ചൊരിഞ്ഞു. പുൽച്ചെടികൾ ആടിയുലഞ്ഞു. വില്ലോ മരങ്ങളുടെ ചില്ലകൾ പുളയുകയും വിരിയുകയും ചെയ്തു.

മഴക്കോട്ട് ധരിക്കാൻ നേരം കിട്ടുന്നതിനു മുൻപുതന്നെ മഴ എന്നെ പൊതിഞ്ഞു. കാട്ടുതാറാവുകൾ തങ്ങളുടെ കുഞ്ഞുങ്ങളെ ചിറകിനടിയിൽ ഒളിപ്പിച്ച് പുല്ലുകൾക്കിടയിൽ പതുങ്ങിക്കിടന്നു. ഭീതി അവരെ ഗ്രസിച്ചി രുന്നു.

പൊടുന്നനെ ഭാരമുള്ളതെന്തോ എന്റെ തൊപ്പിയിലും സൈക്കിൾ ചക്രത്തിന്റെ അഴികളിലും പതിക്കാൻ തുടങ്ങി. ഒരു വെളുത്ത ഗോളം മഴ ത്തുള്ളികൾക്കിടയിലൂടെ എന്റെ നേരെ ഓടിവരുന്നതുപോലെ...

ഞാൻ തലയുയർത്തി ചുറ്റും നോക്കി. തൊട്ടടുത്ത പുൽത്തകിടിയും അതിനപ്പുറത്തെ ഗ്രാമവുമെല്ലാം അവ്യക്തമായിക്കഴിഞ്ഞിരുന്നു. നരച്ച ആകാശം കുറുകിക്കൊണ്ടിരുന്നു. നുരയും പതയും നിറഞ്ഞ് പുഴ പ്രക്ഷു ബ്ധമായി. മഴയോടൊപ്പം പതിക്കുന്ന മഞ്ഞുകട്ടകളുടെ പ്രഹരമേറ്റ് പൂവി തളുകൾ ഉടഞ്ഞു. അത്യധികമായ പേടിയോടെ താറാവുകൾ പുൽച്ചെടി കൾക്കിടയിൽ തല താഴ്ത്തിക്കിടന്നു. അവയ്ക്കിടയിൽ ഞാനെന്റെ ശത്രു വിനെ തിരഞ്ഞു. അവൻ കുറച്ചപ്പുറത്ത് തലയുയർത്തിപ്പിടിച്ച് ഇരിക്കു

ന്നുണ്ടായിരുന്നു. വലിയ ആലിപ്പഴങ്ങൾ തലയ്ക്കുമേൽ പതിക്കുമ്പോൾ അവൻ കുലുങ്ങി വിറച്ചുകൊണ്ടിരുന്നു. ഇടയ്ക്കെപ്പോഴോ വളരെ വലിയ ഒരു മഞ്ഞുകട്ട അവന്റെ നെറുകയിൽത്തന്നെ പതിച്ചു. അപ്പോഴവൻ കഴുത്തുതാഴ്ത്തി, തല ശക്തിയായി കുടഞ്ഞു. പിന്നെ വീണ്ടും കഴുത്ത് നേരെ നിർത്തി ആകാശത്തേക്ക് നോക്കി. അപ്പോൾ അവന്റെ തല ഒരുവശത്തേക്ക് ചരിഞ്ഞിരുന്നു. പന്ത്രണ്ടു കുഞ്ഞുങ്ങൾ അവന്റെ ചിറകിന്നടിയിൽ തുടിക്കുന്നുണ്ടായിരുന്നു.

ആകാശം ദയാരഹിതമായി ആലിപ്പഴം പൊഴിച്ചുകൊണ്ടിരുന്നു. കാറ്റിന്റെ സീല്ക്കാരവും തുടർന്നുകൊണ്ടിരുന്നു. മഞ്ഞുകട്ടകൾ തുരുതുരെ പരസ്പരം കൂട്ടിയിടിക്കുകയും നൃത്തം വയ്ക്കുകയും ചെയ്തു.

ചിറകുകൾക്കിടയിൽ കുഞ്ഞുങ്ങളെ ഒളിപ്പിച്ചിരുന്ന താറാവുകൾ ആലിപ്പഴ വർഷം സഹിക്കാനാവാതെ ചാടിയെണീറ്റ് പ്രാണരക്ഷാർത്ഥം ഓടാൻ തുടങ്ങി. ഓട്ടത്തിനിടയിൽ അവയുടെ പുറത്തും തലയിലും മഞ്ഞുകട്ടകൾ പതിക്കുന്നുണ്ടായിരുന്നു. അതിനെത്തുടർന്ന് അനാഥരായിത്തീർന്ന കുഞ്ഞുങ്ങൾ പുല്ലുകൾക്കിടയിൽനിന്നും തലനീട്ടി ദീനമായി കരഞ്ഞുകൊണ്ടിരുന്നു. ഇടയ്ക്കിടെ മഞ്ഞുകട്ടകളുടെ പ്രഹരമേറ്റ് അവയിൽ പലതും തല പിളർന്ന് മറിഞ്ഞു വീണുകൊണ്ടിരുന്നു. അതൊന്നും ശ്രദ്ധിക്കാതെ താറാവുകൾ ഓട്ടം തുടർന്നു. പുഴക്കരയിലേക്ക് ചാഞ്ഞു നില്ക്കുന്ന വില്ലോ മരത്തിന്റെ ചില്ലകൾക്കു കീഴിൽ അവ പതുങ്ങി വിറച്ചുനിന്നു.

മഴക്കോട്ടിന്റെ മുകൾഭാഗം ഞാൻ തലയിലേക്ക് വലിച്ചിട്ടു. വലിയ മഞ്ഞുകട്ടകൾ എന്റെ പാദങ്ങൾക്കിടയിലൂടെ ഉരുണ്ടു നീങ്ങിക്കൊണ്ടിരുന്നു. അവയ്ക്ക് വലിയ പഞ്ചസാരക്കട്ടയുടെ വലിപ്പമുണ്ടായിരുന്നു. മഴക്കോട്ടും അത്ര സുരക്ഷിതമായിരുന്നില്ല. മഞ്ഞുകട്ടകളുടെ നിരന്തര പ്രഹരമേറ്റ് എന്റെ മുതുക് വേദനിക്കുന്നുണ്ടായിരുന്നു.

മുൻപുകണ്ട പശുക്കുട്ടി ചവിട്ടിക്കുലുക്കിക്കൊണ്ട് അതുവഴി ഓടിവന്നു. അതിന്റെ കഴുത്തിലെ കയറിന്റെ അറ്റം ഓട്ടത്തിന്റെ വേഗതയിൽ എന്റെ ബൂട്ടിന്മേൽ ശക്തിയായി അടിച്ചു. പത്തടിയോളം മുന്നോട്ടു പോയപ്പോഴേക്കും അത് മഞ്ഞിന്റെ നരച്ച തിരശ്ശീലയ്ക്ക് പിന്നിൽ അപ്രത്യക്ഷമായി. വില്ലോച്ചെടികൾക്കിടയിൽ കുരുങ്ങിപ്പോയ ഒരു കാട്ടുതാറാവ് ചിറകുകൾ കുടഞ്ഞ് ദീനമായി കരഞ്ഞുകൊണ്ടിരുന്നു.

അധികം വൈകാതെ അന്തരീക്ഷത്തിന്റെ രൗദ്രഭാവത്തിന് മാറ്റംവന്നു. ആകാശത്തെ കാർമേഘങ്ങൾ വന്നതുപോലെത്തന്നെ ഞൊടിയിടയിൽ അപ്രത്യക്ഷമായി. മഴയുടെ ശക്തി കുറഞ്ഞുവന്നു. എന്റെ മുതുകിൽ അവസാനത്തെ മഞ്ഞുകട്ടയും വീണു. നദിക്കപ്പുറത്തെ ഗ്രാമം ക്രമേണ തെളിഞ്ഞു വന്നു. സൂര്യൻ മേഘങ്ങളുടെ വായിൽനിന്നും പുറത്തുകടന്നു. നനഞ്ഞു കുതിർന്ന വില്ലോച്ചെടികളും പുൽത്തകിടിയും സൂര്യരശ്മികളേറ്റ് തിളങ്ങി. ഞാൻ മഴക്കോട്ട് ഊരിവച്ചു.

സൂര്യവെളിച്ചത്തിൽ പുൽത്തകിടിയിലെ ഉരുകിത്തുടങ്ങിയ മഞ്ഞ് വെള്ളപ്പൊടി വിതറിയപോലെ കിടന്നു. വഴികളിൽ വെള്ളം നിറഞ്ഞ ചെറു കുഴികൾ പ്രത്യക്ഷപ്പെട്ടു. നനഞ്ഞ് അലങ്കോലമായിക്കിടന്ന പുൽച്ചെടി കൾക്കിടയിൽ തല ചതഞ്ഞ് താറാവുകുഞ്ഞുങ്ങൾ ചത്തുമലച്ച് കിടന്നി രുന്നു.

പുൽത്തകിടി വീണ്ടും പച്ചപ്പണിഞ്ഞു. മഞ്ഞുകട്ടകൾ ഉരുകിയമർന്നു. എന്നാൽ കുറച്ചകലെ പുൽത്തകിടിയുടെ നടുവിൽ വലിയ ഒരു മഞ്ഞു കട്ട ഇനിയും ഉരുകാതെ കിടക്കുന്നുണ്ടായിരുന്നു. ഞാൻ അവിടേക്കു ചെന്നു. അത് മഞ്ഞുകട്ടയായിരുന്നില്ല; പ്രമാണിയായ ആ കാട്ടുതാറാവാ യിരുന്നു. വലിയ ചിറകുകൾ ഒരു കുടപോലെ വിടർത്തി തല പുല്ലുകൾക്കി ടയിലേക്ക് നീട്ടിവച്ച് കിടക്കുകയായിരുന്നു അവൻ. അവന്റെ ഒരു കണ്ണ് അടഞ്ഞിരുന്നില്ല. അത് ആകാശത്തേക്ക് തുറിച്ചു നോക്കുന്നതുപോലെ യായിരുന്നു. ചെറിയ നാസാദ്വാരങ്ങളിലൂടെ ഒഴുകിയിറങ്ങിയ ചോര കൊക്കിന്മേൽ കട്ടപിടിച്ചു കിടന്നിരുന്നു.

അടുത്ത നിമിഷം പന്ത്രണ്ടു കുഞ്ഞുങ്ങൾ അവന്റെ ചിറകിന്നടിയിൽ നിന്നും പുറത്തേക്കിറങ്ങി വന്നു. അവയ്ക്കൊന്നിനും ഒരു പോറൽ പോലും പറ്റിയിരുന്നില്ല. അവ പുല്ലുകൾക്കിടയിൽ കൊത്തിക്കൊണ്ട് ദീനമായി കരഞ്ഞു. അവയിലൊന്ന് ചത്തുകിടക്കുന്ന ആ കാട്ടുതാറാവിന്റെ പുറത്ത് കയറിപ്പറ്റാൻ ശ്രമിച്ചുകൊണ്ടിരുന്നു. അതിനിടയിൽ അവൻ പുല്ലുകൾക്കി ടയിലേക്ക് തല കുത്തി വീണു.

പുല്ലുകൾക്കിടയിൽ കുരുങ്ങിപ്പോയ അവൻ തന്റെ കൊച്ചുകാലുകൾ ദേഷ്യത്തോടെ കുടഞ്ഞു. പിന്നെ ഒരുവിധത്തിൽ കാല് വലിച്ചെടുത്ത് വീണ്ടും ശ്രമം തുടർന്നു. ഏറെ നേരത്തെ പരിശ്രമത്തിനുശേഷം അവൻ വിജയിക്കുകതന്നെ ചെയ്തു. അത്ഭുതാഹ്ലാദത്തോടെ ചുറ്റും നോക്കി ക്കൊണ്ട് തന്റെ അച്ഛന്റെ ചേതനയറ്റ ശരീരത്തിനു മുകളിൽ അവൻ കയ റിനിന്നു. മുൻപൊരിക്കലും അവൻ ഇത്ര ഉയരത്തിൽ കയറിയിട്ടുണ്ടായി രുന്നില്ല. അവന്റെ മുന്നിൽ തിളങ്ങുന്ന പുൽച്ചെടികളും സൂര്യരശ്മികളും തീർത്ത ഒരു വിസ്മയലോകം നീണ്ടുപരന്നു കിടക്കുന്നുണ്ടായിരുന്നു.

ശമനരാവ്

ബരീസ് യെകിമോവ്
(1938 –)

പ്രശസ്തനായ റഷ്യൻ എഴുത്തുകാരൻ. ദോൻ പ്രവിശ്യയിലെ ഇഗാർക്ക പട്ടണത്തിൽ ജനനം. മുഴുവൻ പേര് ബരീസ് പിത്രോവിച്ച് യെകിമോവ്. ഇരുനൂറിലധികം കഥകളുടെ സ്രഷ്ടാവ്. സോൾഷെനിക്സിൻ പ്രൈസ് ഉൾപ്പെടെ നിരവധി പുരസ്കാരങ്ങൾ നേടി. യെകിമോവിന്റെ ഏറെ ചർച്ച ചെയ്യപ്പെട്ട കഥയാണ് *ശമനരാവ്.*

പേരക്കുട്ടി വന്നയുടനെ കൂട്ടുകാരോടൊപ്പം കളിക്കാൻ പോയി. വീട്ടിൽ മുത്തശ്ശി സൂപ്പും ബണ്ണും ഉണ്ടാക്കുന്ന തിരക്കിലാണ്. ഉണക്കി സൂക്ഷിച്ച പഴങ്ങളുടെയും ജാമിന്റെയും ജാറുകൾ പുറത്തേക്കെടുക്കുന്ന തിനിടയിൽ ഗ്രീഷ – പേരക്കുട്ടി – വരുന്നുണ്ടോ എന്നറിയുന്നതിനുവേണ്ടി ഇടയ്ക്കിടെ അവർ ജനാലയ്ക്കരികിലേക്ക് ഓടിക്കൊണ്ടിരുന്നു.

കളി കഴിഞ്ഞ് ഗ്രീഷ എത്തിയപ്പോൾ ഉച്ചയായി. മുത്തശ്ശി ഉണ്ടാക്കി വച്ചിരുന്ന സ്വാദേറിയ ഭക്ഷണം കുറച്ചെടുത്ത് വായിലിട്ടുകൊണ്ട് അവൻ പിന്നേയും കളിക്കാനായി പുറത്തേക്കോടി.

മുത്തശ്ശി വീണ്ടും തനിച്ചായി. പക്ഷേ, ഇതൊരു ഏകാന്തതയേ അല്ലെന്ന് അവർക്കറിയാം. സോഫയുടെ മുകളിൽ ഗ്രീഷയുടെ ഒരു ഷർട്ട്. മേശപ്പുറത്ത് അവന്റെ പുസ്തകങ്ങൾ... എല്ലാം വലിച്ചുവാരിയിട്ടിരിക്കുക യാണ്. വീടിന് ജീവൻ വച്ചിരിക്കുന്നു.

മുത്തശ്ശിയുടെ മകനും മകളും ദൂരെ പട്ടണത്തിലാണ് താമസിക്കു ന്നത്. വല്ലപ്പോഴും മാത്രമാണ് അവർ ഇവിടേക്ക് വരാറുള്ളത്. മുത്തശ്ശി അവരെ കാണാൻ പോകുന്നതും അങ്ങനെത്തന്നെ. അതാണെങ്കിൽ ഒരു ദിവസത്തെ സന്ദർശനം മാത്രം. സ്വന്തം വീട് വിട്ടുപോകാൻ അവർക്കി ഷ്ടമല്ല. വീട് അത്ര അമൂല്യമായതുകൊണ്ടൊന്നുമല്ല. എങ്കിലും അതിന് അതിന്റേതായ ഒരു പ്രാധാന്യമുണ്ടല്ലോ... പിന്നെ മറ്റൊരു കാരണം കൂടി യുണ്ട്. അതാണെങ്കിൽ കുറേക്കൂടി ഗൗരവമുള്ളതുമാണ്. കുറച്ചുകാല മായി മുത്തശ്ശിക്ക് ഉറക്കം അത്ര സുഖകരമല്ല. ഉറക്കത്തിൽ സംസാരി ക്കുന്ന സ്വഭാവം (അത് പിന്നേയും സഹിക്കാം, പക്ഷേ, അലറിക്കരയു മ്പോഴോ!) ഈയിടെ അവരെ പിടികൂടിയിട്ടുണ്ട്. സ്വന്തം വീട്ടിലാകുമ്പോൾ അതൊന്നും ഒരു പ്രശ്നമല്ല. ഉറക്കത്തിൽ എന്തൊക്കെപ്പറഞ്ഞാലും എത്ര ഉറക്കെ കരഞ്ഞാലും ആർക്കും ഒരു ചേതവുമില്ല. പക്ഷേ, വേറെ സ്ഥല ങ്ങളിൽ അതങ്ങനെയല്ലല്ലോ. ആളുകൾ ഉറക്കത്തിലേക്ക് വഴുതിയിറങ്ങു മ്പോഴായിരിക്കും തുടങ്ങുക. ആദ്യം എന്തൊക്കെയോ പിറുപിറുക്കൽ. തുടർന്ന് സംസാരവും എന്തിനോ വേണ്ടിയുള്ള യാചിക്കലും തുടങ്ങുക യായി. പിന്നെ ഒരലർച്ചയാണ്. “അയ്യോ, ഓടി വരണേ, രക്ഷിക്കണേ...” അപ്പോഴേക്കും വീട്ടുകാർ ഉണർന്നിട്ടുണ്ടാകും. അവർ ആകാംക്ഷയോടെ

മുത്തശ്ശിയുടെ മുറിയിലേക്കോടും. മുത്തശ്ശിയെ കുലുക്കിവിളിച്ച് ആശ്വസിപ്പിച്ചതിനുശേഷം അവർ വീണ്ടും ഉറങ്ങാൻ പോകും. പക്ഷേ, കുറച്ചു സമയത്തിനുശേഷം പിന്നേയും അലർച്ചയും കരച്ചിലുമുയരും. വീണ്ടും എല്ലാവരും ഉണർന്നെഴുന്നേറ്റ് മുത്തശ്ശിയുടെ മുറിയിലേക്ക്....

ഇതെല്ലാം വാർദ്ധക്യത്തിന്റേയും യുദ്ധം സൃഷ്ടിച്ച കെടുതികളുടെയും ഫലമാണെന്ന് എല്ലാവർക്കുമറിയാം. പക്ഷേ, മുത്തശ്ശിയെ ആ അവസ്ഥയിൽനിന്നും രക്ഷിക്കാൻ ആർക്കും കഴിഞ്ഞില്ല. മുത്തശ്ശി താമസിക്കാൻ വന്നാൽ തുടർന്നുള്ള ദിവസങ്ങൾ നിദ്രാവിഹീനങ്ങളായിരിക്കുമെന്ന് അവർക്കറിയാം. അവരാണെങ്കിൽ മുത്തശ്ശിയെ കാണിക്കാത്ത ഡോക്ടർമാരില്ല. എത്രയെത്ര ചികിത്സകൾ, മരുന്നുകൾ... പക്ഷേ, അവയൊന്നും ഫലം കണ്ടില്ല എന്നതാണ് സത്യം. ഇതിനെത്തുടർന്നാണ് മുത്തശ്ശിയുടെ സന്ദർശനങ്ങൾ തമ്മിലുള്ള ഇടവേളകൾക്ക് ദൈർഘ്യമേറിയത്. കുറേക്കൂടി കഴിഞ്ഞപ്പോൾ സന്ദർശനം വളരെ അപൂർവ്വമാവുകയും അത് ഒരു പകൽ മാത്രമായി ചുരുങ്ങുകയും ചെയ്തു. കുലുങ്ങി വിറച്ചുകൊണ്ട് ഓടുന്ന ബസിൽ രണ്ടു മണിക്കൂർ യാത്ര. അന്നുതന്നെ തിരിച്ചിങ്ങോട്ടും. കുട്ടികളാണെങ്കിൽ വേനലവധിക്കുമാത്രം അവരെ കാണാൻ വരുന്നത് ശീലമാക്കി. എന്തായാലും ഗ്രീഷ വളർന്ന് ഒരാളായപ്പോൾ അവൻ ഇടയ്ക്കിടെ മുത്തശ്ശിയെ കാണാൻ വന്നു. ദോൻ നദിയിൽ മീൻ പിടിച്ചും കൂണുകൾ ശേഖരിച്ചും ഗ്രാമത്തിലെ മറ്റു കുട്ടികൾക്കൊപ്പം മഞ്ഞുപരപ്പിൽ കളിച്ചും അവൻ ഈ സന്ദർശനങ്ങളെ അവിസ്മരണീയമാക്കി. മുത്തശ്ശിയെ കാണാൻ ഗ്രാമത്തിലെത്തിയാൽ ഗ്രീഷയ്ക്ക് ഉത്സവമാണ്. മുത്തശ്ശിക്കും.... ഇപ്പോഴിതാ അവൻ വീണ്ടുമെത്തിയിരിക്കുന്നു. മുത്തശ്ശിയാണെങ്കിൽ അവരുടെ ദുഃഖവും വേദനയുമെല്ലാം മറക്കുകയും ചെയ്തിരിക്കുന്നു. ദിവസങ്ങൾ ഇപ്പോൾ ഉല്ലാസപ്രദവും ശബ്ദായമാനവുമാണ്.

ഇരുട്ടുന്നതിനു മുൻപുതന്നെ ഗ്രീഷ കളി കഴിഞ്ഞെത്തി. വന്നപാടെ മുത്തശ്ശിയെ നോക്കി അവൻ ആവേശത്തോടെ പറഞ്ഞു:

“നാളെ ഞാൻ മീൻപിടിക്കാൻ പോകും. ആ പാലത്തിനു താഴെ എത്ര മീനുകളാ....”

“അതു നല്ല കാര്യം തന്നെ.” മുത്തശ്ശി പറഞ്ഞു. “നാളെ നമുക്ക് മീൻകൊണ്ട് സ്റ്റ്യൂ വെക്കണം.”

അത്താഴത്തിനുശേഷം ഗ്രീഷ മീൻപിടുത്തത്തിനുള്ള സാമഗ്രികളൊക്കെ എടുത്തുവച്ചു. “മുത്തശ്ശീ; നാളെ എന്തായാലും സ്റ്റ്യൂ ഉണ്ടാക്കണം. ഫ്രൈയും വേണം. അതിനുള്ള മീൻ ഞാൻ കൊണ്ടുവരും.” ഗ്രീഷ ആവേശത്തോടെ പറഞ്ഞു.

“മീൻ എന്തു നല്ലതാണെന്നോ ഗ്രീഷാ... നിനക്കറിയ്യോ; പണ്ട് എന്റെ അമ്മാവൻ എത്ര മീനുകളെയാ പിടിച്ചു കൊണ്ടുവന്നിരുന്നത്! അക്കാലത്ത് ഞങ്ങൾ കാർതുലിയിലാണ് താമസിച്ചിരുന്നത്. അവിടെ വച്ചായിരുന്നു എന്റെ കല്യാണം. അവിടത്തെ പുഴയിൽ എത്ര മീനുകളായിരുന്നു!”

“മുത്തശ്ശി വിഷമിക്കേണ്ട. നാളെ ഞാനും കുറേ മീൻ കൊണ്ടുവരും.”

സൂര്യൻ എപ്പോഴോ അസ്തമിച്ചിരുന്നെങ്കിലും ആകാശം കുറേ നേരം കൂടി അരുണാഭയണിഞ്ഞു നിന്നു. കുറച്ചു കഴിഞ്ഞപ്പോൾ ചന്ദ്രനുദിച്ചു. വ്യക്തവും മനോഹരവുമായ അർദ്ധചന്ദ്രൻ.

ഉറങ്ങാൻ പോകുന്നതിനുമുൻപ് അല്പമൊരു കുറ്റബോധത്തോടെ മുത്തശ്ശി പറഞ്ഞു:

"രാത്രി ചിലപ്പോൾ ഞാനെന്തെങ്കിലും ബഹളമുണ്ടാക്കിയെന്നു വരും. അപ്പോൾ നീയെന്നെ ഉറക്കെവിളിച്ച് ഉണർത്തിയാൽ മതി. കേട്ടോ മോനേ."

ഗ്രീഷ അപ്പോൾ അവരെ ആശ്വസിപ്പിച്ചു. "അതൊന്നും സാരല്യ മുത്തശ്ശീ... എനിക്ക് നന്നായി ഉറങ്ങാൻ പറ്റാറുണ്ട്."

അവർ ഉറങ്ങാൻ കിടന്നു...

അർദ്ധരാത്രി ഒരു കരച്ചിൽ കേട്ട് ഗ്രീഷ ഞെട്ടിയുണർന്നു.

"അയ്യോ; ഓടി വരണേ... രക്ഷിക്കണേ..."

നല്ല ഉറക്കമായിരുന്നതിനാൽ ഗ്രീഷയ്ക്ക് ആദ്യം ഒന്നും മനസ്സിലായില്ല. കണ്ണുതുറന്നപ്പോൾ ചുറ്റും കനത്ത ഇരുട്ട്. അതിനിടെ ആ കരച്ചിൽ വീണ്ടും.

"അയ്യോ എന്റെ റേഷൻകാർഡ് കാണുന്നില്ലല്ലോ..."

പിന്നെ നീണ്ട നിശ്ശബ്ദത.

അപ്പോഴേക്കും അവന് പരിസരബോധമുണ്ടായി. കരഞ്ഞു വിളിക്കുന്നത് തന്റെ മുത്തശ്ശിയാണെന്ന് അവന് മനസ്സിലായി. ഇരുട്ടിലൂടെ അപ്പുറത്തെ മുറിയിൽനിന്നും അവരുടെ ശ്വാസോച്ഛ്വാസത്തിന്റെ താളാത്മക ശബ്ദം അവന്റെ കാതുകളിലേക്കെത്തി.

"അയ്യോ; എന്റെ റേഷൻകാർഡെവിടെ? നീലച്ചട്ടയുള്ള എന്റെ റേഷൻ കാർഡ് കണ്ടോ കുട്ടികളേ. ഞാൻ വീട്ടിലെത്തിയാൽ കുഞ്ഞുങ്ങൾ റൊട്ടി ചോദിക്കുമല്ലോ. എന്റെ മക്കൾ പട്ടിണി കിടന്നു മരിക്കുമല്ലോ..."

മുത്തശ്ശി അലമുറയിട്ടു കരയാൻ തുടങ്ങി. ഗ്രീഷയ്ക്ക് ഏറെ നേരം അത് കേട്ടിരിക്കാൻ കഴിഞ്ഞില്ല. അവൻ ചാടിയെണീറ്റ് മുത്തശ്ശിയുടെ മുറിയിലേക്ക് ഓടി.

"മുത്തശ്ശീ; മുത്തശ്ശീ... എഴുന്നേല്ക്കൂ...."

അവൻ വിളിച്ചു. അപ്പോഴേക്കും മുത്തശ്ശി ഉണർന്നു. അവർ നിവർന്നു കിടന്നു. "ഗ്രീഷാ; മുത്തശ്ശി നിന്നെ ഉണർത്തി, അല്ലേ മോനേ.... ച്ഛെ..."

"സാരമില്ല മുത്തശ്ശീ" അവൻ അവരെ ആശ്വസിപ്പിച്ചു. ഇനി മുത്തശ്ശി അങ്ങനെ കിടക്കേണ്ട. വലത്തോട്ടു തിരിഞ്ഞു കിടന്നോളൂ. അതാ നല്ലത്."

മുത്തശ്ശി അനുസരിച്ചു.

ഗ്രീഷ തന്റെ മുറിയിലേക്ക് നടന്നു. കുറേ നേരത്തേക്ക് അവന് ഉറങ്ങാനായില്ല. മുത്തശ്ശി പറഞ്ഞ റേഷൻകാർഡിനെക്കുറിച്ചാണ് അപ്പോൾ അവൻ ചിന്തിച്ചത്. അതില്ലെങ്കിൽ ഭക്ഷണം കിട്ടാത്ത ഒരു കാലമുണ്ടായിരുന്നു. ദാരിദ്ര്യത്തിന്റെയും യാതനയുടെയും കാലമായിരുന്നു അതെന്ന് കേട്ടിട്ടുണ്ട്.

പുറത്ത് പരന്നൊഴുകുന്ന നിലാവിന്റെ സമൃദ്ധിയിൽ മുറിയിലെ ഇരുട്ട്

നേർത്തുപോയിരുന്നു. മങ്ങിയ വെളിച്ചത്തിൽ മേശയും ഷെൽഫുമെല്ലാം വ്യക്തമായി കാണാമായിരുന്നു. ഗ്രീഷ പിന്നേയും ഓരോന്ന് ചിന്തിച്ചു കൊണ്ട് കിടന്നു. പിന്നീടെപ്പോഴോ ഉറക്കത്തിലേക്ക് വഴുതിയിറങ്ങിയ അവന്റെ ചെവിയിലേക്ക് മുത്തശ്ശിയുടെ പുലമ്പലുകൾ വീണ്ടും കടന്നു വന്നു.

"ശൈത്യമാണല്ലോ വരുന്നത്. ഓക്ക് കുരുക്കൾ കരുതിവച്ചിട്ടില്ലേ. റൊട്ടിയൊന്നും ആവശ്യത്തിനുണ്ടാകില്ല. അയ്യോ, കർത്താവിനെ ഓർത്ത് അവ കൊണ്ടുപോകരുതേ..." മുത്തശ്ശിയുടെ ശബ്ദം വീണ്ടും വിലാപമായി മാറി. "ആ ചാക്കെങ്കിലും തന്നിട്ടു പോകൂ..." അവർ പൊട്ടിക്കരഞ്ഞു.

ഗ്രീഷ ചാടിയെണീറ്റ് മുത്തശ്ശിയുടെ മുറിയിലേക്ക് ഓടി...

"മുത്തശ്ശീ; മുത്തശ്ശീ..." അവൻ ഉറക്കെ വിളിച്ചുകൊണ്ട് മുറിയിലെ ലൈറ്റിട്ടു.

"മുത്തശ്ശീ.... എഴുന്നേല്ക്കൂ..."

മുത്തശ്ശി ഞെട്ടിയുണർന്നു. അവരുടെ മുഖത്ത് കണ്ണുനീർത്തുള്ളി കൾ തിളങ്ങുന്നത് അവൻ കണ്ടു.

"ഓ... ഞാൻ പിന്നേയും..." മുത്തശ്ശി ദൈന്യതയോടെ പറഞ്ഞു.

"മുത്തശ്ശി എന്തു സ്വപ്നമാ കണ്ടത്?" ഗ്രീഷ ആകാംക്ഷയോടെ ചോദിച്ചു.

"ഓ; ഒരു ചീത്ത സ്വപ്നം. നദിക്കപ്പുറത്തെ കുന്നിൻചെരുവിൽ ഓക്ക് കുരുക്കൾ പെറുക്കുകയായിരുന്നു ഞങ്ങൾ. രണ്ടു ചാക്ക് നിറച്ച് തിരിച്ചു പോരാൻ നില്ക്കുമ്പോഴാണ് ഫോറസ്റ്റുകാർ വന്ന് അതെടുത്തു കൊണ്ടു പോയത്. അതിന് അനുമതി ഇല്ലത്രേ. ദുഷ്ടന്മാർ എന്റെ ചാക്കുപോലും തന്നില്ല."

"അതിന് മുത്തശ്ശിക്കെന്തിനാ ഓക്ക് കുരുക്കൾ?"

"തിന്നാൻ. അതുപൊടിച്ച് കുറച്ചു ഗോതമ്പുപൊടി ചേർത്താൽ ബണ്ണുണ്ടാക്കാം."

"മുത്തശ്ശീ; ഇതൊരു സ്വപ്നമല്ലേ; സംഭവിച്ചതൊന്നുമല്ലല്ലോ...."

"സ്വപ്നമാണ്. എന്നാൽ മുമ്പു സംഭവിച്ചതും. കർത്താവേ, ഇനിയും അത്തരമൊരു കാലം വരാതിരിക്കട്ടെ. നീ പോയി കിടന്നോ മോനേ...."

ഗ്രീഷ മുറിയിലേക്കു പോയി. ഉറക്കത്തിന്റെ തീവ്രത കൊണ്ടോ, മുത്തശ്ശി പിന്നെ ബഹളമൊന്നും ഉണ്ടാക്കാത്തതുകൊണ്ടോ, പിറ്റേന്ന് കുറേ നേരം വരെ അവൻ സുഖമായി ഉറങ്ങി.

അന്ന് അവൻ മീൻപിടിക്കാൻ പോയി. അഞ്ചു വമ്പൻ മത്സ്യങ്ങളുമാ യാണ് തിരിച്ചുവന്നത്. അന്നു രാത്രി മുത്തശ്ശിയുടെ മുറിയിൽ നിന്നും കരച്ചിലോ ബഹളമോ ഒന്നും ഉണ്ടായില്ല. പക്ഷേ, പിറ്റേന്ന് രാവിലെ അവ രുടെ മുഖം കണ്ടപ്പോൾ കഴിഞ്ഞ രാത്രിയും അവരുടെ ഉറക്കം അത്ര സുഖപ്രദമായിരുന്നില്ലെന്ന് അവനു മനസ്സിലായി.

രണ്ടുദിവസം കൂടി കഴിഞ്ഞു.

വൈകുന്നേരം അമ്മയ്ക്ക് ഫോൺ ചെയ്യാൻ അവൻ പോസ്റ്റ് ഓഫീസ് വരെ പോയി.

"മുത്തശ്ശി നിന്റെ ഉറക്കം കെടുത്താറുണ്ടോ?"

ഫോണിലൂടെ അമ്മയുടെ ചോദ്യം.

"മുത്തശ്ശി കരയാനോ സംസാരിക്കാനോ തുടങ്ങുമ്പോഴേക്കും മിണ്ടാതിരിക്ക് എന്നുറക്കെ പറഞ്ഞാൽ മതി. പിന്നെ മിണ്ടില്ല." അമ്മയുടെ ഉപദേശം നിർവ്വികാരതയോടെയാണ് അവൻ കേട്ടത്....

പോസ്റ്റോഫീസിൽ നിന്നും തിരിച്ചുവരുമ്പോൾ ഗ്രീഷയുടെ ചിന്തകളിൽ നിറഞ്ഞുനിന്നത് മുത്തശ്ശിയായിരുന്നു. തനിച്ചുള്ള ജീവിതം അവരെ വല്ലാതെ അസ്വസ്ഥയാക്കുന്നുണ്ടെന്ന് അവനു തോന്നി. കണ്ണുനീർ പടർന്ന അവരുടെ മുഖം മനസ്സിൽ തെളിയുമ്പോഴൊക്കെ അവന്റെ മനസ്സ് നീറിക്കൊണ്ടിരുന്നു. യുദ്ധത്തിന്റെ ഭീകരത അവന്റെ അച്ഛനും അനുഭവിച്ചതാണ്. കാലം മാറിയപ്പോൾ അച്ഛൻ അതെല്ലാം മറക്കുകയും ചെയ്തു. പക്ഷേ, മുത്തശ്ശി ഒന്നും മറന്നില്ല. അവർക്കതിന് കഴിയുന്നില്ല. ജനങ്ങൾക്ക് കഷ്ടപ്പാടുകൾ നിറഞ്ഞ കാലമുണ്ടാകും. ക്രമേണ അതൊക്കെ അവർ മറക്കുകയും ചെയ്യും. എന്നാൽ മുത്തശ്ശിയുടെ സ്ഥിതി നേരെ മറിച്ചാണ്. ഭീകര സ്മരണകളെല്ലാം കറങ്ങിക്കറങ്ങി അവരിലേക്കുതന്നെ തിരിച്ചെത്തുകയാണ്. ഈ അവസ്ഥയിൽനിന്നും മുത്തശ്ശിയെ എങ്ങനെയെങ്കിലും രക്ഷിക്കണമെന്ന് അവൻ തീരുമാനിച്ചു.

സന്ധ്യയായി. അങ്ങകലെ ദോൻ നദിയുടെ അക്കരെ ഉയർന്നുനില്ക്കുന്ന കുന്നുകൾക്കു പിന്നിൽ സൂര്യൻ മറഞ്ഞു. മഞ്ഞിൽ കളിക്കുന്ന കുട്ടികളുടെ ചിരിയും ബഹളവുമൊഴിച്ചാൽ ഗ്രാമം നിശ്ശബ്ദമാണ്. ഗ്രീഷയുടെ മനസ്സ് അപ്പോഴും മുത്തശ്ശിയെ ചുറ്റിപ്പറ്റിതന്നെയായിരുന്നു. അവരെ ഈ അവസ്ഥയിൽനിന്നും എങ്ങനെ രക്ഷിക്കാം എന്നാണ് അവൻ അപ്പോൾ ആലോചിച്ചത്. അമ്മ പറഞ്ഞതുപോലെ ചെയ്താലോ? അത് ഗുണം ചെയ്യുമെന്നാണ് അമ്മ പറഞ്ഞത്. എളുപ്പവുമാണ്. തികച്ചും മനഃശാസ്ത്രപരം. ഒച്ചയിട്ട് ആജ്ഞാപിക്കുക. പക്ഷേ, അതുകൊണ്ട് പ്രശ്നം തീരുമോ? ഗാഢചിന്തയിൽ മുഴുകി ഗ്രീഷ നടന്നു. അവന്റെയുള്ളിൽ എന്തൊക്കെയോ ഉരുകിയമർന്നു. എന്തൊക്കെയോ കത്തിപ്പടർന്നു.

അത്താഴം കഴിക്കുമ്പോഴും പിന്നീട് പുസ്തകം വായിക്കുമ്പോഴും ടി വി കാണുമ്പോഴും ഗ്രീഷ മുത്തശ്ശിയെത്തന്നെ ശ്രദ്ധിക്കുകയായിരുന്നു. താൻ ഉറങ്ങിപ്പോകാതിരുന്നെങ്കിൽ എന്നവൻ ആശിച്ചു.

രാത്രി വന്നു. ഇനി കിടക്കാനുള്ള സമയമാണ്. വീട്ടിൽ വെളിച്ചമണഞ്ഞു. ഗ്രീഷ പക്ഷേ, കിടന്നില്ല. അവൻ കട്ടിലിൽ കാത്തിരുന്നു. പുറത്തു പരന്നൊഴുകുന്ന നിലാവിന്റെ പൊൻവെളിച്ചത്തിൽ അന്തരീക്ഷത്തിലെ മഞ്ഞുകണങ്ങൾ വെട്ടിത്തിളങ്ങി.

മുത്തശ്ശി ഉറക്കം പിടിച്ചിരുന്നു. കുറച്ചുനേരം കഴിഞ്ഞപ്പോൾ അവരുടെ കൂർക്കംവലി ഉയർന്നു. പിന്നീട് അത് നിന്നു. തുടർന്ന് പതിഞ്ഞ ശബ്ദത്തിലുള്ള സംസാരം കേട്ടുതുടങ്ങി. അപ്പോൾ ഗ്രീഷ പെരുവിരലൂന്നി

പുറത്തേക്കു വന്നു. മുത്തശ്ശിയുടെ മുറിക്കു വെളിയിൽ അവൻ പതുങ്ങി നിന്നു. താൻ വിറയ്ക്കുന്നുണ്ടെന്ന് അവന് മനസ്സിലായി.

"അത് പോയല്ലോ.... എന്റെ റേഷൻകാർഡ് നഷ്ടപ്പെട്ടല്ലോ... കർത്താവേ എന്റെ കാർഡ്...." മുത്തശ്ശി കണ്ണീരോടെ പുലമ്പി.

ഒച്ചയിട്ട് ആജ്ഞാപിക്കാൻ തയ്യാറായി ഗ്രീഷ മുറിയിലേക്കു ചെന്നു.

"അയ്യോ... കാർഡില്ലാതെ റൊട്ടി കിട്ടില്ലല്ലോ... കർത്താവേ, എന്റെ റേഷൻ കാർഡ്...."

മുത്തശ്ശി ഉറക്കെ കരഞ്ഞു. കണ്ണുനീർ കൺകോണുകളിലൂടെ ഉതിർന്നിറങ്ങി. അതുകണ്ടപ്പോൾ ഗ്രീഷയുടെ ഹൃദയം ആർദ്രമായി. മറ്റെല്ലാം മറന്ന് അവൻ കട്ടിലിനരികിൽ മുട്ടുകുത്തിയിരുന്നു.

"ഇതാ മുത്തശ്ശീ, കാർഡ്. നീലച്ചട്ടയുള്ള കാർഡ്. ഇത് മുത്തശ്ശിയുടേതല്ലേ? എനിക്കിതു വീണുകിട്ടിയതാ. ഇതാ..."

ഗ്രീഷ സ്നേഹത്തോടെ പറഞ്ഞു.

മുത്തശ്ശി നിശ്ശബ്ദയായി. ഗാഢനിദ്രയിലും അവന്റെ വാക്കുകൾ അവർ കേട്ടിരിക്കുന്നു. അല്പനേരത്തെ മൗനത്തിനുശേഷം അവർ പറഞ്ഞു.

"അതെയതെ. ഇതെന്റെ കാർഡ് തന്നെ. മോനേ, കർത്താവ് നിന്നെ അനുഗ്രഹിക്കട്ടെ."

മുത്തശ്ശിയുടെ ശബ്ദം ഒരു കരച്ചിലിന്റെ വക്കിലെത്തിയപ്പോൾ അല്പം ഉറക്കെത്തന്നെ ഗ്രീഷ പറഞ്ഞു.

"കാർഡ് കിട്ടിയില്ലേ; വേഗം റൊട്ടി വാങ്ങി കുട്ടികൾക്ക് കൊടുക്കൂ. എന്നിട്ട് സുഖമായി ഉറങ്ങിക്കോളൂ."

മുത്തശ്ശി വീണ്ടും നിശ്ശബ്ദയായി. അവരുടെ ശ്വാസോച്ഛ്വാസത്തിന്റെ ശാന്തമായ താളം ശ്രദ്ധിച്ചുകൊണ്ട് കുറച്ചുനേരം കൂടി ഗ്രീഷ അവിടെയിരുന്നു. പിന്നെ അവൻ എഴുന്നേറ്റു. അവന്റെ ശരീരം വിറയ്ക്കുന്നുണ്ടായിരുന്നു. തന്റെ അസ്ഥികൾക്കുള്ളിലേക്ക് ഒരു കുളിര് തുളച്ചിറങ്ങുന്നതുപോലെ അവനു തോന്നി. ചൂടണഞ്ഞിട്ടില്ലാത്ത നെരിപ്പോടിനരികിൽ പോയി അവനിരുന്നു. അപ്പോഴേക്കും അവന്റെ കണ്ണുകൾ നിറഞ്ഞൊഴുകി. വിഭ്രമാത്മകമായ ഒരു ലോകത്തെത്തിയ അവസ്ഥയിലായിരുന്നു അവൻ അപ്പോൾ. കൊഴിഞ്ഞുപോയ ഒരു കാലഘട്ടത്തിന്റെ പ്രതിനിധിയാണ് താനെന്ന് അവനു തോന്നി. ഇടയ്ക്കിടെ അവൻ തേങ്ങിക്കരഞ്ഞു. പക്ഷേ, മുത്തശ്ശിയുടെ ശബ്ദം വീണ്ടുമുയർന്നപ്പോൾ വിചിത്രലോകവും ചിന്തകളും അപ്രത്യക്ഷമായി. അവൻ വേഗം മുത്തശ്ശിയുടെ അരികിലെത്തി.

"ഇതാ എന്റെ അപേക്ഷ..." വിറയാർന്ന സ്വരത്തിൽ മുത്തശ്ശി പറഞ്ഞു.

"ഞാനെന്റെ ഭർത്താവിനെ കാണാൻ പോവുകയാണ്. അദ്ദേഹം പട്ടാളക്കാരുടെ ആസ്പത്രിയിലാണ്. പക്ഷേ, ഇപ്പോൾ ഇരുട്ടാണല്ലോ.... എന്നെ ഒന്നു സഹായിക്കാമോ? ഞാൻ അകത്തേക്കൊന്ന് കടന്നോട്ടെ...."

ഇരുണ്ട തെരുവും അവിടെ ഒരു വലിയ കെട്ടിടത്തിന്റെ വാതിലിനു മുന്നിൽ പകച്ചുനില്ക്കുന്ന ഒരു സ്ത്രീയും ഗ്രീഷയുടെ മുന്നിൽ തെളിഞ്ഞു

വന്നു.

“തീർച്ചയായും... അകത്തേക്ക് വന്നോളൂ. അപേക്ഷയൊന്നും വേണമെന്നില്ല.” ഗ്രീഷ പറഞ്ഞു.

“എന്റെ കൈയിൽ അപേക്ഷയുണ്ട്.” മുത്തശ്ശിയുടെ ശബ്ദമുയർന്നു. അപേക്ഷ വാങ്ങുകതന്നെ വേണമെന്ന് അവനു തോന്നി.

“ശരി; ഇങ്ങു തന്നേക്കൂ... എല്ലാം ശരിയല്ലേ? ഫോട്ടോയും സീലുമുണ്ടല്ലോ, അല്ലേ?”

“എല്ലാമുണ്ട്....” മുത്തശ്ശി ആശ്വാസത്തോടെ പറഞ്ഞു.

“ഇനി അകത്തേക്ക് വന്നോളൂ.” അവൻ ക്ഷണിച്ചു.

“ഞാനിവിടെ നിലത്ത് കിടന്നുറങ്ങിക്കോളാം...”

“വേണ്ട വേണ്ട. നിലത്തൊന്നും കിടക്കേണ്ട. ഇതാ കട്ടിൽ. അങ്ങോട്ടു തിരിഞ്ഞുകിടന്ന് സുഖമായി ഉറങ്ങിക്കോളൂ...”

മുത്തശ്ശി അനുസരണയോടെ വലതുവശം ചേർന്നുകിടന്ന് ഉറക്കം തുടർന്നു. ഇനി അവർ രാവിലെ വരെ സുഖമായി ഉറങ്ങുമെന്ന് ഗ്രീഷയ്ക്ക് തോന്നി. കുറച്ചുനേരം കൂടി അവിടെ നിന്നിട്ട് ലൈറ്റണച്ച് അവൻ സ്വന്തം മുറിയിലേക്ക് നടന്നു.

എങ്ങനെയാണ് ഈ കാര്യം പിറ്റേന്ന് മുത്തശ്ശിയോട് പറയേണ്ടതെന്നു ചിന്തിച്ചുകൊണ്ട് ഗ്രീഷ കിടന്നു. പൊടുന്നനെ ഒരു പൊള്ളുന്ന ചിന്ത അവന്റെ മനസ്സിൽ വളർന്നു. അവൻ ഒന്നും തന്നെ പറയരുത്. ഒരു സൂചന പോലും നല്കരുത്. പകരം പ്രവർത്തിക്കണം. നാളെ രാത്രിയും തുടർന്നുള്ള രാത്രികളിലും ഇന്നത്തെപ്പോലെ പ്രവർത്തിക്കണം. ഒന്നും മിണ്ടാതെ, ഒരു സൂചനപോലും നല്കാതെ... എങ്കിൽ രോഗശാന്തി വരും; തീർച്ച...

ഗ്രീഷ സ്വസ്ഥമായി ഉറങ്ങി.

ഡിക്കൻസ് പ്രഭാവം

കൺസ്റ്റാന്റിൻ പൗവ്സ്തോവ്സ്കി
(1892–1968)

മോസ്കോയിൽ ജനനം. യുക്രൈനിൽ വളർന്നു. ചെറുപ്പത്തിൽത്തന്നെ അച്ഛൻ ഉപേക്ഷിച്ചുപോയതിനെത്തുടർന്ന് ജീവിതം ദുഷ്കരമായി. കുട്ടികൾക്ക് ട്യൂഷനെടുത്തും മറ്റനേകം തൊഴിലുകൾ ചെയ്തും ജീവിതം നയിച്ചു. പലയിടത്തും അലഞ്ഞുതിരിഞ്ഞു. കവിതകളെഴുതിക്കൊണ്ട് അക്ഷരലോകത്തെത്തി. ക്രമേണ ഗദ്യത്തിലേക്ക് വഴിമാറി. 1935 ൽ ആദ്യ നോവൽ *Romantics* പ്രസിദ്ധീകരിച്ചു. രചനകളിൽ സ്വന്തം ജീവിതാനുഭവങ്ങളെ വരച്ചിട്ടു. *റഷ്യയുടെ ഹൃത്തടത്തിൽ, മഴക്കാല പ്രഭാതം, മന്ത്രമോതിരം* എന്നിവ പ്രമുഖ രചനകൾ.

ഫെദോസ്യ തുറമുഖത്തിനു മുകളിൽ ഇളം മഞ്ഞ മേഘങ്ങൾ കനം തൂങ്ങി നില്ക്കുന്നുണ്ടായിരുന്നു. അവയെ കണ്ടാൽ ആദിമകാലത്തെ ഏതോ വിചിത്ര ജീവികളാണെന്നേ തോന്നൂ. ലോഹത്തകിടുകൾ കിലുങ്ങുന്നതുപോലെ തിരമാലകൾ തുറമുഖമേടയിൽ അടിച്ചു ശബ്ദമുണ്ടാക്കിക്കൊണ്ടിരുന്നു. കുറച്ചപ്പുറത്തുള്ള അക്കേഷ്യ മരത്തിൽ കുറേ കുട്ടികൾ കയറിയിരുന്ന് അതിലെ മധുരമുള്ള പൂക്കൾ പറിച്ച് വായിലിട്ട് ചവയ്ക്കുന്നുണ്ടായിരുന്നു. അങ്ങു ദൂരെ, കടലിൽനിന്നും പൊടിപടലങ്ങൾ ഉയർന്നുപൊങ്ങുന്നുണ്ട്. ഒഡേസയിൽനിന്നും വരുന്ന കപ്പലിൽനിന്നുമുള്ള പുകയാണത്. അരയിൽ ഒരു വലക്കഷണം ചുറ്റിയ പരുക്കൻ മുഖമുള്ള മുക്കുവൻ മുഷിഞ്ഞിട്ടെന്നപോലെ ചൂളംവിളിക്കുകയും വെള്ളത്തിലേക്ക് നീട്ടിത്തുപ്പുകയും ചെയ്തു. അയാളുടെ തൊട്ടപ്പുറത്ത് ഒരു കുട്ടി ഏതോ പുസ്തകം വായിച്ചിരിക്കുന്നുണ്ടായിരുന്നു.

"ഏതാണെടാ പുസ്തകം? ഒന്നു നോക്കട്ടെ..."

മുക്കുവൻ സ്വതവേ പരുക്കനായ സ്വരത്തിൽ മുരണ്ടു.

കുട്ടി ചെറിയൊരു ഭയാശങ്കയോടെ പുസ്തകം മുക്കുവന്റെ നേരെ നീട്ടി.

മുക്കുവൻ വായിക്കാൻ തുടങ്ങി. അഞ്ചുമിനിറ്റ് കഴിഞ്ഞു... പത്തു മിനിറ്റ് കഴിഞ്ഞു.

ആവേശം കൊണ്ട് അയാളുടെ ശ്വാസഗതി വർദ്ധിച്ചു. ഇടയ്ക്ക് അയാൾ പിറുപിറുത്തു.

"എന്തൊരു പിരിമുറുക്കമാണെന്റെ കർത്താവേ?"

കുട്ടി കാത്തിരുന്നു. ഇപ്പോൾ അരമണിക്കൂർ കഴിഞ്ഞു.

മേഘങ്ങൾ ചക്രവാളത്തിനപ്പുറത്തേക്ക് നീങ്ങിപ്പോയിരുന്നു. അക്കേഷ്യാ മരത്തിലെ പൂക്കൾ മുഴുവൻ പറിച്ചെടുത്ത കുട്ടികൾ മറ്റൊരു മരത്തിൽ വലിഞ്ഞുകയറാൻ തുടങ്ങി.

മുക്കുവൻ വായന തുടർന്നു. കുട്ടി കാത്തിരിപ്പും. ഇപ്പോൾ ഒരു മണിക്കൂർ കഴിഞ്ഞു...

"അമ്മാവാ.." കുട്ടി പതിയെ പറഞ്ഞു. "എനിക്ക് വീട്ടിൽ പോകണം.."

"അമ്മയുടെ അടുത്തേക്കോ?"

മുക്കുവൻ മുഖം തിരിക്കാതെ ചോദിച്ചു.

"അതെ."

"എന്താ ഇത്ര ധൃതി?" മുക്കുവൻ ദേഷ്യത്തിലാണ് അത് ചോദിച്ചത്. അതിന് കുട്ടിയൊന്നും മിണ്ടിയില്ല. അവന്റെ കണ്ണുനിറഞ്ഞു. മുക്കുവൻ ആവേശഭരിതനായി ഉമിനീർ വിഴുങ്ങി. പേജുകൾ ശബ്ദമുണ്ടാക്കിക്കൊണ്ട് മറിക്കാൻ തുടങ്ങി. ഇപ്പോൾ ഒന്നര മണിക്കൂർ കഴിഞ്ഞു.

കുട്ടി വിതുമ്പിക്കരയാൻ തുടങ്ങി. ഒഡേസയിൽ നിന്നുമുള്ള കപ്പൽ തുറമുഖത്തെത്തി. അതിൽ നിന്നും കാതടപ്പിക്കുന്ന ചൂളം വിളി ഉയർന്നു.

മുക്കുവൻ വായന തുടർന്നു. കുട്ടിയുടെ വിതുമ്പൽ കരച്ചിലായി മാറി. ഏങ്ങലടികളിൽ വിറയ്ക്കുന്ന കവിളുകളിലൂടെ കണ്ണുനീർ ഒഴുകിയിറങ്ങി. മുക്കുവൻ അതൊന്നും കാണുന്നുണ്ടായിരുന്നില്ല. അയാൾ വായനയിൽ മുഴുകിയിരിക്കുകയായിരുന്നു.

അപ്പോൾ തുറമുഖത്തെ വൃദ്ധനായ കാവല്ക്കാരൻ മുക്കുവനെ നോക്കി ഒച്ചയിട്ടു. "എന്തിനാണെടാ ചെക്കനെ കരയിക്കണത്? അത് വേഗം തിരിച്ചുകൊടുക്ക്. നിനക്കെന്താ കണ്ണിൽച്ചോരയില്ലേ?"

മുക്കുവൻ അമ്പരപ്പോടെ തലയുയർത്തി കുട്ടിയുടെ നേരെ നോക്കി. പിന്നെ പുസ്തകം അവന്റെ നേരെ നീട്ടി. നിലത്തേക്ക് ആഞ്ഞുതുപ്പിക്കൊണ്ട് അയാൾ അമറി.

"ഇന്നെടാ നിന്റെ പുസ്തകം. എരണം കെട്ടവൻ! ഇത് നിന്നെ ശ്വാസം മുട്ടിക്കട്ടെ."

കുട്ടി പുസ്തകം തട്ടിപ്പറിച്ചു വാങ്ങി തിരിഞ്ഞു നോക്കാതെ ഹാർബറിലൂടെ മുന്നോട്ടോടി.

"ഏത് പുസ്തകമായിരുന്നു അത്?" ഇതെല്ലാം കണ്ടുകൊണ്ടുനിന്ന ഞാൻ മുക്കുവനോട് ചോദിച്ചു.

"ഡിക്കൻസിന്റെ..." മുക്കുവൻ ദേഷ്യവും നിരാശതയും തുടിക്കുന്ന സ്വരത്തിൽ പറഞ്ഞു. "വല്ലാത്തൊരു എഴുത്തുകാരനാണ് അയാൾ. വായിക്കാൻ തുടങ്ങുമ്പോഴേക്കും ഒട്ടിപ്പിടിക്കുകയല്ലേ, ചക്കപ്പശപോലെ.... നാശം പിടിക്കാൻ..."

ചില നേരങ്ങളിൽ ചില ഹൃദയങ്ങൾ

മിഹായിൽ സോഷ്ചെൻ കോ
(1895–1958)

ഇരുപതാം നൂറ്റാണ്ടിലെ റഷ്യൻ കഥാകാരന്മാരിൽ ശ്രദ്ധേയൻ. യുക്രൈനിലെ പൊൾതാവോ പട്ടണത്തിൽ ജനനം. 1921 ൽ ആദ്യ കഥാസമാഹാരം പ്രസിദ്ധീകരിച്ചു. ദൈനംദിന ജീവിതത്തിലെ നിസ്സാരമായ സംഭവങ്ങളിൽ നിന്നുപോലും കഥകൾ മെനഞ്ഞെടുക്കാനുള്ള പാടവം സോഷ്ചെൻ കോയെ സാധാരണക്കാരായ വായനക്കാരുടെ പ്രിയങ്കരനായ എഴുത്തുകാരനാക്കി. ലളിതമായ ഭാഷയും നർമ്മത്തിൽ ചാലിച്ചെടുത്ത ആഖ്യാനവും സോഷ്ചെൻ കോയുടെ കഥകളുടെ സവിശേഷതകളാണ്.

രസകരമായ ഈ കഥ നടന്നത് ലെനിൻഗ്രാദിലാണ്. അവിടത്തെ ഒരു എഞ്ചിനീയറും ഭാര്യയുമാണ് ഇതിലെ പ്രധാന കഥാപാത്രങ്ങൾ. എഞ്ചിനീയർക്ക് ഭാര്യയെ എന്തൊരിഷ്ടമായിരുന്നെന്നോ... പക്ഷേ, ആ സത്യം അയാൾ മനസ്സിലാക്കിയതോ, ഭാര്യ മറ്റൊരുത്തന്റെ കൂടെ നാടു വിട്ടപ്പോഴും... ഭാര്യയെ താൻ എത്ര ഭ്രാന്തമായാണ് സ്നേഹിച്ചിരുന്നതെന്ന് അപ്പോൾ മാത്രമാണ് അയാൾ മനസ്സിലാക്കിയത്. പല പുരുഷന്മാരുടെയും പ്രശ്നമാണിത്.

എന്നാൽ ഭാര്യക്ക് അത്രമാത്രം സ്നേഹം അയാളോടുണ്ടായിരുന്നോ എന്ന് സംശയമാണ്. ആ വർഷം കരിങ്കടൽ തീരത്തെ ആരോഗ്യകേന്ദ്ര ത്തിൽ അവൾ കുറച്ചുകാലം താമസിച്ചിരുന്നു. അവിടെവെച്ച് ഒരു കലാ കാരനുമായി അവൾ കൊണ്ടുപിടിച്ച പ്രേമത്തിലായി.

വിവരമറിഞ്ഞ നമ്മുടെ എഞ്ചിനീയർ അരിശംകൊണ്ട് കലിതുള്ളി. ആരോഗ്യകേന്ദ്രത്തിൽനിന്നും തിരിച്ചെത്തിയ ഭാര്യയെ അയാൾ ഇക്കാര്യം പറഞ്ഞ് കണക്കറ്റ് ഉപദ്രവിച്ചു. അടിയും ഇടിയും തൊഴിയുമായി അയാൾ അവളെ ഒരു പരുവത്തിലാക്കി. അസൂയയും കുശുമ്പും കുന്നായ്മയും എന്നുവേണ്ട ലോകത്തിലെ സർവ്വഗുണങ്ങളോടും കൂടി അയാൾ ദിവ സവും അവളെ അപമാനിക്കുകയും അവഹേളിക്കുകയും ചെയ്തു. ആരോ ഗ്യകേന്ദ്രത്തിലെ അവിശുദ്ധ ബന്ധത്തെക്കുറിച്ചുള്ള ക്രൂരമായ തമാശകൾ പറഞ്ഞ് അയാൾ ആ സാധു വനിതയെ വല്ലാതെ പീഡിപ്പിച്ചു.

ഭാര്യക്കാണെങ്കിൽ ജോലിയും കൂലിയുമൊന്നും ഉണ്ടായിരുന്നില്ല. എന്നാലും വേണ്ടില്ല, ഈ ആട്ടും തുപ്പും സഹിച്ച് ഭർത്താവിന്റെ കൂടെ കഴിയുന്ന പ്രശ്നമില്ലെന്ന് അവൾ ദൃഢപ്രതിജ്ഞയെടുത്തു.

ഒരു സുദിനത്തിൽ, ഭർത്താവ് ജോലിക്കുപോയ തക്കം നോക്കി ചെറിയ ഒരു പെട്ടിയിൽ തന്റെ തുണിയും മറ്റും കുത്തിനിറച്ച് അവൾ വീടു വിട്ടിറങ്ങി. തല്ക്കാലം കൂട്ടുകാരിയുടെ കൂടെ കഴിയാമെന്നാണ് അവൾ വിചാരിച്ചത്. അതിനിടെ വല്ല ജോലിയും തരപ്പെടുത്തി വേറെയെങ്ങോ ട്ടെങ്കിലും മാറാമെന്നും അവൾ കരുതി.

അന്നുതന്നെ അവൾ കാമുകനായ കലാകാരനെ ചെന്നുകണ്ട് വിവ രങ്ങളെല്ലാം പറഞ്ഞു. എന്നാൽ ആ കലോപാസകൻ ഭർത്താവിനെ തഴ

ഞ്ഞെത്തിയ കാമുകിക്ക് വളരെ തണുത്ത സ്വീകരണമാണ് നല്കിയത്. തെക്കൻ പ്രദേശങ്ങളിലെ ആളുകൾക്ക് ചില പ്രത്യേക മനോവ്യാപാരങ്ങളുണ്ടെന്നും അവ വടക്കൻ പ്രദേശത്തുള്ളവരിൽനിന്നും തികച്ചും വ്യത്യസ്തമാണെന്നും അയാൾ അവളെ അറിയിച്ചു. മാത്രമല്ല, കടൽത്തീരത്തുവെച്ച് സംഭവിക്കുന്ന ഏത് കാര്യത്തിനും അഞ്ചുമിനിറ്റിൽ കൂടുതൽ ആയുസ്സുണ്ടായിരിക്കില്ലെന്ന ഭയങ്കരമായ സത്യവും അയാൾ ആ സ്ത്രീരത്നത്തെ ബോധിപ്പിച്ചു.

അവൾ കുടുംബത്തിൽ പിറന്നവളായിരുന്നു. അതുകൊണ്ടുതന്നെ കാമുകനോട് കലഹിക്കാൻ നില്ക്കാതെ, നിർവ്വികാരതയോടെ, അതിലേറെ ആത്മസംയമനത്തോടെ അയാളോടു യാത്രപറഞ്ഞു.

അതേസമയം നമ്മുടെ എഞ്ചിനീയറുടെ സ്ഥിതിയോ? ഭാര്യ പെട്ടിയും പ്രമാണങ്ങളുമായി വീടുവിട്ടിറങ്ങി എന്നറിഞ്ഞപ്പോൾ അയാൾ ദുഃഖപരവശനായിത്തീർന്നു. താൻ അവളെ എത്രമാത്രം സ്നേഹിക്കുന്നുണ്ടെന്ന സത്യം അപ്പോൾ മാത്രമാണ് അയാൾ മനസ്സിലാക്കിയത്. ഭാര്യയെ തിരഞ്ഞ് ബന്ധുക്കളുടെ വീട്ടിലെല്ലാം അയാൾ കയറിയിറങ്ങി. അവൾ താമസിക്കാൻ സാദ്ധ്യതയുള്ള പലയിടത്തും അയാൾ പോയി നോക്കി. പക്ഷേ, ഒരിടത്തും അവളെ കണ്ടില്ല.

കഠിനമായ നിരാശ തീവ്രമായ വിഷാദത്തിന് വഴി മാറി. തൂങ്ങിമരിക്കാൻ പോലും അയാൾ ചിന്തിച്ചുപോയി. അക്കാര്യം ഫ്ളാറ്റിന്റെ ഉടമസ്ഥനോട് അയാൾ സൂചിപ്പിക്കുകയും ചെയ്തു. ഫ്ളാറ്റുകൾ വാടകയ്ക്ക് കൊടുക്കുന്നവരുടെ സംഘടനയുടെ ചെയർമാൻ ഈ സംഗതി എങ്ങനെയോ അറിഞ്ഞു. ആ നല്ല മനുഷ്യൻ എഞ്ചിനീയറുടെ ഭാവിയെച്ചൊല്ലി ആശങ്കപ്പെടുകയും ആത്മഹത്യയിൽനിന്നും അയാളെ പിന്തിരിപ്പിക്കണമെന്നുറച്ച് എഞ്ചിനീയറെ സന്ദർശിച്ച് ഇങ്ങനെയൊരു ഉപദേശം നല്കുകയും ചെയ്തു.

"ജില്ലയിലെ മികച്ച താമസസ്ഥലത്തിനുള്ള മത്സരത്തിൽ നമ്മുടെ ഈ കെട്ടിടം ഒന്നാംസ്ഥാനമെത്തുമെന്ന് തീർച്ചയാണ്. നിങ്ങളായിട്ട് അതിന് പാരവെക്കരുത്. അല്പമെങ്കിലും മനസ്സാക്ഷിയുണ്ടെങ്കിൽ ഇത്തരമൊരു കടുംകൈ നിങ്ങൾ ചെയ്യരുത്."

തന്റെ ഉപദേശം എഞ്ചിനീയറുടെ തപ്ത ഹൃദയത്തെ ഒട്ടും സ്പർശിച്ചിട്ടില്ലെന്നു മനസ്സിലാക്കിയ ചെയർമാൻ മറ്റൊരു നിർദ്ദേശം മുന്നോട്ടു വച്ചു.

"എന്നാൽ ഒരു കാര്യം ചെയ്യൂ. ആത്മഹത്യ ചെയ്യുന്നതിനു മുൻപായി പത്രത്തിൽ ഒരു അറിയിപ്പ് കൊടുക്കൂ. ഇതാ ഇങ്ങനെ; പ്രിയേ ഓമനേ... നിന്നെ ഞാനിപ്പോഴും ഓർമ്മിക്കുകയും സ്നേഹിക്കുകയും ചെയ്യുന്നു. അതിനാൽ തിരിച്ചുവരൂ. എല്ലാം ഞാൻ ക്ഷമിച്ചിരിക്കുന്നു. ഞാൻ നിന്റേതാണ്. നീ എന്റേതും... ഇത് വായിച്ചാലുടനെ നിങ്ങളുടെ ഭാര്യ നിങ്ങൾക്കരികിലേക്ക് ഓടിയെത്തും. പത്രത്തിന്റെ ശക്തിക്കുമുന്നിൽ ഒരു പെണ്ണിനും

പിടിച്ചു നില്ക്കാനാവില്ല...”

ചെയർമാന്റെ വാക്കുകൾ എഞ്ചിനീയറുടെ വ്രണിത ഹൃദയത്തിൽ തൈലലേപനം ചെയ്തു. അയാൾക്ക് അതിരറ്റ ആശ്വാസം തോന്നി. ഒട്ടും താമസിയാതെ എഞ്ചിനീയർ പത്രമാഫീസിലേക്ക് പാഞ്ഞു. അതിനെത്തുടർന്ന് പത്രത്തിലെ ക്ലാസിഫൈഡ് പംക്തിയിൽ സൈക്കിളിന്റെയും തുണിത്തരങ്ങളുടെയും മറ്റും ഇടയിലായി അയാളുടെ ഹൃദയഭേദകമായ അറിയിപ്പ് തിങ്ങിഞെരുങ്ങി നിന്നു. “മത്യൂസാ.. തിരിച്ചുവരൂ പൊന്നേ; നിന്റെ എല്ലാ തെറ്റുകളും ഞാൻ പൊറുത്തിരിക്കുന്നു...”

ലോകോത്തരമായ ഈ വാക്യങ്ങൾക്കൊപ്പം തന്റെ യാതനകളെ വർണ്ണിക്കുന്ന വേറെയും ചില ഭാഷാ പ്രയോഗങ്ങൾ അയാൾ കൂട്ടിച്ചേർത്തിരുന്നെങ്കിലും പത്രമാപ്പീസിലെ കഠിനമനസ്കർ അതെല്ലാം നിർദ്ദാക്ഷിണ്യം വെട്ടിക്കളഞ്ഞു. അത്തരം പ്രയോഗങ്ങൾ അറിയിപ്പുകളുടെ സാമാന്യ സ്വഭാവത്തെ ഹനിക്കുമെന്നാണ് അതിനു കാരണമായി അവർ പറഞ്ഞത്. പരസ്യക്കൂലിയിനത്തിൽ മുപ്പത്തിയഞ്ച് റൂബിൾ അവർ ഈടാക്കി. പണമടച്ചപ്പോൾ അറിയിപ്പ് പ്രസിദ്ധീകരിക്കുന്ന തീയതി ലഭിച്ചു. അതുകണ്ടപ്പോൾ എഞ്ചിനീയർ ശരിക്കും ഞെട്ടിപ്പോയി. അറിയിപ്പ് പത്രത്തിൽ വരാൻ നീണ്ട പതിനഞ്ചുദിവസങ്ങൾ കാത്തിരിക്കണം!

കോപം കൊണ്ട് എഞ്ചിനീയർക്ക് കണ്ണുകാണാത്തതുപോലെയായി. താനൊരു സൈക്കിൾ വില്ക്കാനുള്ള പരസ്യമല്ല നല്കിയതെന്നും ഇത്തരമൊരു കാര്യത്തിന് ഇത്രയും നീണ്ടകാലം കാത്തിരിക്കാൻ കഴിയില്ലെന്നും അയാൾ തീർത്തു പറഞ്ഞു. അവസാനം അയാളുടെ ദുഃഖത്തിന്റെ ആദരസൂചകമായി അവർ നാലുദിവസം ഇളവ് ചെയ്തുകൊടുത്തു. ആഗസ്ത് ഒന്നിന് അറിയിപ്പ് പത്രത്തിൽ വരുമെന്ന് അവർ എഞ്ചിനീയർക്ക് ഉറപ്പുനല്കി.

ഈ സംഭവത്തിനു പിറ്റേന്ന് എഞ്ചിനീയറുടെ ഭാര്യ ഫ്ളാറ്റ് സംഘടനാ ഓഫീസിൽ പ്രത്യക്ഷപ്പെട്ടു. എഞ്ചിനീയറോടൊപ്പമുള്ള ജീവിതം അവസാനിപ്പിച്ച കാര്യം രേഖാമൂലം അറിയിക്കാൻ എത്തിയതായിരുന്നു അവൾ. അവിടെ വച്ച് അവളെ കാണാനും രണ്ടുവാക്ക് സംസാരിക്കാനും എഞ്ചിനീയർക്ക് അവസരം ലഭിച്ചു. അയാൾ പറഞ്ഞതിതാണ്:

“സമ്മതിച്ചു. കഴിഞ്ഞ ഏഴു വർഷം ഞാൻ കടുംപിടുത്തക്കാരനായിട്ടാണ് കഴിഞ്ഞത്. നിന്റെ അമ്മയെ നമ്മോടൊപ്പം താമസിക്കാൻ ഞാൻ അനുവദിച്ചില്ല. എന്നാൽ നീ തിരിച്ചു വരികയാണെങ്കിൽ അമ്മ ഇവിടെ താമസിക്കുന്നതിൽ എനിക്ക് ഒരു വിരോധവുമില്ല.”

അങ്ങനെയാണെങ്കിൽ താൻ തിരിച്ചുവരാമെന്ന് അവൾ സമ്മതിച്ചു. പക്ഷേ, ഇത്തവണ ഒരു പുതിയ ഒരാവശ്യം കൂടി അവൾ മുന്നോട്ടുവച്ചു. ജോലിയും കൂലിയുമില്ലാതെ നാട്ടിൽ തേരാപാര നടക്കുന്ന തന്റെ പുന്നാര അനിയനേയും കൂടെ താമസിപ്പിക്കണമെന്ന് അവൾ നിർദ്ദേശിച്ചു. എഞ്ചിനീയർക്ക് അത് സമ്മതിക്കാതെ തരമില്ലായിരുന്നു. അങ്ങനെ അവർ

വീണ്ടും ഒന്നിച്ചു

രണ്ടു മൂന്നു ദിവസം കുഴപ്പമില്ലാതെ കടന്നുപോയി. അപ്പോഴാണ് ഭാര്യക്ക് പഴയ അസുഖം വീണ്ടും തുടങ്ങിയത്. തന്റെ പൂർവ്വകാമുകനായ കലാകാരനെ അവൾ വീണ്ടും സന്ധിക്കാൻ പോയി.

അവൾ ഇപ്പോൾ ആഹ്ലാദവതിയാണെന്നു മനസ്സിലാക്കിയപ്പോൾ ആ കലാകാരൻ പഴയ പ്രേമം പൊടിതട്ടിയെടുത്തു. എന്താണെന്നറിയില്ല, തന്റെ മനോവികാരങ്ങൾ ഇപ്പോൾ തെക്കൻ പ്രദേശത്തെ ആളുകളുടേതുപോലെ ത്തന്നെ ആയിരിക്കുകയാണെന്ന് അയാൾ സന്തോഷത്തോടെ അവളെ അറിയിച്ചു. ഇപ്പോൾ ഏത് സമയവും അവൾ ഭർത്താവിന്റെ അരികിലാണെന്നും തന്നോടൊപ്പം അവളെ കിട്ടുന്നില്ലെന്നും അയാൾ പരിഭവം പറയുകയും ചെയ്തു. ആ സായാഹ്നം മുഴുവനും അവർ ആഹ്ലാദത്തോടെ ഒരുമിച്ചു കഴിഞ്ഞു.

അന്ന് ഭാര്യ വീട്ടിലെത്താൻ പതിവിലും വൈകിയപ്പോൾ ഭർത്താവ് വിഷണ്ണനായി ഗെയിറ്റിനരികിൽ പോയി നിന്നു. അപ്പോഴാണ് പ്രിയതമ കാമുകന്റെ ചുമലിൽ തൂങ്ങി, ആടിക്കുഴഞ്ഞ്, ചിരിച്ചുമറിഞ്ഞ് നടന്നുവരുന്നത് അയാൾ കണ്ടത്.

അതോടെ കുടുംബബന്ധം വീണ്ടും അവിയൽ പരുവത്തിലായി. പ്രതിസന്ധി മുമ്പത്തേക്കാൾ രൂക്ഷമായി. അന്തരീക്ഷം ശബ്ദായമാനമായി. പൊട്ടലും ചീറ്റലും ശക്തമായി. യുദ്ധത്തിൽ ഭാര്യയോടൊപ്പം അവളുടെ അമ്മയും കൈ-മെയ് മറന്ന് പങ്കെടുത്തപ്പോൾ കാര്യങ്ങൾ കൈവിട്ടു പോയതായി എഞ്ചിനീയർക്കു തോന്നി.

ഭാര്യ വീണ്ടും വീടുവിട്ടിറങ്ങി. അവൾ ആശ്രയത്തിനായി കാമുകനെ സമീപിച്ചു. അയാൾ ആഗ്രഹിക്കുന്ന പക്ഷം താൻ അയാളോടൊപ്പം താമസിക്കാൻ ഒരുക്കമാണെന്ന് അവൾ പറഞ്ഞു.

എന്നാൽ താനൊരു ചഞ്ചലചിത്തനാണെന്നും, ഇന്ന് തനിക്ക് ശരിയാണെന്നു തോന്നുന്ന കാര്യങ്ങൾ നാളെ അങ്ങനെ ആയിരിക്കണമെന്നില്ലെന്നും ആ കലാകാരൻ അവളെ അറിയിച്ചു. സ്നേഹമെന്നത് വിവാഹമല്ലെന്നും രണ്ടും തികച്ചും വ്യത്യസ്തമായ അനുഭവങ്ങളാണെന്നും അത് അങ്ങനെത്തന്നെ ആയിരിക്കണമെന്നും അവളെ ഉപദേശിക്കാനും അയാൾ മറന്നില്ല.

അവൾ കാമുകനുമായി വഴക്കടിച്ചു. പിന്നീടവൾ പഴയ കൂട്ടുകാരിയുടെ വീട്ടിലേക്ക് പോയി, അവളോടൊപ്പം പൊറുതി തുടങ്ങി. അധികം വൈകാതെ ഒരു മനോരോഗാസ്പത്രിയിൽ അവൾക്ക് ജോലിയും കിട്ടി.

ഇനി എഞ്ചിനീയറുടെ സ്ഥിതിയെന്താണെന്നു നോക്കാം. കുറേക്കാലം അയാൾ ദുഃഖപരവശനായി കഴിഞ്ഞു. അങ്ങനെയിരിക്കെ ഒരു ദിവസം തികച്ചും യാദൃച്ഛികമായി തന്റെ പഴയ കളിക്കൂട്ടുകാരിയെ അയാൾ കണ്ടുമുട്ടി. ഹതാശനായ ആ മനുഷ്യന്റെ കഥ അവളുടെ മനസ്സലിയിച്ചു. അവൾക്ക് അയാളോട് അടങ്ങാത്ത സഹതാപം തോന്നി. അയാളാകട്ടെ

അവളുടെ സാന്നിദ്ധ്യത്തിൽ അപാരമായ ആശ്വാസം കണ്ടെത്തുകയും ചെയ്തു. തന്റെ ദുഃഖത്തെ എന്നെന്നേക്കുമായി ഇല്ലാതാക്കി തന്നെ അനുഗ്രഹിക്കണമെന്ന് അയാൾ കളിക്കൂട്ടുകാരിയോട് അപേക്ഷിച്ചു. അവളാകട്ടെ ആ അപേക്ഷ സന്തോഷത്തോടെ സ്വീകരിക്കുകയും ചെയ്തു. അതിന് മറ്റൊരു കാരണം കൂടിയുണ്ടായിരുന്നു. അവൾക്ക് താമസസ്ഥലമൊന്നും ശരിയായിട്ടില്ലായിരുന്നു.

ദിവസങ്ങൾ കടന്നുപോയി. കൃത്യം പതിനൊന്നാം ദിവസം എഞ്ചിനീയറുടെ ദാരുണമായ അറിയിപ്പ് പത്രത്തിൽ പ്രത്യക്ഷപ്പെട്ടു. അയാൾ അതിനെക്കുറിച്ചെല്ലാം മറന്നുപോയിരുന്നതിനാൽ അക്കാര്യം ശ്രദ്ധിച്ചതുമില്ല. എന്നാൽ ഭാര്യ അതു കണ്ടു; ശ്രദ്ധിക്കുകയും ചെയ്തു. കൂട്ടുകാരിയോടൊപ്പം വിരസമായ ദിനങ്ങൾ തള്ളിനീക്കുമ്പോഴാണ് അവൾ ആ അറിയിപ്പ് കണ്ടത്. അതോടെ അവളുടെ ഹൃദയം ആർദ്രമായി. അത് ഒരു വെണ്ണക്കട്ടി പോലെ ഉരുകി.

“ഓ; അദ്ദേഹം ഇപ്പോഴും എന്നെ സ്നേഹിക്കുന്നു.”

അവൾ ആഹ്ലാദത്തോടെ ചിന്തിച്ചു. “എന്നെ മാത്രമാണ് അദ്ദേഹം സ്നേഹിക്കുന്നത്. എന്നെച്ചൊല്ലി അദ്ദേഹം എത്ര വേദന തിന്നു. ഇനിയും അതനുവദിച്ചുകൂടാ... ഇപ്പോൾത്തന്നെ അദ്ദേഹത്തിന്റെ അരികിലണയണം... ആ ചിത്രകാരൻ ഒരു വായാടി മാത്രമാണ്. നട്ടെല്ലില്ലാത്ത കിഴങ്ങൻ...!”

ഭാര്യയുടെ ചിന്തകളെക്കുറിച്ച് കൂടുതൽ പറഞ്ഞ് ഞാൻ വായനക്കാരെ ബോറടിപ്പിക്കുന്നില്ല. ഇത്രമാത്രം പറയാം. അറിയിപ്പ് വന്ന പത്രവുമായി അവൾ ഉടൻതന്നെ ഭർത്താവിന്റെ വീട്ടിലെത്തി. അവൾ വീട്ടിനുള്ളിലേക്ക് കാലെടുത്തു വയ്ക്കുമ്പോഴാണ് ഭർത്താവ് അവളെ കണ്ടത്. ഉഗ്രശക്തിയുള്ള ഒരു ബോംബ് തന്റെ മേൽ പതിക്കാൻ പോകുന്നത് കണ്ടിട്ടെന്നപോലെ ആ സാധു കിടുങ്ങി വിറച്ചുപോയി. എന്തു ചെയ്യണമെന്നറിയാതെ അയാൾ അസ്പഷ്ടമായി എന്തൊക്കെയോ പുലമ്പിക്കൊണ്ടിരുന്നു. അപ്പോഴാണ് അകത്തെവിടെയോ ആയിരുന്ന കളിക്കൂട്ടുകാരി അങ്ങോട്ടുവന്നത്. അവളെ കണ്ടതോടെ ഭാര്യയുടെ മട്ടുമാറി. പത്രത്തിലെ അറിയിപ്പ് കണ്ടതുകൊണ്ട് മാത്രമാണ് ലക്ഷണംകെട്ട ഈ വീട്ടിൽ താൻ കാല് കുത്തിയതെന്ന് അവൾ പുച്ഛത്തോടെ പറഞ്ഞു. കളിക്കൂട്ടുകാരി അതുകേട്ട് മുളചീന്തുന്ന മട്ടിൽ കരഞ്ഞു. താൻ ഇനിയും അവിടെ നിന്ന് ആ മനുഷ്യന്റെ മുമ്പേതന്നെ തകർന്ന ഹൃദയം കൂടുതൽ ഛിന്നഭിന്നമാക്കുന്നില്ലെന്ന് അവളും വ്യക്തമാക്കി. പത്രത്തിൽ അത്തരമൊരു അറിയിപ്പ് കൊടുത്തിട്ടുണ്ടായിരുന്നുവെങ്കിൽ അതിന്റെ ഫലം വരുന്നതുവരെ അയാൾ കാത്തിരിക്കേണ്ടതായിരുന്നുവെന്ന് കരച്ചിലിനിടയിൽ അവൾ അഭിപ്രായപ്പെട്ടു. ചുരുക്കിപ്പറഞ്ഞാൽ ആ രണ്ടു സ്ത്രീകളും വൈരം മറന്ന് അടുത്ത കൂട്ടുകാരികളായി മാറി. അവർ പരസ്പരം ആലിംഗനം ചെയ്യുകയും ആ കശ്മലന്റെ ജീവിതത്തിലേക്ക് ഇനിയൊരിക്കലും കടന്നു ചെല്ലുകയില്ലെന്ന്

ശപഥം ചെയ്ത് ഇറങ്ങിപ്പോവുകയും ചെയ്തു!

എഞ്ചിനീയർ മാങ്ങയണ്ടി കളഞ്ഞ അണ്ണാൻ കുഞ്ഞിനെപ്പോലെ വിഷണ്ണനായി. ദുഃഖവും നിരാശയും അയാളെ വരിഞ്ഞുമുറുക്കി. അസഹ്യമായ ഏകാന്തതയിൽ അയാൾ നീറിപ്പിടഞ്ഞു. അന്നു വൈകുന്നേരം കളിക്കൂട്ടുകാരി വന്നില്ലായിരുന്നെങ്കിൽ അയാളുടെ അവസ്ഥ എന്താകുമായിരുന്നുവെന്ന് ദൈവത്തിനേ അറിയൂ. പക്ഷേ, അത്യാഹിതമൊന്നും സംഭവിച്ചില്ല. അയാളുടെ ഭാര്യയെപ്പോലെ താനൊരു കരിങ്കൽഹൃദയമുള്ള സ്ത്രീയൊന്നുമല്ലെന്ന് അവൾ തെളിയിക്കുക തന്നെ ചെയ്തു.

എന്തൊരു മനപ്പൊരുത്തം! പിറ്റേന്ന് എഞ്ചിനീയറുടെ ഭാര്യയും അയാളുടെ അരികിലേക്ക് തിരിച്ചുപോകാനൊരുങ്ങി. എന്നാൽ തനിക്കു മുമ്പെ ഭർത്താവിന്റെ കളിക്കൂട്ടുകാരി അവിടെ എത്തിയിട്ടുണ്ടെന്നറിഞ്ഞപ്പോൾ മനസ്സില്ലാമനസ്സോടെ അവൾ അതിൽ നിന്നും പിന്മാറി; വീണ്ടും കൂട്ടുകാരിയോടൊപ്പം പൊറുതി തുടർന്നു. അധികം വൈകാതെ ആ വനിത താൻ ജോലിചെയ്യുന്ന ആസ്പത്രിയിലെ സൈക്യാട്രിസ്റ്റിനെ പ്രണയിക്കുകയും തുടർന്ന് അയാളെ വിവാഹം കഴിച്ച് ആഹ്ലാദഭരിതമായ ഒരു പുതിയ ജീവിതത്തിന് തുടക്കം കുറിക്കുകയും ചെയ്തു.

പൂർവ്വകാമുകി വീണ്ടും ഭർതൃമതിയായെന്നറിഞ്ഞപ്പോൾ കലാകാരനായ നമ്മുടെ കാമുകൻ അവളെ കാണാനെത്തുകയും അവളുടെ പുതിയ കണ്ടെത്തലിൽ അവളെ അഭിനന്ദിക്കുകയും ഇടയ്ക്കിടെ അവളെ ചെന്നു കാണുവാൻ തന്നെ അനുവദിക്കണമെന്ന് അപേക്ഷിക്കുകയും ചെയ്തു.

ചുരുക്കിപ്പറഞ്ഞാൽ എഞ്ചിനീയറുടെയും അയാളുടെ മുൻഭാര്യയുടെയും കളിക്കൂട്ടുകാരിയുടെയും ഹൃദയം വലിയ ചില സംഘർഷങ്ങൾക്കും കോലാഹലങ്ങൾക്കും ശേഷം ക്രമേണ ശാന്തമായി. നാലാമത്തെ ഹൃദയം, അതായത് കലാകാരനായ കാമുകന്റെ ഹൃദയം, ഈ കഥയിൽ വലിയ പങ്കു വഹിച്ചിട്ടില്ല. അതുകൊണ്ടാണ്, അതുകൊണ്ടു മാത്രമാണ്, ആ ഹൃദയത്തെക്കുറിച്ച് ഇവിടെ പരാമർശിക്കാത്തതെന്ന് മാന്യവായനക്കാർ സദയം മനസ്സിലാക്കുമല്ലോ.

കഴിഞ്ഞ കാലം...
(താജിക്കിസ്ഥാൻ കഥ)

സചിം ഉലുഗ് സാദ്

1911 ൽ ഒരു കൃഷീവലകുടുംബത്തിൽ ജനിച്ച സചിം ഉലുഗ് സാദ് താജിക്കിസ്ഥാനിലെ പ്രധാനപ്പെട്ട എഴുത്തുകാരനാണ്. 1929 ൽ താഷ്കെന്റിലെ താജിക് ഇൻസ്റ്റിറ്റ്യൂട്ടിൽനിന്നും അദ്ദേഹം ബിരുദം നേടി. മുപ്പതുകളിൽ എഴുതിത്തുടങ്ങി. നിരവധി കഥകളും ഒട്ടേറെ നോവലുകളും. പല പത്ര മാധ്യമങ്ങളിലും യുദ്ധകാര്യ ലേഖക നായി സേവനമനുഷ്ഠിച്ചിട്ടുണ്ട്. താജിക്കിസ്ഥാനിലെ സയൻസ് അക്കാദമിയിൽ അംഗം. പ്രധാന രചനകൾ: *ദി മോണിങ് ഓഫ് അവർ ലൈഫ്, ദി റിനൊവേറ്റഡ് എർത്ത്, ദി ഫ്ളെയിംസ്, ഷൈനിങ് പേൾസ്.* അദ്ദേഹത്തിന്റെ പ്രശസ്തമായ കഥകളിലൊന്നാണ് കഴിഞ്ഞ കാലം. ശരാശരി താജിക് ജീവിതത്തിന്റെ നൈസർഗ്ഗികമായ ചിത്രങ്ങളാണ് ഈ കഥയിൽ ദൃശ്യവല്ക്കരിക്കുന്നത്.

ഉമ്മയ്ക്ക് ഉപ്പയേക്കാൾ പതിനഞ്ച് വയസ്സ് കുറവായിരുന്നു. ഉയരവും കഷ്ടി. അദ്ദേഹത്തിന്റെ ചുമല് വരെ മാത്രം. എങ്കിലും അവർ ദുർബ്ബല യൊന്നുമായിരുന്നില്ല. വെളുത്തനിറമായിരുന്നു ഉമ്മയ്ക്ക്. ചുവന്നുതുടുത്ത കവിളുകളും മിനുസമാർന്ന, വീതിയേറിയ നെറ്റിയും വലിയ തവിട്ടുനിറ മുള്ള കണ്ണുകളുമുണ്ടായിരുന്നു. പരാതിയോ പരിദേവനമോ ഒന്നുമില്ലാതെ വീട്ടിലെ ജോലിയെല്ലാം അവർ ഭംഗിയായി നിർവ്വഹിച്ചു. ആളുകളോ ടെല്ലാം കരുണയോടെ ഇടപഴകി. ദുരിതത്തിന്റെയും ദൗർഭാഗ്യത്തിന്റെയും കയങ്ങളിൽപ്പെട്ടവരോട് സഹാനുഭൂതിയോടെ പെരുമാറി. അതിഥി സല്ക്കാരം ഉമ്മയ്ക്ക് വലിയ ഇഷ്ടമായിരുന്നു. അയൽപക്കത്തെ സ്ത്രീ കളെയെല്ലാം അവർ വീട്ടിലേക്ക് ക്ഷണിക്കുക പതിവായിരുന്നു.

ഒരിക്കൽ ഉമ്മയുടെ നാട്ടിൽനിന്നും ഒരു സ്ത്രീ ഞങ്ങളുടെ ഗ്രാമ ത്തിലെത്തി. അവരുടെ ഒരു ബന്ധുവിനെ കാണാനോ മറ്റോ വന്നതാ ണവർ. ഉമ്മയാണെങ്കിൽ നാട്ടുകാരെയാരെയെങ്കിലും വീട്ടിലേക്ക് ക്ഷണി ക്കാൻ എത്രയോ കാലമായി ആഗ്രഹിക്കുന്നു. ഇപ്പോൾ ഗ്രാമത്തിലെത്തിയ സ്ത്രീ, പണ്ട് ഉമ്മയെ പഠിപ്പിച്ച ഒരു അദ്ധ്യാപികയുടെ മകളാണ്. അദ്ധ്യാ പിക മരിച്ചിട്ട് കാലം കുറെ കഴിഞ്ഞു. മകൾ വിവാഹിതയായി. എന്റെ ഉമ്മയാണെങ്കിൽ ഏറെക്കാലമായി അവരെ കണ്ടിട്ടുമുണ്ടായിരുന്നില്ല.

പക്ഷേ, അപ്പോഴാണ് ചെറിയൊരു കുഴപ്പമുണ്ടായത്. അവരെ സല് ക്കരിക്കാൻ എന്തോ ഉപ്പ അത്ര താല്പര്യം കാട്ടിയില്ല. ഒരു ദിവസം ഉമ്മയും ഉപ്പയും ഇതിനെക്കുറിച്ച് സംസാരിച്ചുകൊണ്ടിരിക്കെ മൂന്നു സ്ത്രീകൾ വീട്ടുപടിക്കലെത്തി.

"ഒരുപക്ഷേ, അത് അവളായിരിക്കും, നിസോഹോൺ.. നമ്മൾ വിളി ക്കാൻ ചെല്ലാത്തതുകൊണ്ട് പാവം നമ്മളെ തിരക്കി വന്നതാവും..." ഉമ്മ സന്തോഷത്തോടെ അങ്ങനെ വിളിച്ചു പറഞ്ഞുകൊണ്ട് പടിക്കലേക്ക് ഓടിച്ചെന്നു.

ഈ സ്ത്രീയെക്കുറിച്ച് പണ്ടൊരിക്കൽ ഉമ്മ പറഞ്ഞത് എനിക്കോർ മ്മവന്നു. അവളുടെ ഭർത്താവ് ക്രൂരനും ദുഷ്ടനുമാണത്രെ. ഭാര്യയെ എപ്പോഴും അടിക്കും. വീട്ടിൽനിന്നും പുറത്തിറങ്ങാൻ പോലും സമ്മതി ക്കില്ല. അവളാണെങ്കിൽ കൂട്ടുകാരോടൊപ്പം പാട്ടുപാടാനും നൃത്തം ചെയ്യാനും ബന്ധുക്കളെ സന്ദർശിക്കാനും മറ്റും വലിയ ഇഷ്ടമുള്ളവളു

മായിരുന്നു. ഒരിക്കൽ ഇതേച്ചൊല്ലി തർക്കമുണ്ടായപ്പോൾ ദേഷ്യം നിയന്ത്രിക്കാനാവാതെ അയാൾ ഒരു കൈമഴുകൊണ്ട് അവളുടെ കാലിന്റെ വിരൽ ഛേദിച്ചുകളഞ്ഞത്രേ.

ആ നിർഭാഗ്യവതിയെ കാണാൻ എനിക്കും ആഗ്രഹമുണ്ടായിരുന്നു. അതുകൊണ്ട് ഞാനും ഉമ്മയോടൊപ്പം പടിക്കലേക്ക് ചെന്നു. ഉപ്പ നീരസം പുറത്തുകാട്ടാതെ അപ്പോഴേക്കും അദ്ദേഹത്തിന്റെ മുറിയിലേക്ക് പോയിരുന്നു. സ്ത്രീകൾ വീട്ടിലേക്ക് കയറി, മുഖാവരണം മാറ്റി. നിസോഹോണിന്റെ കൂടെ അവരുടെ രണ്ടു മച്ചുനത്തിമാരുണ്ടായിരുന്നു. ഞാൻ പക്ഷേ, നിസോഹോണിനെത്തന്നെ നോക്കിനില്ക്കുകയായിരുന്നു. മെലിഞ്ഞ് ഉയരമുള്ള ആ സ്ത്രീ ചെറുപ്പമായിരുന്നു. സുന്ദരിയുമായിരുന്നു. ഇരുണ്ട, ഈർപ്പമണിഞ്ഞ കണ്ണുകളായിരുന്നു അവർക്ക്. വെള്ളയും പച്ചയും നിറമുള്ള കുപ്പായമാണ് അവർ ധരിച്ചിരുന്നത്. കാതിൽ നീണ്ട കമ്മലുകളും കഴുത്തിൽ പവിഴം പതിച്ച നെക്ക്ലേയ്സുമുണ്ടായിരുന്നു. ഉമ്മയെ സന്തോഷത്തോടെയാണ് അവർ അഭിവാദ്യം ചെയ്തത്. ആ മുഖത്ത് ദുഃഖത്തിന്റെ ഒരു സൂചന പോലും എനിക്കപ്പോൾ കാണാൻ കഴിഞ്ഞില്ല. വിരലുകൾ ഛേദിക്കപ്പെട്ട അവരുടെ പാദങ്ങൾ എനിക്ക് കാണാൻ ആഗ്രഹമുണ്ടായിരുന്നു. പക്ഷേ, അവരുടെ കാലിലുണ്ടായിരുന്ന പുതിയ ലെതർ ഷൂസ് ആ കാഴ്ച എന്നിൽനിന്നും മറച്ചു.

ഉപ്പ ആദ്യം കുറെ മുറുമുറുത്തെങ്കിലും പിന്നീട് പേഴ്സ് തുറന്ന് അതിഥി സല്ക്കാരത്തിനുവേണ്ട അരിയും ആട്ടിറച്ചിയും വിളക്കിലൊഴിക്കാനുള്ള മണ്ണെണ്ണയും മറ്റു വകകളും വാങ്ങാൻ ഏർപ്പാടാക്കി. ഉമ്മ അപ്പോഴേക്കും അയൽപക്കത്തുള്ള സ്ത്രീകളെക്കൂടി വിളിച്ചു, സദ്യക്കുള്ള ഒരുക്കങ്ങൾ ചെയ്തു.

പിന്നീടെപ്പോഴോ നിസോഹോൺ ഷൂസഴിച്ചു മാറ്റിയപ്പോൾ വിരലുകൾ ഛേദിക്കപ്പെട്ട അവരുടെ പാദങ്ങൾ ഞാൻ കണ്ടു. ഒരു പാദത്തിന്റെ രണ്ടും മറ്റേ പാദത്തിന്റെ മൂന്നും വിരലുകൾ അവർക്ക് നഷ്ടപ്പെട്ടിരുന്നു.

നിസോഹോണിന്റെ രണ്ടു മച്ചുനത്തിമാരും കലപില സംസാരിച്ചുകൊണ്ടിരുന്നു. വിരുന്നുവന്നതിലുള്ള സന്തോഷം രണ്ടു പേരുടെയും മുഖത്ത് പ്രകടമായിരുന്നു. ഇടയ്ക്ക് ഒരു പാട്ടു പാടുവാൻ അവർ നിസോഹോണിനോട് ആവശ്യപ്പെട്ടു. അവർ സമ്മതിച്ചെങ്കിലും ഒരു ദുതർ* ഉണ്ടെങ്കിൽ പാടാൻ കഴിഞ്ഞേനെ എന്നവൾ പറഞ്ഞു. വീട്ടിൽ ഒന്നുണ്ട്. പക്ഷേ, അത് ഉപ്പയുടെ മുറിയിലായിരുന്നു. അവിടെയാണെങ്കിൽ ഇപ്പോൾ ഉപ്പയുടെ സ്നേഹിതന്മാർ സായാഹ്നത്തിലെ അവരുടെ പതിവ് വെടിപറച്ചിലിലാണ്. അവരെ ശല്യപ്പെടുത്തേണ്ടെന്ന് കരുതി ഉമ്മ അനിയനെ അയൽവീട്ടിൽനിന്നും ഒരു ദുതർ വാങ്ങിക്കൊണ്ടു വരാനായി പറഞ്ഞയച്ചു.

ദുതറിന്റെ അകമ്പടിയോടെ നിസോഹോൺ പാടിത്തുടങ്ങി. അവരുടെ സ്വരം മധുരവും വശ്യവുമായിരുന്നു. ശോകാർദ്രമായ ഭാവത്തിന്റെ നനവ് പടർന്നതായിരുന്നു ആ ശബ്ദം.

അതിൽ മുഴുകി ഉമ്മയ്ക്കരികിൽ ഞാനും ഇരുന്നു. പെട്ടെന്നാണ് ഉപ്പ ഉച്ചത്തിൽ ഉമ്മയെ വിളിക്കുന്നത് കേട്ടത്. അദ്ദേഹത്തിന്റെ സ്വരത്തിൽ ദേഷ്യം പ്രകടമായിരുന്നു. ഉമ്മ അപ്പോൾ മെല്ലെ, ഒച്ചയുണ്ടാക്കാതെ മുറിയിൽനിന്നും പുറത്തിറങ്ങി ഉപ്പയുടെ അടുത്തേക്ക് നടന്നു. എന്തോ കുഴപ്പം സംഭവിക്കാൻ പോകുന്നുവെന്ന് മനസ്സ് മന്ത്രിച്ചപ്പോൾ ഞാനും ഉമ്മയുടെ പിന്നാലെ ചെന്നു.

"നിന്റെ കാക്കക്കൂട്ടങ്ങളോട് വേഗം വായടയ്ക്കാൻ പറയെടീ.." ഉപ്പ അരിശത്തോടെ ഉമ്മയെ നോക്കി മുരണ്ടു. "അവളുടെ ഒരു പാട്ട്. ഈ വീടിന്റെ സ്വസ്ഥത കെടുത്താൻ.. ആ നശിച്ചവളുടെ പാട്ട് എന്റെ കൂട്ടുകാരെ പാപികളാക്കി മാറ്റും. നീയാണ് പാടുന്നതെന്നാണ് അവർ വിചാരിക്കുക. സൈനിദ്ധീൻ മൊല്ലാക്ക പറഞ്ഞതെന്താണെന്ന് കേൾക്കണോ. 'ഇതാ ഇവിടെ ഒരുത്തൻ.. മതത്തിൽ നിന്നും വഴിതെറ്റിപ്പോയിരിക്കുന്നു. ഏതു വീട്ടിലാണോ ഗൃഹനാഥൻ ഭാര്യയെ പാട്ടു പാടാൻ അനുവദിക്കുന്നത് അവിടെ ഒരു മിനിട്ടുപോലും ഞാൻ താമസിക്കില്ല.' അങ്ങനെ പറഞ്ഞ് മൊല്ലാക്ക ഇവിടുന്ന് ഇറങ്ങിപ്പോവുകയും ചെയ്തു. ഇനി എന്റെ അവസ്ഥയെന്താണ്... ഇതിലും നല്ലത് ഈ ഭൂമി വന്ന് എന്നെ വിഴുങ്ങുന്നതാണെടീ."

ഉമ്മയ്ക്ക് അത് കേട്ടപ്പോൾ വലിയ പരിഭ്രമമായി. അവർ വിറയാർന്ന സ്വരത്തിൽ പറഞ്ഞു:

"പക്ഷേ, അവൾ നമ്മുടെ അതിഥിയല്ലേ... അവളോട് പാട്ടു നിർത്താൻ ഞാനെങ്ങനെ പറയും.."

"പറയണം... ഭർത്താവിനെ ധിക്കരിക്കാൻ നില്ക്കാതെ ഇപ്പോൾത്തന്നെ ചെന്നു പറയെടീ മൂശേട്ടെ.." ഉമ്മയുടെ കരണത്തടിച്ചുകൊണ്ടാണ് ഉപ്പ അങ്ങനെ പറഞ്ഞത്.

ഞാൻ ഭീതിയോടെ ഉമ്മയെ മുറുകെപ്പിടിച്ചു. ആ പാവം കവിളിൽ കൈയമർത്തിക്കൊണ്ട് ഒരക്ഷരം മിണ്ടാതെ പുറത്തേക്കിറങ്ങി. തിരികെ അതിഥികളുടെ അരികിലെത്തിയപ്പോൾ ഉമ്മ അവരെ നോക്കി ചിരിച്ചു. ദയനീയമായ ആ ചിരി മുഖത്ത് വരുത്തുവാൻ ഉമ്മ എത്ര പണിപ്പെട്ടിട്ടുണ്ടാവുമെന്ന് എനിക്ക് നല്ല നിശ്ചയമുണ്ടായിരുന്നു. പിന്നെ ചെറിയൊരു സങ്കോചത്തോടെ ഉമ്മ ഇങ്ങനെ പറഞ്ഞു:

"ക്ഷമിക്കണേ.. ദുതറിന്റെ ഉടമസ്ഥൻ അത് തിരികെ ആവശ്യപ്പെടുന്നു.." ഉമ്മ അവസാനം ഒരു നുണ പറഞ്ഞു. നിസോഹോണിന്റെ കൈയിൽനിന്നും അത് വാങ്ങിച്ചുകൊണ്ട് അവർ തുടർന്നു. "നിന്റെ പാട്ട് കുറച്ചു നേരം കൂടി കേൾക്കണമെന്നുണ്ടായിരുന്നു, എന്തു ചെയ്യാം.. ഇനി ഒരിക്കലാവട്ടെ..."

ഉമ്മ ദുതറുമെടുത്ത് പുറത്തേക്ക് നടന്നു.

അവരുടെ നിരുപദ്രവമായ ഈ സൂത്രം പക്ഷേ, വിജയം കണ്ടില്ല. ഉമ്മ മുറിയിൽ തിരിച്ചെത്തിയ ഉടനെ നിഷ്കളങ്കയായ നിസോഹോൺ പറഞ്ഞത് ഇതാണ്.

"സാരമില്ല.. ദുതർ ഇല്ലാതെതന്നെ ഞാൻ പാടാം." എന്നിട്ട് അവൾ ഒരു തളികയെടുത്ത് മുഖത്തിന് നേരെ ഉയർത്തി അതിൽ കൊട്ടിക്കൊണ്ടു വീണ്ടും പാടാൻ തുടങ്ങി. സ്ത്രീകളെല്ലാം സന്തോഷത്തോടെ ആ പാട്ട് ആസ്വദിച്ചുകൊണ്ടിരുന്നു. എന്നാൽ ഉമ്മയുടെ അപ്പോഴത്തെ അവസ്ഥ പറയാതിരിക്കുകയാണ് ഭേദം. അവർ ആകെ വിളറി. മുഖം, തലയിലെ തട്ടം പോലെ വെളുത്തു. ഇനിയും അവിടെനിന്നും പാട്ട് ഉയരുകയാണെങ്കിൽ തനിക്ക് ലഭിക്കുന്ന ശിക്ഷ കഠിനമായിരിക്കുമെന്ന് ആ പാവം മനസ്സിലാക്കിയിരുന്നു. അതുകൊണ്ടുതന്നെ ധൃതിയിൽ കുറച്ചു ചായ ഒരു കപ്പിൽ പകർന്നുകൊണ്ട് നിസോഹോണിന്റെ നേരെ നീട്ടി ഉമ്മ പറഞ്ഞു:

"ഇനി കുറച്ചു ചായ കുടിക്ക്.. എന്തെങ്കിലും കഴിക്കുകയും ചെയ്യണം.. ഇത്ര നേരമായിട്ടും ഒന്നും കഴിച്ചില്ലല്ലോ..." ഉമ്മയുടെ ശബ്ദം ഭീതിയും ഉൽക്കണ്ഠയും നിമിത്തം ഏറക്കുറെ അസ്പഷ്ടമായിരുന്നു. അവർ വലിയ റൊട്ടി മുറിച്ച് പാട്ടുകാരിയുടെ നേരെ നീട്ടി....

"ഞാനിപ്പോൾ കഴിച്ചതേയുള്ളൂ.. ഇനി ഒന്നും വേണ്ട.." നിസോഹോൺ പറഞ്ഞു.

സുന്ദരിയായ ആ സ്ത്രീ ഇരുണ്ടു തിളങ്ങുന്ന കണ്ണുകൾ പകുതിയടച്ച് യാതനയുടെയും വേദനയുടെയും ഭാവം പ്രകടമാക്കിക്കൊണ്ട് തേങ്ങലിന്റെ സ്വരത്തിൽ വീണ്ടും പാടാൻ തുടങ്ങി.. ആ പാട്ട് ആസ്വദിക്കുവാൻ അപ്പോൾ എനിക്കും കഴിഞ്ഞിരുന്നില്ല. ആ സമയമെല്ലാം അത്യധികമായ സഹതാപത്തോടെ ഞാൻ ഉമ്മയെത്തന്നെ നോക്കിയിരിക്കുകയായിരുന്നു. വിളറി വെളുത്ത അവർ പ്രയാസപ്പെട്ട് മുഖത്ത് ഒരു ചിരി വരുത്തി. അവരുടെ ചുണ്ടുകൾ വിറച്ചുകൊണ്ടിരുന്നു. നോട്ടം അതിഥികളിലേക്കും വാതിലിനുനേരെയും മാറിമാറി സഞ്ചരിച്ചു. പിന്നെ യാന്ത്രികമായെന്നപോലെ എഴുന്നേറ്റുചെന്ന് മുറിയുടെ വാതിലടച്ച് കുറ്റിയിട്ടു. എന്നിട്ട് ചായപ്പാത്രമെടുത്ത് അതൊഴിഞ്ഞിരിക്കുകയാണെന്നുപോലും നോക്കാതെ കപ്പിലേക്ക് ചെരിച്ചു. ഉമ്മയുടെ കൈ വിറയ്ക്കുന്നതനുസരിച്ച് അതിന്റെ മൂടി കിലുങ്ങിക്കൊണ്ടിരുന്നു. അപ്പോഴും പാട്ടുകാരി മറ്റെല്ലാം മറന്ന് പാടുകയായിരുന്നു. സ്ത്രീകളെല്ലാം ഇടയ്ക്കിടെ താളാത്മകമായി തലയാട്ടിക്കൊണ്ട് അതിൽ സ്വയം മറന്ന് മുഴുകിയിരുന്നു.. ഒരു ശിലാപ്രതിമപോലെ ഭയം കൊണ്ട് പകുതി മരവിച്ച അവസ്ഥയിൽ ഉപ്പയുടെ അലർച്ചയ്ക്കായി ഉമ്മ ചെവിയോർത്തു നിന്നു.

ഭയപ്പെട്ടതുതന്നെ സംഭവിച്ചു. അധികം കഴിയുന്നതിനു മുൻപ് ഉപ്പയുടെ കനത്ത കാലടികളുടെ ശബ്ദം ഞങ്ങളുടെ കാതിൽ വന്നലച്ചു. എന്റെ ഞരമ്പുകൾ ഭയംകൊണ്ട് ചുളുങ്ങിപ്പോയതുപോലെ തോന്നി. ഞാൻ ഉപ്പയുടെ നേരെ ഓടി. പുറത്തെ നേർത്ത ഇരുട്ടിലൂടെ നടന്നു വരുന്ന ഉപ്പയുടെ ഉഗ്രരൂപം എന്റെ കണ്ണിൽപ്പെട്ടു.

"ഉമ്മ പറഞ്ഞിട്ടല്ല അവർ പാടുന്നത്. അവർ സ്വന്തം ഇഷ്ടപ്രകാരം പാടുന്നതാണ്.." ഞാൻ ധൃതിയിൽ ഉപ്പയെ ബോദ്ധ്യപ്പെടുത്താൻ ശ്രമിച്ചു.

"നിന്റെ തള്ളയെ ഇങ്ങോട്ടു വിളിക്കെടാ..." ഉപ്പയുടെ സ്വരം ഭീഷണമായിരുന്നു.

"ഉപ്പാ, ഉമ്മ തെറ്റൊന്നും ചെയ്തിട്ടില്ല.. അതൊക്കെ വന്നവരുടെ പണിയാണ്..."

"പോയി ഉമ്മയോട് ഇവിടെ വരാൻ പറ..." എന്നെ മുഴുമിപ്പിക്കാൻ അനുവദിക്കാതെ ഉപ്പ ആജ്ഞാപിച്ചു.

പരിഭ്രാന്തിയോടെ ഞാൻ തിരിഞ്ഞോടി ഒരു വിധത്തിൽ ആംഗ്യം കാണിച്ച് ഉമ്മയെ കാര്യം മനസ്സിലാക്കി. ഉമ്മ അപ്പോൾ പേടിച്ച് കണ്ണു മിഴിച്ച് അനങ്ങാനാവാതെ നില്ക്കുകയായിരുന്നു. വീണ്ടും രണ്ടു മൂന്നു തവണ വിളിച്ചിട്ടാണ് അവർ എഴുന്നേറ്റു പുറത്തേക്കു വന്നത്.

നിസോഹോൺ അപ്പോഴും പാടിക്കൊണ്ടിരിക്കുകയായിരുന്നു. അവരുടെ പാട്ട് അതിഥിമുറിയുടെ ചുമരുകൾ കടന്ന് പുറത്തെ തെരുവിലേക്കുമെത്തിയിരുന്നു.

ഉമ്മയുടെ കൈ മുറുകെ പിടിച്ചുകൊണ്ട് ഞാൻ ഉപ്പയുടെ നേരെ നടന്നു.

"നിങ്ങളെന്നെ എന്ത് വേണമെങ്കിലും ചെയ്തുകൊള്ളൂ.. പക്ഷേ, അതിഥികൾ പോയിട്ട്..." ഉപ്പ സംസാരിക്കുന്നതിനു മുൻപ് മന്ത്രിക്കുന്ന സ്വരത്തിൽ ഉമ്മ അപേക്ഷിച്ചു.

അപ്പോൾ ക്രോധംകൊണ്ട് കിതച്ച് ഉപ്പ ഉറക്കെ ആക്രോശിച്ചു.

"നായിന്റെ മോളേ.. നീയെന്നെ അപമാനിച്ചു..." അതിഥികൾ കേൾക്കാവുന്നത്ര ഉച്ചത്തിൽ അദ്ദേഹം തുടർന്നു.

"എന്തിനാണ് ഈ മൂശേട്ടകൾ ഇത്ര ഉച്ചത്തിൽ തൊള്ള തുറക്കുന്നത്...? നാട്ടുകാരെ മുഴുവൻ ഈ വഷളത്തരം കേൾപ്പിക്കാനോ... ആളുകൾ എന്നെപ്പറ്റി എന്ത് വിചാരിക്കുമെന്ന് തമ്പുരാന് മാത്രമേ അറിയൂ..വീടിന്റെ ബർക്കത്ത് കളയാനായിട്ട് ഓരോന്ന് എഴുന്നള്ളും..."

പെട്ടെന്ന് പാട്ട് നിലച്ചു. ഏതോ വാക്കിന്റെ നടുവിൽ വെച്ച് അത് മുറിഞ്ഞു പോയി...

ഏറെ നേരം കഴിഞ്ഞ് ഉമ്മ മുറിയിൽ തിരിച്ചെത്തി തപ്പിത്തടഞ്ഞു കൊണ്ട് അതിഥികളോടായി എന്തൊക്കെയോ പറഞ്ഞു.

"ഈ ആണുങ്ങളുടെ ഒരു കാര്യം.. ഇവന്റെ ഉപ്പയില്ലേ..." ഉമ്മ എന്നെ നോക്കിക്കൊണ്ടു തുടർന്നു. "ഭയങ്കര ചൂടനാ.. ദേഷ്യം പിടിച്ചാൽ മൂപ്പർക്ക് മറ്റൊന്നും നോട്ടമില്ല. നിങ്ങൾ ഒന്നും വിചാരിക്കരുതേ.. ഓരോരുത്തരുടെ സ്വഭാവമല്ലേ.."

"ഈ കാര്യം മുൻപ് പറഞ്ഞുകൂടായിരുന്നോ ഇത്താ.." നിസോഹോൺ ചോദിച്ചു. കടുത്ത പരിഭ്രമം മൂലം അവരുടെ മുഖം ചുവന്നിരുന്നു. പിന്നെ കുറച്ചു നേരത്തെ മൗനത്തിനു ശേഷം സങ്കടത്തോടെ അവർ തുടർന്നു:

"ഞാൻ പാടരുതായിരുന്നു..."

ഒരു വല്ലാത്ത നിശ്ശബ്ദതയിൽ അന്തരീക്ഷം വിറങ്ങലിച്ചു നിന്നു.

പിന്നെ അതിഥികൾ എഴുന്നേറ്റ് ഉമ്മയോട് യാത്ര പറഞ്ഞു. ഉമ്മ അവരെ പടിക്കൽ വരെ അനുഗമിച്ചു.

ഹാവൂ എല്ലാം കഴിഞ്ഞല്ലോ.. ഞാൻ അപ്പോൾ ആശ്വാസത്തോടെ ചിന്തിച്ചു. ഉമ്മയ്ക്കും സമാധാനമായിക്കാണും.

ഉമ്മ മുറിയിൽ തിരിച്ചെത്തിയപ്പോൾ പക്ഷേ, ആ മുഖം പഴയതു പോലെ പരിക്ഷീണമായിരുന്നു. ഒന്നും മിണ്ടാതെ അവർ മേശ വൃത്തിയാക്കിക്കൊണ്ടിരുന്നു. പിന്നെ പൊടുന്നനെ തേങ്ങിക്കരഞ്ഞുകൊണ്ട് കാർപ്പെറ്റിലേക്ക് വീണു.

(ദുതർ: രണ്ടു കമ്പിയുള്ള ഗിറ്റാർ പോലെയുള്ള ഒരു പരമ്പരാഗത സംഗീത ഉപകരണം.)*

സുലൂവ്....
(ഉസ്ബെക്കിസ്ഥാൻ കഥ)

മക്സൂദ് കരിയേവ്

ശ്രദ്ധേയനായ ഉസ്ബെക് എഴുത്തുകാരനാണ് മക്സൂദ് കരിയേവ്. ചെറുകഥാകൃത്തെന്ന നിലയിൽ പ്രശസ്തനായ അദ്ദേഹം 1960 കളിലാണ് എഴുത്തിന്റെ ലോകത്ത് സജീവമാകുന്നത്. ഉസ്ബെക്കിസ്ഥാനിലെ ഗ്രാമീണ ജനജീവിതത്തിന്റെ തുടിപ്പുകൾ അദ്ദേഹത്തിന്റെ കഥകളിലെ പ്രധാന പ്രമേയമാണ്. *സുലൂവ്* അദ്ദേഹത്തിന്റെ ഏറെ ചർച്ച ചെയ്യപ്പെട്ട കഥയാണ്. നിരവധി ഭാഷകളിലേക്ക് ഈ കഥ വിവർത്തനം ചെയ്തിട്ടുണ്ട്. യാഥാസ്ഥിതിക സമൂഹത്തിൽ മതം സൃഷ്ടിക്കുന്ന അധികാരപ്രമത്തത അവിടത്തെ സ്ത്രീജീവിതത്തെ എത്രമാത്രം അരക്ഷിതമാക്കുന്നു എന്ന് ഈ കഥയിൽ അദ്ദേഹം കൃത്യമായി അടയാളപ്പെടുത്തുന്നു. ഈ കഥയിലെ നായികയായ സുലൂവ് മതത്തിന്റെ സ്ത്രീവിരുദ്ധതക്കെതിരെ പൊരുതുന്ന, സ്വന്തം വ്യക്തിത്വം കാത്തുസൂക്ഷിക്കാൻ വെമ്പുന്ന സ്ത്രീത്വത്തിന്റെ പ്രതീകമാണ്. കഥാന്ത്യത്തിൽ അവൾ പ്രകടിപ്പിക്കുന്ന ധീരത ഉദാത്തവും മാതൃകാപരവുമാണ്.

വളരെ കാലം മുൻപ് സംഭവിച്ചതാണ്....

ഗ്രാമത്തിൽ ഭൂപരിഷ്കരണത്തെ സംബന്ധിച്ച വാർത്തകളും 'എല്ലാവർക്കും സാക്ഷരത' എന്ന മുദ്രാവാക്യവും നിറഞ്ഞുനിന്ന കാലം. സുലൂവിന്റെ ഭർത്താവ് നോർമുറാദ് മാത്രം അതൊന്നും ശ്രദ്ധിച്ചില്ല. നാട്ടിൽ നടക്കുന്ന പരിഷ്കാരങ്ങളിലൊന്നും അയാൾക്ക് ഒരു താല്പര്യവും ഉണ്ടായിരുന്നില്ല. ഇടയ്ക്കിടെ പട്ടണത്തിൽ പോയി വ്യാപാരങ്ങൾ നടത്തി കഴിഞ്ഞു കൂടുകയായിരുന്നു അയാൾ.

സുലൂവിനെ വിവാഹം കഴിച്ചുകൊണ്ടുവന്നിട്ട് ഒരു മാസത്തിലേറെയായി. പക്ഷേ, വീടിന്റെ ചുമരുകളിൽനിന്ന് വിവാഹ സുദിനത്തിലെ അലങ്കാരങ്ങളൊന്നും എടുത്തുമാറ്റിയിട്ടുണ്ടായിരുന്നില്ല. സുലൂവിനാണെങ്കിൽ അവളുടെ വിവാഹ പൂർവ്വദിനങ്ങളെ പൂർണ്ണമായും മറക്കാനും കഴിഞ്ഞിരുന്നില്ല. ഭർത്താവുമായി ശരിക്കും അടുത്തിട്ടില്ലെങ്കിലും അയാൾ പട്ടണത്തിലേക്ക് പോകുമ്പോഴൊക്കെ അവൾക്ക് വിഷമം തോന്നിയിരുന്നു.

ഒരിക്കൽ, പതിവുപോലെ വ്യാപാരാവശ്യങ്ങൾക്കുവേണ്ടി നോർമുറാദ് പട്ടണത്തിലേക്കു പോയി. നാലുദിവസം കഴിഞ്ഞാണ് അയാൾ തിരിച്ചെത്തിയത്. സുലൂവിന് ചില സമ്മാനങ്ങളും അയാൾ വാങ്ങിയിട്ടുണ്ടായിരുന്നു. കുടുംബത്തിലെ വരുമാനമുള്ള ഏക അംഗമെന്ന നിലയിൽ അല്പം അഹങ്കാരത്തോടെയാണ് അയാൾ വീട്ടിലെത്തിയത്. പക്ഷേ, അയാൾ പ്രതീക്ഷിച്ചതൊന്നും അവിടെ നടന്നില്ല. ഭാര്യ പുറത്തേക്കുവന്ന് പുഞ്ചിരിയോടെ അയാളെ സ്വീകരിക്കുകയോ സമ്മാനപ്പൊതി വാങ്ങുകയോ ചെയ്തില്ല. അവൾ ആ സമയത്ത് വീട്ടിലുണ്ടായിരുന്നില്ല എന്നതാണ് സത്യം.

“ഉമ്മാ, സുലൂവ് എവിടെപ്പോയി?” നോർമുറാദ് ഉമ്മയോട് ചോദിച്ചു.

“എന്തൊക്കെയാണ് ഇവിടെ നടക്കുന്നതെന്ന് നീ അറിയുന്നുണ്ടോടാ? നാട്ടിലുള്ള ജിന്നുകളൊക്കെ നിന്റെ പിന്നാലെ കൂടിയിരിക്കുന്നത് നീ കാണുന്നുണ്ടോ?”

ഉമ്മയുടെ വാക്കുകൾ കേട്ട് നോർമുറാദ് അമ്പരന്നു.

“ഉമ്മ എന്താണീ പറയുന്നത്? കാര്യം തെളിച്ചു പറ.. സുലൂവ് എവിടെ?”

"അവളിവിടെയില്ല." നീരസത്തോടെ ഉമ്മ പറഞ്ഞു. വന്നപാടെ മകൻ ഭാര്യയെ തിരക്കിയത് അവർക്ക് തീരെ ഇഷ്ടപ്പെട്ടില്ല. ദുർമ്മുഖത്തോടെ അവർ തുടർന്നു: "ആ ഭയങ്കരിയില്ലേ, മറിയം ഹോൻ.. അവളിവിടെ വന്നിരുന്നു. നിന്റെ ഭാര്യയെയും കൊണ്ട് പോവുകയും ചെയ്തു. ആ അഴിഞ്ഞാട്ടക്കാരിക്ക് നിന്റെ ഭാര്യയെ എഴുത്തും വായനയും പഠിപ്പിക്കണമത്രേ."

"'ഉമ്മയെന്തിനാ അതിനു സമ്മതിച്ചത്?" നോർമുറാദ് അരിശത്തോടെ ചോദിച്ചു. മനസ്സിൽ കോപാഗ്നി ആളിപ്പടർന്നപ്പോൾ അയാൾ മുരണ്ടു. "ഞാനവളെ പഠിപ്പിച്ചുകൊടുക്കുന്നുണ്ട്." എന്നിട്ട് ചവിട്ടിക്കുലുക്കി പുറത്തേക്കിറങ്ങിപ്പോയി.

ഗ്രാമത്തിലെ ഒരു പ്രമാണിയുടെ വീട്ടിലാണ് സാക്ഷരതാ ക്ലാസ് നടക്കുന്നതെന്ന് നോർമുറാദിന് അറിയാമായിരുന്നു. അതുകൊണ്ടുതന്നെ അയാൾ നേരെ അങ്ങോട്ടു ചെന്നു. അവിടെ മറ്റു പഠിതാക്കളോടൊപ്പം ഇരിക്കുകയായിരുന്ന സുലൂവിന്റെ കൈപിടിച്ച് അയാൾ അവളെ പുറത്തേക്ക് വലിച്ചിഴച്ചു. മറ്റുള്ളവരുടെ പ്രതിഷേധമൊന്നും അയാളുടെ ക്രോധത്തിനു മുന്നിൽ വിലപ്പോയില്ല.

നേരം സന്ധ്യയായിരുന്നു. നേരിയ ഇരുട്ട് പരന്നു തുടങ്ങിയിരുന്നു. ഗ്രാമത്തിലെ മിക്കവാറും വിജനമായ നിരത്തിലൂടെ സുലൂവിനെ വലിച്ചിഴച്ചുകൊണ്ടു പോകുമ്പോൾ വർദ്ധിച്ച ദേഷ്യത്തോടെ നോർമുറാദ് ചോദിച്ചു: "നീയെന്നെ നാണം കെടുത്തും, അല്ലേടീ?"

സുലൂവ് ശബ്ദം താഴ്ത്തി പറഞ്ഞു: "എല്ലാവരും പഠിക്കുന്നുണ്ട്. അതിലെന്താ കുഴപ്പം?"

"അതിലൊരു കുഴപ്പവുമില്ല അല്ലേ? പഠിപ്പൊക്കെ കഴിഞ്ഞു ബുർക്കയും ഊരിവെച്ച് അഴിഞ്ഞാട്ടക്കാരികളെപ്പോലെ ജോലിക്കു പോകാനാണോ നിന്റെ പരിപാടി?"

"നിങ്ങളെന്താണ് ഇങ്ങനെയൊക്കെ പറയുന്നത് ? മറിയം താത്തയും ആനിഷയും ബുർക്കയിട്ടുകൊണ്ടാണോ നടക്കുന്നത്?"

"മിണ്ടരുത്..." നോർമുറാദ് ദേഷ്യം കൊണ്ടു വിറച്ചു. "നിന്റെയൊരു മറിയം താത്തയും ആയിഷയും. ആ തേവിടിശ്ശികളെപ്പോലെ നിനക്കും അഴിഞ്ഞാടി നടക്കണം അല്ലെടീ..?"

"എന്നെ എന്തിനാണിങ്ങനെ അധിക്ഷേപിക്കുന്നത്? ഞാൻ അത്ര വലിയ തെറ്റൊന്നും ചെയ്തിട്ടില്ലല്ലോ?"

സുലൂവിന്റെ പ്രതിഷേധം നോർമുറാദിനെ വിറളി പിടിപ്പിക്കുകതന്നെ ചെയ്തു. അയാൾ മുരണ്ടു.

"അതുശരി.. നീയിപ്പോ എന്നെ എതിർക്കാനും തുടങ്ങി അല്ലേ.. ഇങ്ങനത്തെ ഒരുത്തിയെ ഇനി എനിക്ക് ഭാര്യയായി വേണ്ട. ഞാനിതാ നിന്നെ മൊഴി ചൊല്ലുന്നു..."

എന്നിട്ട് അയാൾ മൂന്നു പ്രാവശ്യം തലാഖ് ചൊല്ലി...

സുലൂവ് ഒന്നും മിണ്ടിയില്ല.

വീട്ടിലെത്തിയ ഉടനെ അയാൾ സുലൂവിനെ അടിക്കാൻ തുടങ്ങി. ഏറെ നേരം മർദ്ദനം തുടർന്നു. ഉമ്മ ഓടിവന്ന് പിടിച്ചു മാറ്റിയിരുന്നില്ലെങ്കിൽ അയാൾ അവളെ അടിച്ചു കൊല്ലുമായിരുന്നു.

പിറ്റേദിവസം രാവിലെത്തന്നെ മൊഴിചൊല്ലിയ വാർത്തയറിഞ്ഞു സുലൂവിന്റെ ബാപ്പയും സഹോദരനും വന്നു. ഗ്രാമത്തിലെ മറ്റു കാരണവന്മാരും എത്തിച്ചേർന്നു. എല്ലാവരും നോർമുറാദിന്റെ വീട്ടിലിരുന്ന് കൂടിയാലോചന തുടങ്ങി. മാതാപിതാക്കൾ അവരവരുടെ മക്കളെ ന്യായീകരിച്ചു. ഏറെനേരം അവർ പരസ്പരം കുറ്റപ്പെടുത്തുകയും അധിക്ഷേപിക്കുകയും ചെയ്തു. പിന്നെ അതെല്ലാം നിർത്തി ഇനിയെന്ത് വേണമെന്ന് ആലോചിക്കാൻ തുടങ്ങി. ഗ്രാമത്തിലെ ന്യായാധിപന്മാരുടെ മുൻപാകെ കേസ് എത്തിയാൽ പുലിവാലാകുമെന്ന് എല്ലാവർക്കും അറിയാം. ഇതൊരു കുടുംബകാര്യമാണ്. ഇതിന്റെ പരിഹാരം ഇവിടെനിന്നു കാണുന്നതാണ് നല്ലത്. നിസ്സാരമായ കാരണംകൊണ്ട് ഒരു കുടുംബം തകരാൻ പാടില്ല. ചെറുപ്പക്കാർ അനുരഞ്ജനത്തിൽ എത്തണമെന്ന് പ്രായമായ കാരണവന്മാർ ഒരേ സ്വരത്തിൽ പറഞ്ഞു. പക്ഷേ, എങ്ങനെ? നോർമുറാദ് മൂന്നു പ്രാവശ്യം തലാഖ് ചൊല്ലിയ സ്ഥിതിക്ക് ഇനി അയാൾക്കെങ്ങനെ സുലൂവിനെ സ്വീകരിക്കാനാകും?

അവസാനം പ്രശ്നപരിഹാരത്തിനായി ഗ്രാമത്തിലെ പണ്ഡിതനും പ്രമാണിയുമായ ഇമാമാലി ഹോജ മൗലവിയെ അവർ കൂട്ടിക്കൊണ്ടുവന്നു.

ഇമാമാലി ഹോജ കാര്യങ്ങളെല്ലാം ശ്രദ്ധിച്ചു കേട്ടതിനുശേഷം ഇങ്ങനെ പ്രഖ്യാപിച്ചു:

“ഒരാൾ തന്റെ ഭാര്യയെ മൂന്നു പ്രാവശ്യം തലാഖ് ചൊല്ലി ഉപേക്ഷിച്ചാൽ വീണ്ടും അവളോടൊപ്പം കഴിയാനാവില്ല. ശരീഅത്ത് നിയമമാണത് ...”

എല്ലാ കണ്ണുകളും അപ്പോൾ ഹോജയിലായിരുന്നു.

“അങ്ങ് ഇതിന് എന്തെങ്കിലുമൊരു പരിഹാരം കാണണം. ശരീഅത്തിന്റെ എല്ലാ വശങ്ങളും അങ്ങേക്ക് അറിയാവുന്നതാണല്ലോ.” നോർമുറാദിന്റെ ബാപ്പ ഹോജയോട് അപേക്ഷിച്ചു.

ഹോജ കുറച്ചുനേരം കണ്ണടച്ച് പ്രാർത്ഥനാനിരതനായി. പിന്നീട് എല്ലാവരോടുമായി ഇങ്ങനെ പറഞ്ഞു: “ശരീ അത്തിനെ ആരും വെല്ലുവിളിക്കരുത്. തക്കതായ കാരണമില്ലാതെ മൊഴിചൊല്ലാൻ ആർക്കും അധികാരമില്ല.”

നോർമുറാദിന്റെ ബാപ്പ വീണ്ടും അപേക്ഷിച്ചു. “അങ്ങ് എല്ലാം അറിയുന്ന ആളല്ലേ.. എങ്ങനെയെങ്കിലും ഈ പ്രശ്നത്തിനൊരു പരിഹാരം

കാണണം.”

“ഒരു വഴിയുണ്ട്...” കണ്ണടച്ചുകൊണ്ട് ഹോജ പറഞ്ഞു. “മൊഴി ചൊല്ലിയ ആൾ വധുവിനെ മറ്റൊരാൾക്ക് വിവാഹം കഴിപ്പിച്ചു കൊടുക്കണം.”

അതു കേട്ടപ്പോൾ എല്ലാവരുടെയും മുഖം വാടി. ഇതാണോ പരിഹാരം? നോർമുറാദിന് അതു കേട്ടപ്പോൾ അടങ്ങിയിരിക്കാൻ വയ്യെന്നായി. അയാൾ എന്തോ പറയാനായി തുനിഞ്ഞെങ്കിലും ഹോജ അതു തടഞ്ഞുകൊണ്ട് തുടർന്നു. “ഒന്നും ഇങ്ങോട്ടു പറയേണ്ട. ഞാൻ പറഞ്ഞു കഴിയട്ടെ. വധുവിനെ മറ്റൊരാൾക്ക് വിവാഹം കഴിപ്പിച്ചു കൊടുത്താൽ മാത്രം പോരാ. അവൾ അയാളുടെ കൂടെ ഒരു ദിവസം കഴിയുകയും വേണം. അതിനുശേഷം പുതിയ ഭർത്താവ് അവളെ മൊഴി ചൊല്ലണം. പിന്നെ നോർമുറാദിന് അവളെ വിവാഹം കഴിക്കാൻ തടസ്സമില്ല....”

നോർമുറാദ് പ്രതിഷേധത്തോടെ ചാടിയെഴുന്നേറ്റു. അപ്പോൾ ഹോജ ദേഷ്യത്തോടെ പറഞ്ഞു:

“അവിടെ ഇരിക്കെടാ.. ഇപ്പോൾ ദേഷ്യപ്പെട്ടിട്ട് ഒരു കാര്യവുമില്ല. ശരീഅത്ത് നിയമമാണ് ഞാൻ പറഞ്ഞത്. നിന്റെ ഭാര്യയെ തിരിച്ചുകിട്ടാൻ ഇതേ മാർഗ്ഗമുള്ളൂ..”

വീണ്ടും കശപിശയും വാദപ്രതിവാദങ്ങളും അരങ്ങേറി. വീട്ടിനുള്ളിൽ സ്ത്രീകൾ തേങ്ങിക്കരഞ്ഞു.

ഒരൊറ്റ ദിവസത്തേക്ക് സുലൂവിനെ ആരാണ് വിവാഹം കഴിക്കുക? അഥവാ, അതിനാരെങ്കിലും തയ്യാറായാൽ അവനെയെങ്ങനെ വിശ്വസിക്കും?

അതിനും ഹോജ പരിഹാരം നിർദ്ദേശിച്ചു. സുലൂവിനെ അബ്ദുക്കാദറിനെക്കൊണ്ട് കെട്ടിക്കുക. അബ്ദുക്കാദർ പച്ചപ്പാവമായ ഒരിടയനാണ്.

“എന്തു പറഞ്ഞാലും അനുസരിക്കും. അനാഥനാണ്. പോരാത്തതിന് അവിവാഹിതനും.”

അന്നു വൈകുന്നേരം സുലൂവിനെ അബ്ദുക്കാദറിന്റെ വീട്ടിലേക്ക് കൊണ്ടുപോയി. അവിടെവച്ച് ഹോജയുടെ സാന്നിദ്ധ്യത്തിൽ അവൻ അവളെ വിവാഹം കഴിച്ചു. സുലൂവിനെ പുതിയ ഭർത്താവിനെ ഏല്പിച്ച് എല്ലാവരും ആശ്വാസത്തോടെ തിരിച്ചുപോയി.

ഗ്രാമാതിർത്തിയിലെ ഒരു ചെറിയ മൺകുടിലിലാണ് അബ്ദുക്കാദറിന്റെ താമസം. പരമ ദരിദ്രനായിരുന്നു അവൻ. ആവശ്യത്തിന് പാത്രങ്ങളോ പുതയ്ക്കാനൊരു കമ്പിളിപോലുമോ അവിടെ ഇല്ലായിരുന്നു.

തന്റെ ദുരവസ്ഥയെക്കുറിച്ച് ചിന്തിച്ചുകൊണ്ട്, നിലത്തു വിരിച്ച പഴയ ആട്ടിൻതോലിൽ ഇരിക്കുകയായിരുന്നു സുലൂവ്. അതേസമയം അബ്ദുക്കാദറിന്റെ മനസ്സ് വെപ്രാളപ്പെടുകയായിരുന്നു. ദൈവം സ്വർഗ്ഗത്തിലെ ഒരു ഹൂറിയെ തന്റെ കുടിലിലേക്ക് അയച്ചതാണെന്നാണ് അവനു തോന്നിയത്. ഇവളെ എങ്ങനെയാണ് സല്ക്കരിക്കേണ്ടത്? എന്താണ് പറയേ

ണ്ടത്... എന്തു ചെയ്യണമെന്നറിയാതെ, പരിഭ്രമവും ആനന്ദവും നിറഞ്ഞ ഹൃദയവുമായി അവൻ കുടിലിനുള്ളിൽ അങ്ങോട്ടുമിങ്ങോട്ടും നടന്നു.

പിന്നെ അവൻ മുറ്റത്തേക്കിറങ്ങി കുറച്ചു വിറകു കൊണ്ടുവന്ന് അടുപ്പിൽ വച്ച് കത്തിക്കാൻ തുടങ്ങി. എത്രയോ കാലമായിരിക്കുന്നു ആ അടുപ്പിൽ വെച്ച് ഭക്ഷണം പാകം ചെയ്തിട്ട്. ഉണക്കിയെടുത്ത വലിയ ഒരിറച്ചിക്കഷണം ഒരു മൂലയിൽ തൂക്കിയിട്ടിരുന്നു. കാലപ്പഴക്കം കൊണ്ട് അതൊരു പാറക്കഷണം പോലെ ആയിട്ടുണ്ട്. ഇപ്പോൾ അതിന്റെ ഊഴമായിരിക്കുന്നു എന്ന് അബ്ദുക്കാദറിന് തോന്നി. ഇന്ന് അത് പാകം ചെയ്യണം..... കരിപിടിച്ച് കറുത്ത ഒരു പാത്രത്തിൽ അവൻ വെള്ളം കൊണ്ടുവന്ന് അടുപ്പത്ത് വച്ചു. പിന്നെ ധൃതിയിൽ തീ ഊതിക്കത്തിച്ചു. പഴകി ദ്രവിച്ചു തുടങ്ങിയ അലമാരയിൽ നിന്ന് പൊടിനിറഞ്ഞ പാത്രങ്ങളെടുത്ത് അവൻ കഴുകാൻ തുടങ്ങി. ഇതെല്ലം കണ്ടുകൊണ്ട് സുലൂവിന് അവിടെയങ്ങനെ ഇരിക്കാനായില്ല. അവൾ എഴുന്നേറ്റ് അവന്റെ കൈയിൽനിന്നും പാത്രങ്ങൾ വാങ്ങി. പിന്നെ വീട് അടിച്ചുവാരി സാധനങ്ങൾ അടുക്കിവച്ചു. എത്ര വേഗമാണ് ആ കൊച്ചുകുടിലിൽ ജീവിതത്തിന്റെ ചലനങ്ങളുണ്ടായത്. കുറച്ചു നേരം കഴിഞ്ഞപ്പോഴേക്കും സൂപ്പ് തയ്യാറായി. മാംസത്തിന്റെ സ്വാദൂറുന്ന മണം നുകർന്നപ്പോഴാണ് തനിക്ക് വല്ലാതെ വിശക്കുന്നുണ്ടെന്ന് അവൾക്ക് മനസ്സിലായത്. തലേന്നത്തെ പൊല്ലാപ്പിനു ശേഷം അവൾ ഇതുവരെ ഒന്നും കഴിച്ചിട്ടുണ്ടായിരുന്നില്ല....

ഗുണം കുറഞ്ഞ മാവുകൊണ്ടുണ്ടാക്കിയ റൊട്ടിയിൽനിന്നും ഒരു കഷണം അവൾ മുറിച്ചെടുത്തു. സൂപ്പിന് മുൻപൊരിക്കലും ഇത്രയ്ക്ക് സ്വാദുണ്ടായിരുന്നില്ലെന്ന് അവൾക്കു തോന്നി. അതിന് പുകയുടെ മണമുണ്ടായിരുന്നു. അബ്ദുക്കാദർ ബൂട്ടിന്റെ മുകൾ ഭാഗത്തെ അറയിൽനിന്നും കത്തിയെടുത്ത് മാംസം ചെറുതായി മുറിച്ചു. എന്നിട്ടത് റൊട്ടിയിൽ വച്ച് സുലൂവിന്റെ നേരെ നീട്ടി.

"ഇതൊന്നു തിന്നു നോക്കൂ." അവൻ പറഞ്ഞു.

അപ്പോഴേക്കും ചായയ്ക്കുള്ള വെള്ളം തിളച്ചു. തേയിലപ്പാത്രം തിരഞ്ഞുകൊണ്ട് അവൻ പറഞ്ഞു. "ചായ ഇപ്പൊ തരാട്ടോ..."

സുലൂവ് അപ്പോൾ ചാടിയെണീറ്റുകൊണ്ടു പറഞ്ഞു: "ഇങ്ങു തരൂ, ചായ ഞാനുണ്ടാക്കാം."

ഉണക്ക മാംസം കൊണ്ടുണ്ടാക്കിയ സൂപ്പിന് ഉപ്പ് കൂടുതലായിരുന്നു. അതിനാൽ രണ്ടുപേർക്കും നന്നായി ദാഹിച്ചു.

"നിങ്ങൾക്ക് നല്ല ചായ ഉണ്ടാക്കാനറിയാലോ..." അബ്ദുക്കാദർ അവളെ പ്രശംസിച്ചു. "ഇതിലെന്താണിത്ര പ്രത്യേകത?" സുലൂവ് മൃദു സ്വരത്തിൽ ചോദിച്ചു.

"ഞാൻ ഉണ്ടാക്കുമ്പോളൊന്നും ഇത്ര നന്നാവാറില്ല..." അതുകേട്ട് സുലൂവ് തല താഴ്ത്തി ഇരുന്നു. അവളുടെ മനസ്സ് സന്തോഷംകൊണ്ടു വിടർന്നു.

സമയം കടന്നു പോയ്ക്കൊണ്ടിരുന്നു. നിശ്ശബ്ദരായി അവരിരുവരും അവിടെ അങ്ങനെ ഇരുന്നു. മെല്ലെയൊന്നിളകാൻ പോലും അവർ മടിച്ചു.

അബ്ദുക്കാദർ തന്റെ ജീവിതത്തെപ്പറ്റി ചിന്തിക്കുകയായിരുന്നു. പരമ ദരിദ്രരായിരുന്നു അവന്റെ മാതാപിതാക്കൾ. അത്യദ്ധ്വാനവും പട്ടിണിയും കൊണ്ടാണ് അവർ മരിച്ചത്. വിപ്ലവം വരുന്നതിനു മുൻപ് അവർ ഈ ലോകം വിട്ടുപോയി. അതിനു ശേഷം അനാഥനായി വളർന്ന അബ്ദുക്കാദറിന് ആടുമാടുകളാണ് കൂട്ടിനുണ്ടായിരുന്നത്. അതിരാവിലെ മുതൽ സന്ധ്യ വരെ അവരെ മേയ്ച്ചുകൊണ്ട് അവൻ സ്റ്റെപ്പിയിൽ അലഞ്ഞു തിരിയും. ഈ കാലം വരെ അവൻ ഒരു അന്യസ്ത്രീയുടെ അരികിൽ ഇങ്ങനെ ഇരുന്നിട്ടില്ല. സത്യത്തിൽ ഒരു സ്ത്രീയുടെ മുഖം കാണാനുള്ള ഭാഗ്യം പോലും അവനുണ്ടായിരുന്നില്ല.. ഇപ്പോഴിതാ ഇവിടെ, തന്റെ തൊട്ടരികിൽ മാലാഖയെപ്പോലെ ഒരു സുന്ദരി. പക്ഷേ, അവളുടെ മുഖത്തേക്ക് നോക്കാനോ അവളോടെന്തെങ്കിലും ചോദിക്കാനോ അവനു ധൈര്യമുണ്ടായിരുന്നില്ല. ഒരുപക്ഷേ, അവളെ നോക്കുന്നതുപോലും മാപ്പർഹിക്കാത്ത കുറ്റമായിരിക്കും. ഹോജ അവന് മുന്നറിയിപ്പ് നല്കിയിരുന്നു.

“എടാ, നീയെന്നെ നാണം കെടുത്തരുത്. അവളെ ഒന്നു നോക്കുക പോലും ചെയ്യരുത്. മറിച്ചെന്തെങ്കിലും സംഭവിച്ചാൽ നിന്നെ ഞാൻ ശരിയാക്കും...”

എങ്കിലും രഹസ്യമായി അവൻ അവളെ നോക്കിക്കൊണ്ടിരുന്നു. അവളുടെ കൈകൾ വെളുത്തു തിളങ്ങിയിരുന്നു. കണ്ണുകൾ ഒരു മാൻപേടയുടേതുപോലെ മനോഹരങ്ങളായിരുന്നു. ആകൃതിയൊത്ത ഉരുണ്ട മാറിടങ്ങളായിരുന്നു അവൾക്ക്.

അവർ എന്തിനാണ് ഇന്നൊരു ദിവസത്തേക്ക് മാത്രം ഈ ഹൂറിയെ തന്നെ ഏല്പിച്ചത്? എന്തൊരു ചതിയാണിത്! എത്ര വേദനാജനകം! നാളെ രാവിലെ തന്നെ അവർ വന്ന് ഇവളെ കൊണ്ടുപോകും. അബ്ദുക്കാദറിന്റെ മനസ്സിൽ സുലൂവിനെക്കുറിച്ചുള്ള ചിന്തകൾ വിങ്ങിപ്പൊട്ടിക്കൊണ്ടിരുന്നു. ഈ ലോകത്ത് ഒരു സ്ത്രീയെ സ്പർശിക്കാൻ ഭാഗ്യമില്ലാത്ത ഒരേ ഒരാൾ ഒരുപക്ഷേ, അബ്ദുക്കാദർ ആയിരിക്കും. അനാഥനും ദരിദ്രനുമായ ഒരുത്തന് ആരാണ് പെണ്ണിനെ നല്കുക! മറ്റുള്ളവർക്കു വേണ്ടി എല്ലുമുറിയെ പണിയെടുക്കാനും അവരുടെ കന്നുകാലികളെ മേയ്ച്ചു നടക്കാനുമാണ് അവന്റെ വിധി. എല്ലാവരിൽനിന്നും അകലെ, ഗ്രാമത്തിനു പുറത്താണ് അവന്റെ സ്ഥാനം. ഗ്രാമത്തിലെവിടെയെങ്കിലും വിവാഹം നടക്കുമ്പോൾ അവനെയും വിളിക്കും. അതിഥിയായിട്ടല്ല, പണിക്കാരനായിട്ട്. അവൻ വെള്ളം കൊണ്ടുവരും, വിറകു കീറും, ചായയുണ്ടാക്കും... പക്ഷേ, സദ്യ നടക്കുന്നിടത്ത് അവന് പ്രവേശനമില്ല.

സുലൂവ് വിളക്കിന്റെ തിരി ശരിയാക്കുകയായിരുന്നു. എണ്ണ കുറവായിരുന്നതിനാൽ തിരി മിക്കവാറും കത്തിത്തീർന്നിരുന്നു. ഈ ചെറിയ

കുടിലിനുള്ളിൽ വലിയ സ്വസ്ഥതയും ശാന്തിയും താൻ അനുഭവിക്കുന്നത് എന്തുകൊണ്ടാണെന്ന് അപ്പോൾ അവൾ അത്ഭുതത്തോടെ ചിന്തിച്ചു. അവളുടെ ഭർത്താവിന്റെ വീട് വളരെ വലുതാണ്. എല്ലാം അവിടെ ആവശ്യത്തിലധികമുണ്ട്. കഷ്ടിച്ച് ഒരു മാസമാണ് അവൾ അവിടെ കഴിഞ്ഞത്. അപ്പോഴേക്കും അവളുടെ കവിളുകൾ ഒട്ടുകയും മുഖത്തിന്റെ അരുണിമ മങ്ങുകയും ചെയ്തു. അതിനിടയിലാണ് പുതിയ പൊല്ലാപ്പുകൾ... വിവാഹമോചനം, അപമാനകരമായ പുനർ വിവാഹം.. പാവം മനുഷ്യൻ.. സുലുവിന് അബ്ദുക്കാദറിനോട് സഹതാപം തോന്നി. ഇയാൾ എന്തിനാണ് ഈ അപമാനത്തിന് തയ്യാറായത്.

ഒരു ദിവസത്തെ ഭാര്യ..!

ഒരു വർഷത്തോളം ഈ കുടിലിൽ കഴിയാൻ പറ്റിയിരുന്നെങ്കിൽ... അല്ലെങ്കിൽ ജീവിതകാലം മുഴുവൻ... എന്തൊരു ശാന്തതയാണിവിടെ.. ഉണക്കമാംസം കൊണ്ടുണ്ടാക്കിയ സൂപ്പ്. തവിടുകൊണ്ടുള്ള റൊട്ടി... ഇത്ര സ്വാദേറിയ ഭക്ഷണം താൻ ഇതിനു മുൻപ് കഴിച്ചിട്ടേയില്ലെന്ന് അവൾക്കു തോന്നി. ഒരാൾ അവഹേളിക്കപ്പെടാതിരിക്കുന്നിടത്തോളം കാലം, സ്വാതന്ത്ര്യത്തിന്റെ മധുരം നുകരുന്നിടത്തോളം കാലം കുടിലിനുള്ളിലെ ജീവിതവും സ്വർഗ്ഗതുല്യമായിരിക്കും. ഇയാൾക്ക് എന്തുകൊണ്ട് ജീവിതകാലം മുഴുവൻ തന്നെ ഭാര്യയായി സ്വീകരിച്ചുകൂടാ..

"എന്താണ് ആലോചിക്കുന്നത്? നല്ല ക്ഷീണമുണ്ടാകും അല്ലേ? ഉറക്കം വരുന്നുണ്ടെങ്കിൽ ആ തോല്ക്കുപ്പായമെടുത്ത് പുതച്ച് കിടന്നോളൂ.. പേടിക്കേണ്ട. ഞാൻ മുറ്റത്ത് കിടന്നോളാം... എനിക്കതാ ശീലം."

ചുമരിലെ കുറ്റിയിൽ തൂക്കിയിട്ടിരുന്ന തന്റെ തോല്ക്കുപ്പായമെടുത്ത് സുലൂവിന്റെ നേരെ ഇട്ടുകൊടുത്തുകൊണ്ട് അബ്ദുക്കാദർ പറഞ്ഞു. പിന്നെ പാത്രത്തിൽനിന്നും അവൻ കുറച്ചു വെള്ളമെടുത്തു കുടിച്ചു. അപ്പോൾ തനിക്കും ദാഹിക്കുന്നുണ്ടെന്ന് സുലൂവിനു തോന്നി. മൃദുവായ സ്വരത്തിൽ അവൾ പറഞ്ഞു.. "കുറച്ചു വെള്ളം എനിക്കും..."

കപ്പ് കൈയിൽ പിടിച്ചുകൊണ്ട് കുറെ നേരം അവളെത്തന്നെ നോക്കി നിന്നുപോയി അവൻ. അവന്റെ നോട്ടം കണ്ടപ്പോൾ കുടിലിനുള്ളിൽ പൊടുന്നനെ സുഖകരമായ ഒരു തണുപ്പ് നിറയുന്നതായി സുലൂവിനു തോന്നി. അവൾ വേഗം അവന്റെ കോട്ടിൽ ശരീരമൊതുക്കി. ആ കോട്ടിന് അപരിചിതമായ ഒരു ഗന്ധമുണ്ടായിരുന്നു. സ്റ്റെപ്പിയുടെയും പുരുഷന്റെയും സമ്മിശ്ര ഗന്ധം...പ്രിയപ്പെട്ട ഒരാൾ വികാരാവേശത്തോടെ കെട്ടിപ്പുണർന്നാലുണ്ടാകുന്ന ഒരു സുഖകരമായ ചൂട് അതവൾക്കു നല്കി.

അബ്ദുക്കാദറിന്റെ മനസ്സ് ആഹ്ലാദഭരിതമായിരുന്നു. അവന് ആ സുന്ദരിയെക്കുറിച്ച് അഭിമാനം തോന്നി. അവൾ ഈ കുടിലിൽ ആഹ്ലാദവതിയാണല്ലോ. സ്വസ്ഥമായ മനസ്സുമായാണ് അവൻ ഉറങ്ങിയത്.

പിറ്റേന്ന് അതിരാവിലെ തന്നെ അവൻ ഉണർന്നു സ്റ്റെപ്പിയിലേക്ക്

പോയി. ഇരുട്ട് മുഴുവനും മാറിയിരുന്നില്ല. ഇന്ന് ആകാശത്തെ നക്ഷത്ര ങ്ങൾക്ക് എന്തോ പ്രത്യേകതയുണ്ടെന്ന് അവനു തോന്നി. അവ അവനെ നോക്കി ചിരിക്കുകയും കണ്ണ് ചിമ്മുകയും ചെയ്യുന്നുണ്ടോ... ഇന്ന് അവൻ കൂടുതൽ സന്തോഷവാനാണെന്ന് അവ മനസ്സിലാക്കിയോ..

പകൽ കടന്നുപോയ്ക്കൊണ്ടിരുന്നു. അപ്പോഴെല്ലാം അബ്ദുക്കാദ റിന്റെ മനസ്സിൽ സുലൂവിനെക്കുറിച്ചുള്ള ലഹരി നുരയുന്ന ചിന്തകളാ യിരുന്നു. കന്നുകാലികളെ മേയ്ക്കുമ്പോൾ അവന് യാതൊരു ക്ഷീണവും തോന്നിയില്ല. മഞ്ഞുനിറഞ്ഞ സ്റ്റെപ്പിയുടെ ഓരത്ത് നിറഞ്ഞു നില്ക്കുന്ന റ്റ്യുലിപ്പ് പുഷ്പങ്ങളിൽ കുറച്ചെണ്ണം അവൻ പറിച്ചെടുത്തു. അത് സുലൂവിനാണ്. ഇന്നലെ രാത്രി അവന്റെ കോട്ടിനുള്ളിൽ സുഖമായി കിടന്നുറങ്ങിയ അവന്റെ ഭാര്യക്ക്.

ഇരുട്ടിത്തുടങ്ങിയപ്പോഴാണ് അവൻ കുടിലിലേക്ക് തിരിച്ചത്. അപ്പോൾ അവന്റെ മനസ്സിൽ ഭയാശങ്കകൾ നിറഞ്ഞിരുന്നു. ഹോജയും കൂട്ടരും വന്ന് സുലൂവിനെ കൊണ്ടുപോയിട്ടുണ്ടാകുമോ? ആ ചിന്ത അവന്റെ ഉള്ളു പൊള്ളിച്ചു.

അവൻ കുടിലിനരികിലെത്തി. വാതില്ക്കൽ അതാ വെളിച്ചത്തിന്റെ കീറ്. അവൻ കുടിലിനുള്ളിലേക്ക് ഓടിക്കയറി. അവിടെ അവളുണ്ടാ യിരുന്നു. സുലൂവ്. അവൾ നിറഞ്ഞ പുഞ്ചിരിയോടെ അവനെ സ്വാഗതം ചെയ്തു.

"അവർ വന്നില്ലേ?" അബ്ദുക്കാദർ നിറഞ്ഞ ഉൽക്കണ്ഠയോടെ ചോദിച്ചു.

"വന്നിരുന്നു... അതിന് നമുക്കെന്താ? നമ്മൾ ഇപ്പോഴും ഭാര്യാഭർ ത്താക്കന്മാരാണ്."

സുലൂവ് മന്ത്രിച്ചു. അവൻ അപ്പോൾ അവളെ ആലിംഗനം ചെയ്തു. അവളുടെ കറുത്ത മുടിയിഴകളിലൂടെ വിരലോടിച്ചുകൊണ്ട് അവളുടെ ഗന്ധവും നുകർന്ന് അവൻ നിന്നു...

പുറത്ത് ഹോജയും നോർമുറാദും പ്രമാണിമാരും വീണ്ടുമെത്തി. ഹോജയുടെ ശബ്ദം ഉയർന്നു.

"സുലൂവ്, ഞങ്ങളുടെ കൂടെ വേഗം വാ.. നിനക്കെന്താ, മനസ്സിലാ വുന്നില്ലേ? എടാ, അവളെ വേഗം തലാഖ് ചൊല്ലി ഞങ്ങളോടൊപ്പം അയക്ക്. അതാ നിനക്ക് നല്ലത്.."

"ഞാൻ വരുന്നില്ല..." ഭർത്താവിനോട് കൂടുതൽ ഒട്ടിച്ചേർന്നു നിന്നുകൊണ്ട് സുലൂവ് പറഞ്ഞു.

"എന്താടീ പറഞ്ഞത്? വരുന്നില്ലെന്നോ? ദുഷ്ടേ ...നിന്നെ ഞാൻ കാണിച്ചു തരാം.." ദേഷ്യം കൊണ്ട് ജ്വലിച്ച് നോർമുറാദ് അലറി.

"ഇറങ്ങിപ്പോടാ.. ഇവിടന്ന്. " സുലൂവിനെ പിന്നിലേക്ക് മാറ്റിക്കൊണ്ട് അബ്ദുക്കാദർ ഇടിവെട്ടും പോലെ ആജ്ഞാപിച്ചു. അവന്റെ കൈ ബൂട്ടിന്റെ

അറയിലെ കത്തിയുടെ പിടിയിലമർന്നു.

"നീയെന്താടാ പറയുന്നത്? നിന്നോട് ഞാൻ പറഞ്ഞിരുന്നില്ലേ, ഒരു ദിവസം കഴിഞ്ഞാൽ ഇവളെ മൊഴിചൊല്ലണമെന്ന്. എന്നിട്ട് ഇപ്പോൾ എന്താടാ ഇങ്ങനെ?" ഹോജ അരിശത്തോടെ ചോദിച്ചു.

"ഞാനെന്റെ ഭാര്യയെ മൊഴിചൊല്ലാൻ ഉദ്ദേശിക്കുന്നില്ല. വേഗം സ്ഥലം വിട്ടോ. അതാ നല്ലത്."

കത്തി കൈയിലെടുത്തുകൊണ്ട് ഭീഷണമായ സ്വരത്തിലാണ് അബ്ദുക്കാദർ അങ്ങനെ പറഞ്ഞത്. പ്രമാണിമാർ പിന്നെ അവിടെ നിന്നില്ല...

വർഷങ്ങൾ എത്രയോ കഴിഞ്ഞിരിക്കുന്നു. അബ്ദുക്കാദറിനും സുലുവിനും പ്രായമേറെയായി. അവരുടെ മക്കളെല്ലാം വളർന്നു. വിവാഹിതരായി. അവരുടെ വീട് പുതുക്കിപ്പണിതു. അവിടെ ഇപ്പോൾ നിറയെ സ്നേഹവും ആഹ്ലാദവുമാണ് .... ഒരിക്കൽ ഞാൻ അവിടെ പോയിരുന്നു. അബ്ദുക്കാദറും ഭാര്യയും വളരെ സന്തോഷത്തോടെയാണ് എന്നെ സല്ക്കരിച്ചത്...

ഈ കഥ എനിക്ക് പറഞ്ഞുതന്നത് അബ്ദുക്കാദർ തന്നെയാണ്...

കടൽക്കരയിലെ വീട്
(ബെലാറൂസ് യുദ്ധകഥ)

ഇവാൻ യകവിലെവിച് നവുമെൻകോ

ബെലാറൂസിലെ ഏറ്റവും ജനപ്രിയനായ എഴുത്തുകാരിൽ ഒരാൾ. 1925 ഫെബ്രുവരി 16 ന് ബെലാറൂസിലെ വസീലിയെവിച്ചി പട്ടണത്തിൽ ഒരു റെയിൽവേ തൊഴിലാളിയുടെ മകനായി ജനിച്ചു. കടുത്ത ദാരിദ്ര്യം നിറഞ്ഞതായിരുന്നു ബാല്യം. സ്കൂൾ വിദ്യാർത്ഥിയായിരിക്കുമ്പോൾ തന്നെ റെയിൽ സംബന്ധമായ വിവിധ തൊഴിലുകളിൽ ഏർപ്പെട്ടു. അതിനിടെ പുസ്തക വായനയേയും ഒപ്പം കൂട്ടി. രണ്ടാം ലോക മഹായുദ്ധത്തിലും നാസി അധിനിവേശത്തിനെതിരെ സോവിയറ്റ് യൂണിയൻ നടത്തിയ യുദ്ധത്തിലും പങ്കെടുത്തു ധീരമായി പൊരുതി. യുദ്ധഭൂമിയിൽ വെച്ച് മാരകമായി മുറിവേറ്റതിനെത്തുടർന്ന് സൈനിക സേവനം ഉപേക്ഷിച്ചു ചില പത്രങ്ങളുടെ കറസ്പോണ്ടന്റ് ആയി പ്രവർത്തിച്ചു. അതോടൊപ്പം ബെലാറൂസ് സ്റ്റേറ്റ് യൂണിവേഴ്സിറ്റിയിൽ പഠനം. തുടർന്ന് ഭാഷാശാസ്ത്രത്തിൽ ഡോക്ടറേറ്റ് നേടി അവിടെത്തന്നെ അദ്ധ്യാപകനായി. പില്ക്കാലത്ത് ബെലാറൂസ് സുപ്രീം കൗൺസിൽ ഡെപ്യൂട്ടി ചെയർമാൻ തുടങ്ങി നിരവധി ഉന്നത പദവികൾ വഹിച്ചു. ആദ്യ കഥ 1855 ൽ വെളിച്ചം കണ്ടു. നിരവധി കഥാസമാഹാരങ്ങൾ. നോവലിസ്റ്റ്, നാടകകൃത്ത്, സാഹിത്യ നിരൂപകൻ എന്നീ നിലകളിലും പ്രശസ്തൻ. *The Poplar of youth, Veronica, That Very Land, Forty Three, From The Heart of Life, The Writer Democrat, Yanka Kupala - The profile of A Hero* എന്നിവ ഏറെ പ്രശസ്തമായ രചനകൾ. സോവിയറ്റ് ദേശീയ ബഹുമതിയായ ലെനിൻ പ്രൈസ് ഉൾപ്പെടെ നിരവധി പുരസ്കാരങ്ങൾ നേടിയിട്ടുണ്ട്. 2006 ഡിസംബർ 17 ന് അന്തരിച്ചു. യുദ്ധമുഖത്തെ സൈനികരുടെ മാനസിക വ്യാപാരങ്ങൾ തന്മയത്വത്തോടെ ആവിഷ്കരിക്കുന്ന കഥയാണ് *കടൽത്തീരത്തെ വീട്*. യുദ്ധം സാധാരണക്കാർക്ക് മാത്രമല്ല യോദ്ധാക്കൾക്കും എത്ര മാരകമായ പ്രഹരമാണേല്പിക്കുന്നതെന്നും അത് അവരുടെ സ്വപ്നങ്ങളെയും പ്രതീക്ഷകളെയും എങ്ങനെയാണ് തല്ലിക്കൊഴിക്കുന്നതെന്നും ഈ കഥ അപാരമായ യാഥാർത്ഥ്യബോധത്തോടെ നമുക്ക് കാണിച്ചു തരുന്നു.

മണൽ നിറഞ്ഞ കടൽക്കരയിൽ വേനൽക്കാലവസതികളും വില്ലകളും സാനിറ്റോറിയങ്ങളും നിരനിരയായി നിന്നിരുന്നു. അവിടെ ഒരറ്റത്ത് മുന്നോട്ടുന്തിനില്ക്കുന്ന ഉൾക്കടലിന്റെ വക്കത്താണ് വൈറ്റ് ഹൗസ് എന്ന കെട്ടിടം. അതിന്റെ ആറാംനിലയിലാണ് ഞങ്ങളുടെ നിരീക്ഷണ കേന്ദ്രം.

വൈകുന്നേരമായപ്പോൾ ഞങ്ങൾക്കുള്ള സൂപ്പുമായി സാർജന്റ് മേജർ നിസക്കളബോവ് വന്നു. അയാളുടെ നീലപാന്റും പുറംകുപ്പായവും മണലിൽ പുതഞ്ഞിരുന്നു. കടൽക്കരയുടെ തുറസ്സായ ഭാഗത്ത് വെടിവെപ്പ് തുടരുകയാണ്. ശത്രുസൈന്യത്തിന്റെ കണ്ണിൽപ്പെടാതിരിക്കാൻ പത്തു വാരയോളം ഇഴഞ്ഞിട്ടാണ് അയാൾ ഇവിടെയെത്തിയത്.

ഇവിടെ ഞങ്ങളുടെ സ്ഥിതി യുദ്ധമുന്നണിയിലെ മറ്റു ഭടൻമാരുടേതിനേക്കാൾ എത്രയോ മെച്ചമായിരുന്നു. ഒരു സുരക്ഷിത താവളത്തിലിരുന്നുകൊണ്ട് ശത്രുവിന്റെ നീക്കങ്ങളെ നിരീക്ഷിക്കുന്നതും അതിനെക്കുറിച്ച് അപ്പപ്പോൾ അധികാരികളെ ഫോണിൽ അറിയിക്കുന്നതും വിഷമമേറിയ ഒരു പ്രവൃത്തിയല്ലല്ലോ..

"എല്ലാവരും ശ്രദ്ധിക്കൂ." നിസക്കളബോവിന്റെ ബലിഷ്ഠരൂപം വാതില്ക്കൽ പ്രത്യക്ഷപ്പെട്ടപ്പോൾ ഡെപ്യൂട്ടി കമാന്റർ സ്മിർനോവ് വിളിച്ചുപറഞ്ഞു. "മെർസ് ല്യക്കോവ് നിരീക്ഷണസ്ഥാനത്തിരിക്കട്ടെ. മറ്റുള്ളവർ ഭക്ഷണമുറിയിലേക്ക് പോകൂ..."

"ഇന്ന് എനിക്ക് ഒന്നുമില്ലേ?" ജനാലയ്ക്കരികിലെ സോഫയിലിരിക്കുകയായിരുന്ന സാർജന്റ് മേജറെ നോക്കി പ്രതീക്ഷയോടെ മെർസ് ല്യക്കോവ് ചോദിച്ചു.

"നിങ്ങൾക്കുള്ളത് ഇന്നലെ കിട്ടിയില്ലേ?" സാർജന്റ് മേജർ അയാളെ ഓർമ്മപ്പെടുത്തിക്കൊണ്ടു പറഞ്ഞു. "കാമുകിമാർക്ക് അവരുടെ ഹൃദയവികാരങ്ങൾ കത്തുകളിലാക്കി എല്ലാ ദിവസവും അയക്കാനാകുമോ?"

ചുവാഷ് പ്രദേശത്തുനിന്നുള്ള നിസക്കളബോവ് നെറ്റി ചുളിച്ചുകൊണ്ടാണ് സംസാരിക്കുകയെങ്കിലും ആൾ ഗൗരവക്കാരനൊന്നുമല്ല. അത്യാവശ്യം സംസാരപ്രിയനാണുതാനും ..

അയാൾ പിന്നെ ഭക്ഷണമുറിയിലേക്ക് ചെന്നു. അവിടത്തെ ജനാലകളെല്ലാം കടലിന് അഭിമുഖമായി തുറക്കുന്നവയായിരുന്നു. ഒരു

ബോംബോ ഷെല്ലോ നേരിട്ടു പതിക്കാനുള്ള സാദ്ധ്യത ഒഴിച്ചുനിർത്തിയാൽ ഇവിടെ ഞങ്ങൾ തികച്ചും സുരക്ഷിതരാണ്. കറുത്ത കട്ടിക്കടലാസുകൊണ്ട് ജനാലകൾ മറച്ചശേഷം ഞങ്ങൾ മുറിയിൽ കുറെ മെഴുകുതിരികൾ കത്തിച്ചുവെച്ചു.

"നമ്മുടെ ഹിരോഹിതോ ചക്രവർത്തിയുടെ ആഗമനം പ്രമാണിച്ച് ഞങ്ങൾ ഈ ഒരുക്കങ്ങൾ നടത്തുന്നു.'' സ്മിർനോവ് തമാശയായി പറഞ്ഞു. സാർജന്റ് മേജറും തമാശ ആസ്വദിക്കുന്ന ആളായതുകൊണ്ടു കുഴപ്പമില്ല. പക്ഷേ, ഞങ്ങൾ അഞ്ചു ഭടന്മാർ ഗൗരവത്തോടെ, അതിലേറെ ആകാംക്ഷയോടെ, സാർജന്റ് മേജറുടെ ടാർപോളിൻ ബാഗിലേക്കുതന്നെ മിഴി നട്ടിരിക്കുകയാണ്. അദ്ദേഹം കൊണ്ടുവന്ന, സൂപ്പ് പറ്റിപ്പിടിച്ച ഇരുപതു ലിറ്റർ കൊള്ളുന്ന വലിയ പാത്രമായിരുന്നില്ല, ആ ബാഗായിരുന്നു ഞങ്ങളെ ഭക്ഷണമുറിയിലേക്ക് ആകർഷിച്ചത്. ഞങ്ങളുടെ ആകാംക്ഷ നിസക്കളബോവിന് നന്നായി അറിയാമായിരുന്നു. പക്ഷേ, ഒട്ടും ധൃതി വെക്കാതെ അദ്ദേഹം കുഷ്യൻ പിടിപ്പിച്ച ഒരു സ്റ്റൂളിൽ ഇരുന്നുകൊണ്ട് ചുവന്നുതുടുത്ത മുഖത്ത് നിറഞ്ഞുനിന്നിരുന്ന വിയർപ്പ് ഒരു കൈലേസുകൊണ്ട് തുടച്ചു. പിന്നെ ഒരു സിഗരറ്റിനു തീ കൊളുത്തി.

"സാർജന്റ് മേജർ, ഞങ്ങളെ ഇങ്ങനെ മുൾമുനയിൽ നിർത്തരുതേ.'' ഫിലിമോണസ് പറഞ്ഞു: ''ദയവായി എനിക്കൊരു കത്തു തരൂ. ഞാനൊന്നു നൃത്തം ചവിട്ടട്ടെ..''

"നിങ്ങൾക്കിന്ന് കത്തൊന്നുമില്ല ഫിലിമോണസ്. നിങ്ങളുടെ ദാഷ്ക ഇപ്പോഴും എഴുതിത്തീർന്നിട്ടുണ്ടാവില്ല.''

സാർജന്റ് മേജറുടെ വാക്കുകൾ കേട്ടപ്പോൾ മറ്റുള്ളവർ സങ്കോചത്തോടെ അദ്ദേഹത്തിനുചുറ്റും പരുങ്ങിനിന്നു.

ഡെപ്യൂട്ടി കമാന്റർ സ്മിർനോവ് മുറിയിലെ ഓക്കുമരം കൊണ്ടുള്ള കട്ടിലിൽ നീണ്ടുനിവർന്നു കിടന്ന് കാലിന്റെ ഉപ്പൂറ്റികൊണ്ട് നിലത്ത് താളമിട്ടുകൊണ്ടിരുന്നു. അയാൾക്ക് കത്തയക്കാൻ കാമുകിമാരില്ല. ഇടയ്ക്ക് അമ്മയോ സഹോദരിയോ എഴുതും. അതിനാൽ ഞങ്ങളുടെ ആകാംക്ഷയും വെപ്രാളവും അയാൾക്കുണ്ടാവാറില്ല.

സാർജന്റ് മേജർ സാവധാനം ഒരു പുകയെടുത്തു. അപ്പോഴെല്ലാം ക്ഷമയുടെ നെല്ലിപ്പലകയിൽ നില്ക്കുകയായിരുന്നു ഞങ്ങൾ.

"ഇന്ന് നമ്മുടെ ധീരഭടന്മാരെ ഭാഗ്യദേവത കടാക്ഷിച്ചിട്ടില്ലെന്ന് അറിയിക്കുകയാണ്.'' അവസാനം നിസക്കളബോവ് പ്രസ്താവിച്ചു. "ഇന്ന് ഒരാൾക്കുമാത്രമാണ് കത്തുള്ളത്. എന്തായാലും നാളത്തെ മെയ് ദിനാഘോഷത്തിന്റെ ഭാഗമായി നമുക്കെല്ലാവർക്കും അല്പം കഴിക്കാം അതിനുള്ള വക ഞാൻ കൊണ്ടുവന്നിട്ടുണ്ട്.''

കോട്ടിന്റെ ഉള്ളറയിൽനിന്നും നിസക്കളബോവ് ഫ്ളാനൽ സഞ്ചിയിൽ പൊതിഞ്ഞ രണ്ടു ഫ്ളാസ്ക് പുറത്തേക്കെടുത്തു.

"വെള്ളം ചേർക്കണോ?'' അയാൾ ചോദിച്ചു. "ഇത് വെള്ളം ചേർക്കാത്തതാണ്. നൂറു ശതമാനം ശുദ്ധം.''

അയാൾ അങ്ങനെ ചോദിക്കേണ്ടതില്ല. കാരണം ഞങ്ങളാരും മദ്യത്തിൽ വെള്ളം ചേർക്കാറില്ലല്ലോ. ..

"ഇന്നത്തെ ഭാഗ്യവാൻ ആരാണ്?" ഫിലിമോണസ് തന്റെ ആകാംക്ഷ ശമിപ്പിക്കാനായി ചോദിച്ചു. "അയാൾക്ക് ഏതായാലും മദ്യത്തിന്റെ ആവശ്യമുണ്ടാവില്ല. കത്തിൽത്തന്നെ വേണ്ടത്ര ലഹരിയുണ്ടാകും..."

"ഇന്ന് ഊഴമനുസരിച്ച് എല്ലാവർക്കും കഴിക്കാം. നാളത്തെ ആഘോഷത്തിന് വേണ്ടി..."

സ്മിർനോവ് എഴുന്നേറ്റ് നിരീക്ഷണസ്ഥാനത്തിരിക്കുന്ന മെർസ്ല്യക്കോവിന്റെ അരികിലേക്കു പോയി. ഉൾക്കടലിനുമുകളിൽ കനംതൂങ്ങി നില്ക്കുന്ന രാത്രി. നക്ഷത്രാലംകൃതമായ ആകാശത്തിനു താഴെ മൂടൽ മഞ്ഞുമാറിയ തെളിഞ്ഞ അന്തരീക്ഷം. കടും ചുവപ്പു നിറമണിഞ്ഞ സ്ഫടികസമാനമായ ജലോപരിതലം. അതിനപ്പുറം ശാന്തവും നിശ്ശബ്ദവുമായ തീരം...

"ഫിലിമോണസിനും സെറിദക്കും ഇന്ന് മദ്യമില്ല." സ്മിർനോവ് കല്പിച്ചു. "പന്ത്രണ്ടു മണിക്ക് മെർസ് ല്യക്കോവിന്റെ ഡ്യൂട്ടി അവർ ഏറ്റെടുക്കണം. ബുലവ്യൻകോയുടെ ഡ്യൂട്ടിയാണ്. അയാൾ ഇന്ന് രാത്രി നമുക്കുവേണ്ടി പിയാനോ വായിക്കും. അതുകൊണ്ട് അയാളുടെ ഡ്യൂട്ടി നാളെ രാവിലത്തേക്ക് മാറ്റിയിരിക്കുന്നു."

"ഇന്നത്തെ കത്തുകളും ശ്രീമാൻ ബുലവ്യൻകോയ്ക്കുള്ളതാണ്." നിസക്കളബോവ് പ്രസ്താവിച്ചു. "രണ്ടു കത്തുണ്ട്. ഭാഗ്യവാൻ..."

"എനിക്കൊരു കാമുകി ഓംസ്കിലുണ്ട്,
ഒരുത്തിയവിടെ ടോംസ്കിലുണ്ട്..."

സ്മിർനോവ് ഒരു പാട്ടിന്റെ രണ്ടു വരി പാടി.

"ബുലവ്യൻകോ ഞങ്ങൾക്കുവേണ്ടി നൃത്തം ചെയ്യണം.." നിസക്കളബോവ് പറഞ്ഞു.

എല്ലാവരും അപ്പോൾ കൈയടിച്ചുകൊണ്ട് പാടാൻ തുടങ്ങി. ലിയോന്യ ബുലവ്യൻകോ എന്ന ഉയരം കൂടിയ, മനോഹരമായ മുടിയുള്ള ചെറുപ്പക്കാരൻ അതിനനുസരിച്ച് ചുവടുവയ്ക്കാൻ തുടങ്ങി. അതിനനുസരിച്ച് അയാളുടെ കാലിലെ ടാർപ്പോളിൻ ബൂട്ട് നിലത്തുരഞ്ഞുകൊണ്ടിരുന്നു.

"ഇനി ഉപ്പൂറ്റിയിലമർന്ന് ഒന്നുകൂടി..." മറ്റുള്ളവർ ആവശ്യപ്പെട്ടപ്പോൾ അയാൾ അങ്ങനെ ഒരു ചുവടുകൂടി വച്ചു.

"ആഹാ,, ഗംഭീരമായ നൃത്തം.." നിസക്കളബോവ് അഭിപ്രായപ്പെട്ടു. അയാൾ രണ്ടു കത്തും ആ ചെറുപ്പക്കാരന് കൈമാറി.

മെഴുകുതിരികൾ മഞ്ഞ നിറമുള്ള പ്രകാശം പൊഴിച്ചുകൊണ്ടിരുന്നു. മുറിയിലെ ഒരു ചുവരിന്മേൽ രണ്ടു വലിയ പെയിന്റിങ്ങുകൾ ഉണ്ടായിരുന്നു. ഒരു അരളിച്ചെടിയുടെ ചുവട്ടിൽ നില്ക്കുന്ന കാറ്റാടിയന്ത്രത്തിന്റേതാണ് ഒന്ന്. രണ്ടാമത്തെ ചിത്രത്തിൽ കാണുന്നത് പുൽത്തകിടിയിൽ മേഞ്ഞു നടക്കുന്ന പശുക്കളെയും ചെമ്മരിയാടുകളെയും അവയ്ക്കിടയിൽ

പൂക്കൾ പറിക്കുന്ന സുന്ദരികളായ പെൺകൊടികളെയുമാണ്. ഇളം കാറ്റിൽ അവരുടെ പാവാടകൾ വിടർന്നു നിന്നിരുന്നു. ചുരുണ്ട മുടിയുള്ള മാലാഖയെപ്പോലുള്ള ഒരു ഇടയൻ ഓടക്കുഴലൂതി അവിടെ നില്ക്കുന്നുണ്ട്. ഭക്ഷണമുറി ഇവിടെ ഒരുക്കിയതിന്റെ കാരണം ഇതൊക്കെയാണ്.

നൃത്തത്തിനുശേഷം ബുലവ്യൻകോ പിയാനോ വായിക്കാൻ തുടങ്ങി. ഒരു അനാഥാലയത്തിലാണ് അവൻ വളർന്നത്.

ഭക്ഷണമുറിയിലെ ആഹ്ലാദാന്തരീക്ഷം തടസ്സപ്പെടുത്തുന്ന വേറെ കുറെ വസ്തുവകകളും അവിടെയുണ്ടായിരുന്നു. കീറിയ തൊപ്പികളും വലിയ ജാക്കറ്റുകളും കസേരക്കൈയിൽ കൂട്ടിയിട്ടിരുന്നു. തോക്കുകൾ ശ്രദ്ധിക്കപ്പെടാത്ത രീതിയിൽ ഒരു മൂലയിൽ കിടന്നിരുന്നു. കറുത്ത നിറത്തിലുള്ള ആറു വലിയ ടിന്നുകൾ പേറുന്ന ശോഷിച്ച കാലുകളുള്ള ഒരു ടീപ്പോയ് മറ്റെവിടെയും ഇടാൻ സ്ഥലമില്ലാത്തതുപോലെ മുറിയുടെ നാടുവിൽത്തന്നെ കിടന്നിരുന്നു.

"ആഹ്ലാദിപ്പിൻ..." നിസക്കളബോവ് പറഞ്ഞു. "നാളെ ബെർലിൻ നമ്മുടേതാകും .. യുദ്ധം അവസാനിക്കും..."

അതൊരു യക്ഷിക്കഥപോലെ അവിശ്വസനീയമായി ഞങ്ങൾക്കു തോന്നി. മെയ് ഒന്നിന് യുദ്ധം അവസാനിക്കുക. ഇപ്പോൾ ബെർലിനിൽ ആയിരുന്നെങ്കിലെന്ന് ഞങ്ങൾ വെറുതെ ആശിച്ചുപോയി.

ലിയോന്യ ബുലവ്യൻകോ അന്ന് അത്താഴം കഴിക്കാൻ ഞങ്ങൾക്കൊപ്പം കൂടിയില്ല. അവൻ കത്തുവായനയിൽ മുഴുകിരിക്കുകയാണ്. ആരുടേതാണ് ആ കത്തുകളെന്ന് ഞങ്ങൾക്കറിയാം. ഒന്ന് ദറഗോബുഷിൽ താമസിക്കുന്ന കാത്യ അയച്ചതാണ്. അംഗബലം വർദ്ധിപ്പിക്കുന്നതിനായി ഞങ്ങളുടെ സൈന്യവ്യൂഹം അവിടെ കുറച്ചുകാലം തമ്പടിച്ചിരുന്നു. രണ്ടാമത്തെ കത്ത് ലിത്വാനിയൻ പട്ടണമായ കലവാരിയയിൽ താമസിക്കുന്ന പോളിഷ് പെൺകുട്ടി അയച്ചത്. ആറു മാസം മുൻപ്, കഴിഞ്ഞ ശരത്കാലത്താണ് ആ പട്ടണം ശത്രുക്കളുടെ കൈയിൽനിന്നും ഞങ്ങൾ മോചിപ്പിച്ചത്.

അത്താഴം കഴിഞ്ഞ ഉടനെ ഫിലിമോണവും സെരിദായും മെർസില്യക്കോവിൽനിന്നും ഡ്യൂട്ടി ഏറ്റെടുക്കാനായി നിരീക്ഷണസ്ഥാനത്തേക്ക് പോയി. ഒരു മണിക്കൂർ വിശ്രമിക്കാൻ സമയമുണ്ടായിട്ടും അവരതിന് നിന്നില്ല. മെർസില്യക്കോവ് തിരിച്ചെത്തിയപ്പോൾ അയാളുടെ പങ്ക് മദ്യം നല്കി. ശേഷിച്ചവ ഇപ്പോൾ ഡ്യൂട്ടിയിലുള്ളവർക്കു വേണ്ടി മാറ്റിവെച്ചു. അര മണിക്കൂറിനുള്ളിൽ കാര്യങ്ങളെല്ലാം മാറിമറിഞ്ഞു.

സാർജന്റ് മേജർ നിസക്കളബോവ് അപ്പോൾ കരയുകയായിരുന്നു. എപ്പോൾ മദ്യപിച്ചാലും അയാൾ കരയും. മുറിയിലുണ്ടായിരുന്ന അഞ്ച് ജർമ്മൻ നിർമ്മിത കസേരകളിൽ ഞങ്ങളുടെ റെജിമെന്റിലെ വീരന്മാരായ യോദ്ധാക്കൾ ഇരിക്കുകയാണ്. ഇപ്പോൾ യുദ്ധക്കെടുതിയിൽ ഛിന്നഭിന്നമായ ഈ ചെറുപട്ടണത്തിലേക്ക് ആദ്യത്തെ സൈന്യദളം പുറപ്പെട്ടപ്പോൾ ഉണ്ടായിരുന്നവരാണ് ഇവരെല്ലാം. അതുകൊണ്ടുതന്നെ എല്ലാവർക്കും

പരസ്പരം ശരിക്കും അറിയാമായിരുന്നു.

"നമ്മുടെ മാമ്യേദോവ് പോയി സുഹൃത്തുക്കളേ..." സാർജന്റ് മേജർ തേങ്ങിക്കൊണ്ട് വിളിച്ചുപറഞ്ഞു. "നല്ലവനായ നമ്മുടെ സുഹൃത്ത് ഇപ്പോൾ മണ്ണിനടിയിൽ ഉറങ്ങുകയാണ്..."

"സാർജന്റ് മേജർ, നിർത്തൂ.." സ്മിർനോവ് എഴുന്നേറ്റുചെന്ന് അയാളുടെ ചുമലിൽ കൈവെച്ചുകൊണ്ട് പറഞ്ഞു. "ആരെയും നമ്മൾ മറന്നിട്ടില്ല.."

നീണ്ട പിച്ചള സ്റ്റാൻഡുകളിൽ മെഴുകുതിരികൾ കത്തിയമർന്നുകൊണ്ടിരുന്നു. പെട്ടെന്ന് അടുത്തെവിടെയോ നിന്ന് മൂന്നു ഷെല്ലുകൾ ഒന്നിനു പിറകെ ഒന്നായി പൊട്ടിത്തെറിക്കുന്ന ശബ്ദം അവിടെ മുഴങ്ങി. സ്മിർനോവ് ഉടനെ അടുത്ത മുറിയിലെ നിരീക്ഷണസ്ഥാനത്തേക്ക് കുതിച്ചു.

"ഇപ്പോൾ എല്ലാം ശാന്തമായി." അല്പനേരത്തിനുശേഷം മുറിയിൽ തിരിച്ചെത്തിയ അയാൾ അറിയിച്ചു. "ശത്രുക്കൾ ഭയന്നിരിക്കുന്നു. ബുലവ്യൻകോ, ഞങ്ങൾക്കുവേണ്ടി ഒരു രാഗം വായിക്കുമോ?"

ബുലവ്യൻകോ പിയാനോയ്ക്ക് മുന്നിൽ ഇരിക്കുകയാണ്. സ്മിർനോവിന്റെ അഭ്യർത്ഥന പ്രകാരം ഇവിടെ ഈ കെട്ടിടത്തിൽ എത്തിച്ചേർന്നതിൽ പിന്നെ എല്ലാ രാത്രിയിലും കുറച്ചു നേരം അവൻ ഞങ്ങൾക്കുവേണ്ടി പിയാനോ വായിച്ചിരുന്നു.

പിയാനോയുടെ ബട്ടണുകളിലൂടെ അവന്റെ മെലിഞ്ഞുനീണ്ട വിരലുകൾ അതിദ്രുതം ചലിച്ചുകൊണ്ടിരിക്കെ മനോഹരമായ ഒരു സംഗീതത്തിന്റെ മുദുസ്വരം ഞങ്ങളുടെ കാതുകളിലേക്ക് ഒഴുകിയെത്തിക്കൊണ്ടിരുന്നു. എങ്കിലും, എന്തുകൊണ്ടാണെന്നറിയില്ല, ഞങ്ങൾക്ക് സുപരിചിതമായിരുന്ന ആ സംഗീതത്തിന് അതുവരെയില്ലാത്ത ഒരപരിചിതത്വം അനുഭവപ്പെട്ടിരുന്നു. കഴിഞ്ഞ ദിവസങ്ങളിലൊന്നും ഞങ്ങളോടൊപ്പം ഇല്ലാതിരുന്ന നിസക്കളബോവിന് പക്ഷേ, ആ വ്യത്യാസം മനസ്സിലായില്ല.

"ഇനി മെഴുകുതിരികൾ കെടുത്തിക്കോളൂ.." സ്മിർനോവ് നിർദ്ദേശിച്ചു. അതിനെത്തുടർന്ന് ജനാലകൾ മറച്ചിരുന്ന കറുത്ത കടലാസുകൾ എടുത്തുമാറ്റി എല്ലാം പഴയപടിയാക്കി. ജനാലയിലൂടെ ഞങ്ങൾ പുറത്തേക്ക് ഉറ്റുനോക്കി. ആ ദിശയിൽ ഇപ്പോൾ വെടിവെപ്പുകളുടെ കോലാഹലമൊന്നും കേൾക്കാനുണ്ടായിരുന്നില്ല.

ആകാശത്ത് ചന്ദ്രക്കല പ്രത്യക്ഷപ്പെട്ടു. സമുദ്രത്തിന്റെ അനന്തവിസ്തൃതിക്കുമുകളിൽ ഒരു നീലവെളിച്ചം പരന്നു. ജലോപരിതലത്തിൽ വെള്ളിവളയങ്ങൾ തിളങ്ങുന്നുണ്ടായിരുന്നു. ശാന്തമായ ഒരു നദി ഞങ്ങളുടെ ജനാലയുടെ തൊട്ടു താഴെയായി മന്ദം മന്ദം ഒഴുകുന്നതുപോലെയാണ് തോന്നിയത്. അതിന്റെ അലകൾ കൃത്യമായി മണൽപ്പരപ്പിൽ അടിച്ചുകൊണ്ടിരുന്നു. ഓരോ രാത്രിയും ആരാധനയോടെ ഞങ്ങൾ ഈ സമുദ്രത്തെ നോക്കിനില്ക്കാറുണ്ട്.

ബുലവ്യൻകോ ഇപ്പോൾ ഒരു വാൾട്സ് നൃത്തത്തിന്റെ സംഗീതമാണ്

വായിക്കുന്നത്. കസേരകൾ ജനാലയ്ക്കരികിലേക്ക് നീക്കിയിട്ടുകൊണ്ട് ഞങ്ങൾ സമുദ്രത്തിലേക്കുതന്നെ നോക്കിയിരുന്നു. ഓരോ നിമിഷവും ഞങ്ങളുടെ മനസ്സിലൂടെ എന്തെല്ലാം ചിന്തകളാണ് കടന്നുപോകുന്നതെന്ന് എല്ലാവർക്കും നല്ലപോലെ അറിയാമായിരുന്നു. യുദ്ധമുന്നണിയിലുള്ള ഞങ്ങൾക്ക് കത്തുകളയക്കാറുള്ള പെൺകുട്ടികളെക്കുറിച്ചാണ് ആ സമയം ഞങ്ങൾ ചിന്തിച്ചുകൊണ്ടിരുന്നത്. അവരുടെ കത്തുകളിൽ എന്തൊക്കെയാണുണ്ടാവുക എന്നും ഞങ്ങൾക്ക് നല്ല നിശ്ചയമുണ്ടായിരുന്നു.

കഴിഞ്ഞ രണ്ടു വർഷത്തെ സഹവാസത്തിനിടെ എല്ലാ രഹസ്യവും ഞങ്ങൾ പരസ്പരം കൈമാറിയിരുന്നു. ഞങ്ങളിൽ മൂന്നുപേർക്ക് പ്രേമലേഖനങ്ങൾ കിട്ടിയിട്ടുണ്ട്. മൂന്നുപേർക്ക് സൗഹൃദക്കത്തുകളും ...ഞങ്ങൾ ആരും വിവാഹിതരായിരുന്നില്ല. മൂന്നുപേർ ഇതുവരെ ഒരു പെൺകുട്ടിയെ ചുംബിച്ചിട്ടുപോലുമില്ല. അതിനൊന്നിനുമുള്ള സമയമായിരുന്നില്ല എന്നതുതന്നെ കാര്യം. ഞങ്ങളുടെ കൂട്ടത്തിൽ ഏറ്റവും മുതിർന്ന ആളുടെ പ്രായം ഇരുപത്തിരണ്ടു വയസ്സാണ്. ഏറ്റവും ഇളയവന്റേത് ഇരുപതും.

ബുലവ്യൻകോ പിയാനോ വായന തുടർന്നു. അതിനനുസരിച്ച് അയാളുടെ കൈകൾ ഉയരുകയും താഴുകയും ചെയ്തു. ആ സംഗീതം ഞങ്ങളുടെ മനസ്സിൽ എന്തെന്നില്ലാത്ത ശാന്തിയും സമാധാനവും നിറച്ചു. വസന്തകാലത്തിന്റെ ആഹ്ലാദവുമായാണ് ഏപ്രിൽ കടന്നുവരുന്നത്. ഞങ്ങൾ ഇപ്പോൾ ജന്മനാട്ടിലല്ല. എങ്കിലും ഇവിടെയും വസന്തമുണ്ട്. അത് അവിടത്തേതുപോലെതന്നെ ആഹ്ലാദകരവുമാണ്.

"ഇനി കുറച്ചുനേരം കൊച്ചുവെളിച്ചം വായിക്കൂ.." സ്മിർനോവ് അഭ്യർത്ഥിച്ചു.

പെൺകുട്ടികൾ യുദ്ധമുന്നണിയിലേക്ക് യാത്രയാക്കിയ ഞങ്ങളിൽ ചിലരുടെ ഓർമ്മകളിലേക്ക് സായംസന്ധ്യയിലെ നാട്ടുവെളിച്ചത്തിൽ കുളിച്ചുനില്ക്കുന്ന പിറന്ന വീടിന്റെ ചായ്പും അതിനു മുന്നിലെ ഉദ്യാനത്തിന്റെ ഗെയിറ്റും കടന്നു വന്നു.

സ്മിർനോവിന് അത്തരത്തിൽ യാത്രയാക്കുവാൻ പെൺകുട്ടികൾ ആരുമില്ലായിരുന്നു. പെൻസമിലെ ആസ്പത്രിയിൽ അയാൾ കിടക്കുമ്പോഴാണ് ക്ലാര എന്ന പെൺകുട്ടിയെ അയാൾ പരിചയപ്പെട്ടത്. അവൾ അവിടത്തെ നഴ്സ് ആയിരുന്നു. വിടർന്ന കണ്ണുകളുള്ള സുന്ദരി. എല്ലാത്തിനോടും വിസ്മയഭരിതമായ നോട്ടം. അവളുടെ ഫോട്ടോയിൽനിന്നാണ് ഞങ്ങൾക്ക് അത് മനസ്സിലായത്. പക്ഷേ, അടുത്ത വസന്തകാലത്ത് ക്ലാര അയാളെ ഉപേക്ഷിച്ച് മറ്റൊരുത്തന്റെ കൂടെ പോയി. ചികിത്സയ്ക്കുശേഷം റിസർവ്വ് ബറ്റാലിയനിൽനിന്നും സ്ഥലംമാറ്റത്തിൽനിന്നും ഒരു കണക്കിന് ഒഴിവായി പ്ലറ്റൂണിലേക്ക് അയാൾ തിരികെ വന്ന സമയമായിരുന്നു അത്.

ആദ്യമായി ക്ലാര ചെയ്തത് സ്മിർനോവിന് എഴുതുന്നത് നിർത്തുക എന്നതായിരുന്നു. സ്മിർനോവ് അവൾക്ക് തുടരെത്തുടരെ പത്തു കത്തുകളയച്ചു. പത്താമത്തെ കത്തിന് മറുപടിയായി ഒരു പോസ്റ്റ് കാർഡാണ് വന്നത്. അപരിചിതനായ ഒരു പുരുഷന്റെ കൈയക്ഷരത്തിൽ... താൻ

ക്ലാരയുടെ ഭർത്താവാണെന്നും തന്റെ ഭാര്യയെ ഇനിയും ശല്യപ്പെടുത്തരുതെന്നുമുള്ള താക്കീതായിരുന്നു അതിലുണ്ടായിരുന്നത്. അതിന്റെ മട്ടും മാതിരിയും കണ്ടപ്പോൾത്തന്നെ ആളൊരു പട്ടാളക്കാരനാണെന്ന് ഞങ്ങൾ തീർച്ചയാക്കി. ക്ലാര വഞ്ചിച്ചതിനു ശേഷമാണ് വിഷാദമൂകമായ കൊച്ചു വെളിച്ചം എന്ന ഗാനം സ്മിർനോവിന്റെ മനസ്സിൽ ഇടംപിടിച്ചത്. അയാളുടെ അഭിപ്രായത്തിൽ, യുദ്ധമുന്നണിയിലേക്ക് പുറപ്പെടുന്ന കാമുകനെ കൈലേസുവീശി യാത്രയാക്കുന്ന കാമുകി അന്നു രാത്രിതന്നെ വീടിന്റെ ചായ്പിൽ മറ്റൊരു കാമുകനെ സ്വീകരിക്കാൻ തയ്യാറാകും. ക്ലാരയുടെ വഞ്ചനയ്ക്കു ശേഷം ഞങ്ങളുടെ സ്വകാര്യ സംഭാഷണങ്ങളിലെ പ്രധാനവിഷയം തന്നെ പെൺകുട്ടികളുടെ ചഞ്ചല സ്വഭാവത്തെക്കുറിച്ചായിരുന്നു.

"ഇനി ഇരുണ്ട രാത്രി ഒന്ന് വായിക്കൂ.." നിസക്കളബോവ് ആവശ്യപ്പെട്ടു.

അതിനെത്തുടർന്ന് മൃദുവായ ഒരു വിഷാദരാഗം പിയാനോയിൽ നിന്നും ഉതിർന്നു... ജനാലയ്ക്കപ്പുറം രാവിന് തീക്ഷ്ണത കുറവായിരുന്നു. ആകാശം നക്ഷത്രാങ്കിതമായിരുന്നു. ടെലിഗ്രാഫ് പോസ്റ്റുകളിൽ കാറ്റിന്റെ ഹുങ്കാരമില്ല, ചൂളം വിളിയോ മുറുമുറുപ്പോ ഇല്ല. ഏതോ ഗൃഹാതുര സ്മരണയുടെ പിടിയിലമർന്നപോലെ സമുദ്രം സൗമ്യമായി നിശ്വസിച്ചുകൊണ്ടിരുന്നു. ആ സമയം ഞങ്ങൾ ഞങ്ങളുടെ കൂട്ടുകാരികളെ ഓർത്തു. ഒരുപക്ഷേ, അവരും ഇപ്പോൾ ഞങ്ങളെപ്പോലെ ജനാലയ്ക്കരികിലിരുന്ന് ഞങ്ങളുടെ പുനസ്സമാഗമത്തെക്കുറിച്ച് കിനാവു കാണുകയായിരിക്കുമെന്ന് ഞങ്ങൾക്കു തോന്നി.

ക്ലാരയുടെ വഞ്ചന യാഥാർത്ഥ്യമായിരുന്നെങ്കിലും എല്ലാ പെൺകുട്ടികളും ക്ലാരയെപ്പോലെ ആയിരിക്കുമെന്ന് ഞങ്ങൾ വിശ്വസിച്ചില്ല. അങ്ങനെയാവാൻ ഒരിക്കലും വഴിയില്ലല്ലോ. ഞങ്ങളുടെ കൂട്ടുകാരികൾ എന്തായാലും ഞങ്ങളെ കാത്തിരിക്കുന്നുണ്ടാവും എന്നു വിശ്വസിക്കാനാണ് ഞങ്ങൾ ഇഷ്ടപ്പെട്ടത്. ഇവിടെ യുദ്ധം സൃഷ്ടിച്ച മടുപ്പും നിരാശതയും ആശങ്കയും നിറഞ്ഞ ഈ കാലമത്രയും ഞങ്ങളുടെ ഏക ആശ്വാസം അവർ വിശ്വസ്തരായിരിക്കുമെന്ന പ്രതീക്ഷ മാത്രമായിരുന്നു.

ജനാലയ്ക്കപ്പുറത്തെ മിനുമിനുത്ത വസന്തകാലരാവിന്റെ കുളിരിലേക്ക് പിയാനോയിൽനിന്നുള്ള മധുരഗീതങ്ങൾ അലിഞ്ഞു ചേർന്നു. അതിനു പശ്ചാത്തലമൊരുക്കിയപോലെ സമുദ്രത്തിന്റെ നിമന്ത്രണം... കുറച്ചു മുൻപ് ഗർജ്ജിച്ചിരുന്ന പീരങ്കികൾ ഇപ്പോൾ ഈ സംഗീതത്തിന് കാതോർക്കാനെന്നപോലെ നിശ്ശബ്ദമായിരുന്നു.

കാമുകിയുടെ വിവരങ്ങൾ അറിയാൻ രാത്രി മുഴുവൻ ഉറക്കമിളച്ചു കാത്തിരുന്ന ഒരു കാമുകനെക്കുറിച്ചുള്ള ഗാനമാണ് ബുലവ്യൻകോ വായിച്ചത്. അവൻ ഞങ്ങളെ പരമാവധി ആഹ്ലാദിപ്പിക്കാൻ ശ്രമിച്ചുകൊണ്ടിരുന്നു. അവന്റെ കരവിരുതിൽ പിയാനോ മധുരതരമായ സംഗീതം പൊഴിച്ചപ്പോൾ അവൻ ഇപ്പോൾ ഏത് കൂട്ടുകാരിയെക്കുറിച്ചായിരിക്കും

ചിന്തിക്കുന്നതെന്ന് ഞങ്ങൾ ഒന്നു സങ്കല്പിച്ചുനോക്കി. രണ്ടു പെൺ കൊടികൾ അവനു കത്തെഴുതിയിട്ടുണ്ട്. ഒരൊറ്റ ദിവസത്തെ പരിചയം മാത്രമേ അവന് രണ്ടുപേരോടുമുള്ളൂ. പോളിഷ് പെൺകുട്ടി ഇവ ഇയോലാന്റയ്ക്ക് റഷ്യൻ അത്ര നന്നായി അറിയില്ല. അവളുടെ കത്തിൽ അവന്റെ പേര് അവൾ തെറ്റായാണ് എഴുതിയിരിക്കുന്നതെന്ന് ഞങ്ങൾ കണ്ടിരുന്നു.

ബുലവ്യൻകോയുടെ സംഗീതത്തിലലിഞ്ഞ് സാർജന്റ് മേജർ നിസ ക്കളബോവ് ചാരുകസേരയിൽ കിടന്നു ഉറക്കമായി. സംഗീതപരിപാടി അവസാനിച്ചപ്പോൾ മാത്രമാണ് ഞങ്ങൾ അക്കാര്യം അറിഞ്ഞത്. പഴയ പോലെ ജനാലകൾ മറച്ച് മുറിയിൽ മെഴുകുതിരികൾ കത്തിച്ചുവച്ചു. സാർ ജന്റ് മേജർ എപ്പോഴാണ് ഉറങ്ങിയത്? അതത്ര വലിയ വിഷയമായിരുന്നില്ല. അയാൾ പെൺകുട്ടികളെക്കുറിച്ചൊന്നും ചിന്തിച്ചിരുന്നില്ലല്ലോ. അയാൾക്ക് ഭാര്യയുണ്ട്, മക്കളുണ്ട്; സ്വന്തമായി വീടുമുണ്ട്. രാത്രി ഉറങ്ങാനുള്ള താണെന്ന് ഞങ്ങളേക്കാൾ നന്നായി അയാൾക്കറിയാം.

പിറ്റേന്ന് രാവിലെ നിരീക്ഷണ സ്ഥാനത്തെ ഡ്യൂട്ടിക്കുശേഷം ബുല വ്യൻകോ ഉറങ്ങാൻ പോയില്ല. അവൻ ആഹ്ലാദവാനും ആവേശഭരിതനു മായിരുന്നു. എല്ലാവരും തലേന്നത്തെ ക്ഷീണത്താൽ തളർന്നുറങ്ങു മ്പോഴും അവൻ കത്തുകൾക്ക് മറുപടിയെഴുതുകയായിരുന്നു.

മെയ് മാസത്തെ കാലാവസ്ഥ തെളിഞ്ഞതും ശുദ്ധവുമായിരുന്നു. സൂര്യൻ ആകാശത്തു വെട്ടിത്തിളങ്ങിനിന്നു. അതിനെനോക്കി പുഞ്ചിരി പൊഴിച്ചുകൊണ്ട് താഴെ ആലസ്യമാർന്നു കിടക്കുന്ന കടൽ. അതിന്റെ അറ്റം ദൂരെ ചക്രവാളത്തിൽ അലിഞ്ഞു ചേർന്നിരുന്നു. നിശ്ചലമായ ജലോപരിതലത്തിൽ കടൽക്കാക്കകൾ ചിറകടിച്ചു പറക്കുന്നുണ്ടായിരുന്നു. വെടിവെപ്പിന്റെ ശബ്ദം ഇപ്പോൾ അപൂർവ്വമായി മാത്രമേ കേൾക്കുന്നുള്ളൂ. ഞങ്ങളുടെ ഭാഗത്തുനിന്നും വല്ലപ്പോഴും ഒരു വെടിശബ്ദമുയരുമ്പോൾ ശത്രുപക്ഷത്തുനിന്നും ഒരു മറുപടിയുണ്ടാകും. പൊതുവെ ശാന്തമായിരുന്നു അന്തരീക്ഷം. മെയ്മാസത്തിൽ പതിവുള്ള ചാറ്റൽ മഴ പൊടുന്നനെയാണ് പെയ്തു തുടങ്ങിയത്. എന്നാലത് അധികനേരം നീണ്ടുനിന്നില്ല. പുറത്ത് ഞങ്ങളുടെ കെട്ടിടത്തിന്റെ ജനാലയ്ക്കു താഴെയുണ്ടായിരുന്ന പുൽത്തകിടി കടുംപച്ചപ്പണിഞ്ഞു നിന്നു.

ഉച്ചയ്ക്ക് ഞങ്ങളുടെ നിരീക്ഷണവിഭാഗത്തിന്റെ മേധാവിക്ക് ഒരു മാപ്പ് കൊടുത്തയയ്ക്കാനുണ്ടായിരുന്നു. ഓരോ ദിവസവും അതിൽ ശത്രുക്ക ളുടെ പുതിയ ഷൂട്ടിങ് പോയിന്റുകൾ രേഖപ്പെടുത്തേണ്ടതുണ്ട്. മാപ്പുമായി ഹെഡ് ക്വാർട്ടേഴ്സിലേക്ക് പോകാൻ ബുലവ്യൻകോ തയ്യാറായി.

അധികം വൈകുന്നതിനു മുൻപുതന്നെ ബുലവ്യൻകോ തീരത്തു വെച്ചു കൊല്ലപ്പെട്ടു എന്ന വാർത്ത ഞങ്ങളെ തേടിയെത്തി.

നിസ്സംഗരായി പിറ്റേന്ന് ആ സുഹൃത്തിനെ ഞങ്ങൾ സംസ്കരിച്ചു. ഫിർമരങ്ങൾക്കിടയിൽ, മുൻപു കൊല്ലപ്പെട്ടവരുടെ സംസ്കാരം നടത്തി

യതിനേക്കാൾ ശ്രദ്ധയോടെ കൂടുതൽ സമയമെടുത്താണ് ഞങ്ങൾ അവന്റെ സംസ്കാരച്ചടങ്ങുകൾ നടത്തിയത്. പൂക്കൾ കൊണ്ട് കല്ലറ നന്നായി അലങ്കരിച്ചു. യുദ്ധം അവസാനിച്ചതിനാൽ ഒട്ടും ധൃതിപ്പെടേണ്ട തില്ലായിരുന്നു.

ബുലവ്യൻകോയുടെ ടാർപ്പോളിൻ ബാഗിൽനിന്നും കാത്യയുടെയും ഇവ ഇയോലാന്റയുടെയും കത്തുകൾ ഞങ്ങൾ കണ്ടെടുത്തു. അവയ്ക്കൊപ്പം അവൻ തയ്യാറാക്കിവച്ചിരുന്ന മറുപടിക്കത്തുകളുമുണ്ടായിരുന്നു. അവ പക്ഷേ, ഞങ്ങൾ പോസ്റ്റു ചെയ്തില്ല. ആ കത്തുകളിൽ ബുലവ്യൻകോ പ്രധാനമായും എഴുതിയത് യുദ്ധം ഉടനെ കഴിയുമെന്നായിരുന്നു. ഒരു കത്തിൽ താൻ കലാവാരിയിലേക്ക് വരുമെന്ന് എഴുതിയിരുന്നു. മറ്റേ കത്തിൽ ദറഗോബുഷിലേക്ക് വരുന്നുണ്ടെന്നും.

ബുലവ്യൻകോയുടെ മരണശേഷമാണ് അതുവരെ ഞങ്ങളുടെ ശ്രദ്ധയിൽപ്പെടാതിരുന്ന ഒരു കാര്യം ഞങ്ങൾ കണ്ടുപിടിച്ചത്. രണ്ടു ഫോട്ടോയിലെയും പെൺകുട്ടികൾക്ക് അത്ഭുതകരമായ സാമ്യമുണ്ടായിരുന്നു. അവർ ഇരട്ട സഹോദരിമാരാണോ എന്നുപോലും ഒരു നിമിഷം ഞങ്ങൾ സംശയിച്ചു പോയി.

അന്നു വൈകുന്നേരമായപ്പോഴേക്കും ശത്രുപക്ഷം പൂർണ്ണമായും കീഴടങ്ങി. യുദ്ധത്തടവുകാരെയെല്ലാം ഞങ്ങളുടെ സൈന്യം ബന്ദികളാക്കി കൊണ്ടുവന്നിരുന്നു.

പെൻസിൽ
(യുക്രേനിയൻ കഥ)

ഇവാൻ ഫ്രാങ്കോ

യുക്രൈൻ സാഹിത്യത്തിലെ അതികായനാണ് ഇവാൻ യക്കോവിച്ച് ഫ്രാങ്കോ. 1856 ൽ യുക്രൈനിലെ ഗലീഷ്യ പ്രവിശ്യയിൽ അദ്ദേഹം ജനിച്ചു. കവി, കഥാകൃത്ത്, നാടകകൃത്ത്, നോവലിസ്റ്റ്, പത്രപ്രവർത്തകൻ, നിരൂപകൻ, ആക്റ്റിവിസ്റ്റ് തുടങ്ങി ബഹുമുഖമായ മേഖലകളിൽ ഒരുപോലെ തിളങ്ങിയ പ്രതിഭാശാലി. യുക്രൈൻ സാഹിത്യത്തിലെ ആദ്യത്തെ കുറ്റാന്വേഷണ നോവലുകളുടെ രചയിതാവ് എന്ന നിലയിലും ഫ്രാങ്കോ പ്രശസ്തനാണ്.

സോഷ്യലിസ്റ്റ് ആശയങ്ങളെ രചനകളിൽ ആവിഷ്കരിച്ച ഫ്രാങ്കോ തൊഴിലാളികളുടെയും സാധാരണക്കാരുടെയും എഴുത്തുകാരനായിരുന്നു. *വാടിയ താളുകൾ, ദുഖാർദ്ര ദിനങ്ങൾ, സമൂഹത്തിന്റെ നെടുംതൂണുകൾ* എന്നിവ അദ്ദേഹത്തിന്റെ പ്രധാന രചനകളിൽ ചിലതാണ്. 1916 ൽ അന്തരിച്ചു. ഇവാൻ ഫ്രാങ്കോയുടെ കഥകളിൽ വളരെയധികം ചർച്ച ചെയ്യപ്പെട്ടതാണ് *പെൻസിൽ*. ഗലീഷ്യ പ്രവിശ്യയിലെ സ്കൂളുകളിൽ ഏറെക്കാലം നിലനിന്നിരുന്ന ക്രൂരമായ അദ്ധ്യയന സമ്പ്രദായം ചിത്രീകരിക്കുന്ന ഈ കഥ ബാലമനഃശാസ്ത്രത്തിന്റെ വ്യത്യസ്ത തലങ്ങളേയും പരിശോധിക്കുന്നു.

ഈ കഥ എന്റെ ഭാവനാസൃഷ്ടിയല്ലെന്ന് ആദ്യമേ പറയട്ടെ. നിസ്സാരമെന്നു പറയാവുന്ന ഒരു പെൻസിലാണ് ഇതിലെ നായകൻ. അത്ര വലിയ പെൻസിലൊന്നുമല്ല. ഒരു മൂന്നിഞ്ച് നീളം. ഇനിയിപ്പോൾ മൂന്നല്ല, മൂന്നര ഇഞ്ചാണെന്ന് ആരെങ്കിലും വാദിക്കുകയാണെങ്കിൽ ഞാൻ തർക്കിക്കാനില്ല. നാലിഞ്ച് എന്തായാലുമില്ല. വർഷങ്ങൾക്കു മുൻപാണ് ഞങ്ങൾ കണ്ടുമുട്ടിയത്. ഒന്നര ദിവസം മാത്രമേ അത് എന്നോടൊത്തുണ്ടായിരുന്നുള്ളൂ. അതാകട്ടെ എന്റെ സ്കൂൾ ബാഗിനുള്ളിലെ അന്ധകാരത്തിലും. എന്റെ ഓർമ്മ ശരിയാണെങ്കിൽ പതിനാറു വർഷങ്ങൾക്കു മുൻപ്. ഒരുവൻ തന്റെ ആത്മമിത്രത്തെപ്പോലും മറന്നുപോകുന്ന സമയദൈർഘ്യമാണത്. പക്ഷേ, എനിക്ക് ആ പെൻസിലിനെ ഒരിക്കലും മറക്കാൻ കഴിയില്ല. മിറ്റൽ എന്ന് വെള്ളിയക്ഷരങ്ങളിൽ കൊത്തിവെച്ച മഞ്ഞനിറമുള്ള ആ പെൻസിൽ എന്റെ ഓർമ്മകളിൽ ഇപ്പോഴും പച്ചപിടിച്ചുനില്ക്കുന്നുണ്ട്.

പതിനാറ് വർഷം മുൻപുള്ള ഒരു പ്രഭാതത്തിലാണ് ആ പെൻസിൽ ആദ്യമായി എന്റെ കണ്ണിൽപ്പെട്ടത്. സ്കൂളിലേക്കുള്ള വഴിയിലൊരിടത്ത് ശുഭ്രമഞ്ഞിന്റെ മെത്തയിൽ കിടക്കുകയായിരുന്നു അത്. സ്ഫടികം പോലെ സുതാര്യമായ ഹിമകണങ്ങൾ അന്തരീക്ഷത്തിലൂടെ ഒഴുകിനടക്കുന്നുണ്ടായിരുന്നു. സൂര്യരശ്മികളേറ്റ് അവ വജ്രങ്ങൾപോലെ തിളങ്ങിയിരുന്നു. പെൻസിലിന്റെ മഞ്ഞച്ചായം വെയിലേറ്റ് ജ്വലിക്കുന്നത് ഞാൻ കണ്ടു. മിറ്റൽ എന്ന പേര് ദൂരെനിന്നുതന്നെ കാണാമായിരുന്നു. സ്കൂളിലേക്ക് തിടുക്കത്തിൽ ഓടിപ്പോയ ഏതോ കുട്ടിയുടെ കൈയിൽനിന്നും അറിയാതെ താഴെ വീണുപോയതാകാമെന്നാണ് ഞാൻ ഊഹിച്ചത്. അതുകൊണ്ടായിരിക്കാം അതിന്റെ കൂർത്ത അറ്റം സ്കൂളിനുനേരെ തിരിഞ്ഞുകിടന്നത്.

ഇനി നിങ്ങൾ തന്നെ പറയൂ, അത്തരം ഒരവസ്ഥയിൽ, തന്റെ പദവിക്ക് ഒരു തരത്തിലും അനുയോജ്യമല്ലാത്ത രീതിയിൽ വഴിയിലൊരു മിറ്റൽ കിടക്കുകയാണെങ്കിൽ നിങ്ങൾ എന്തു ചെയ്യും? നിങ്ങളിൽ തൊണ്ണൂറു ശതമാനവും മറ്റൊന്നും ചിന്തിക്കാതെ അതെടുത്ത് കീശയിലിടുമെന്ന് എനിക്കുറപ്പുണ്ട്. പത്തു ശതമാനം ഒരുപക്ഷേ, ആ നിസ്സാരസാധനത്തിൽ അത്ര താല്പര്യം കാണിച്ചെന്നു വരില്ല.

ഞാൻ പക്ഷേ, ആദ്യത്തെ തൊണ്ണൂറു ശതമാനത്തിലാണ് ഉൾപ്പെടുന്നതെന്ന് തുറന്നു സമ്മതിക്കട്ടെ. അതുകൊണ്ടുതന്നെ കൂടുതലൊന്നും ചിന്തിക്കാതെ ഞാൻ ആ പെൻസിൽ കുനിഞ്ഞെടുത്തു. എന്റെ കുപ്പായത്തിന് കീശയില്ലാത്തതിനാൽ ഞാൻ അതെന്റെ പുസ്തകസഞ്ചിയിലിട്ടു. പുതിയ കണ്ടെത്തലിൽ ഞാൻ അങ്ങേയറ്റം ആഹ്ലാദിച്ചിരുന്നു. കാരണമുണ്ട്. ഞാനൊരു ഗ്രാമീണ ബാലനായിരുന്നു. എന്റെ അതുവരെയുള്ള ജീവിതത്തിൽ എനിക്ക് സ്വന്തമായി ഒരു പെൻസിലുണ്ടായിരുന്നില്ല. അരയന്നത്തിന്റെ തൂവലുകൊണ്ടുള്ള ഒരു പരുക്കൻ പേനയായിരുന്നു ഞാനുപയോഗിച്ചിരുന്നത്. അങ്ങനെയിരിക്കെ അവിചാരിതമായി ഒരു പെൻസിൽ വീണുകിട്ടിയപ്പോൾ എന്റെ ഹൃദയം ആഹ്ളാദഭരിതമായി. മുകളിൽ കത്തിജ്ജ്വലിച്ചുനില്ക്കുന്ന സൂര്യനെങ്ങാനും അത് തട്ടിയെടുക്കുമോ എന്ന് പേടിച്ചിട്ടെന്നപോലെ ഞാനത് വേഗം ബാഗിലിട്ടുകളഞ്ഞു. ഒരുപക്ഷേ, ആ പെൻസിൽ ഏതെങ്കിലും കുട്ടിയുടെ കൈയിൽനിന്നും നഷ്ടപ്പെട്ടതായിരിക്കാമെന്ന ചിന്തപോലും ഞാനപ്പോൾ തള്ളിക്കളഞ്ഞു. അതെങ്ങനെ സംഭവിക്കാനാണ്? അന്ന് കുട്ടികളെ സംബന്ധിച്ചിടത്തോളം പെൻസിൽ ഒരമൂല്യ വസ്തുവായിരുന്നു. അതുകൊണ്ടുതന്നെ ആരും അത് കളഞ്ഞുപോകാൻ ഇടവരുത്തുകയില്ല. ഏതെങ്കിലും അപരിചിതന്റെ കൈയിൽനിന്നും വീണതാവാനേ വഴിയുള്ളൂ. ഒരുപക്ഷേ, കഴിഞ്ഞ വർഷം അദ്ധ്യാപകന്റെ പശുവിനെ വാങ്ങിയ കച്ചവടക്കാരന്റേതാകാനും വഴിയുണ്ട്. ഒരു വർഷത്തോളം ആരുടേയും കണ്ണിൽപ്പെടാതെ ഇവിടെ കിടന്നതാവാം. ഇനി അതൊന്നുമല്ലെങ്കിൽ ആകാശത്തുനിന്നും മഞ്ഞിനോടൊപ്പം വീണതായിരിക്കുമോ?

ഇത്തരം ചിന്തകളുമായാണ് ഞാൻ സ്കൂളിലേക്ക് പ്രവേശിച്ചത്. ഒരു ആറുവയസ്സുകാരന് ഇങ്ങനെയൊക്കെ ചിന്തിക്കാനല്ലേ കഴിയൂ.. എന്തായാലും പെൻസിൽ എനിക്ക് നന്നേ ബോധിച്ചു. ബാഗിൽ കൈയിട്ട് ഞാനത് അങ്ങോട്ടുമിങ്ങോട്ടും തിരിച്ചുകളിച്ചു. ഒരു പൂവിനുചുറ്റും ചിറകടിച്ചു പറക്കുന്ന പൂമ്പാറ്റയെപ്പോലെ എന്റെ ചിന്തകൾ പെൻസിലിനെ ചുറ്റിപ്പൊതിഞ്ഞു. അത് മറ്റൊരു കുട്ടിയുടേതായിരിക്കുമെന്നും അങ്ങനെയാണെങ്കിൽ അത് അവന് തിരിച്ചുകൊടുക്കേണ്ടതാണെന്നുമുള്ള ചിന്തയൊന്നും അപ്പോൾ എന്റെ മനസ്സിലേക്കെത്തിയതേയില്ല.

ക്ലാസിൽ നിറയെ കുട്ടികളുണ്ടായിരുന്നു. ചിലർ തങ്ങളുടെ ഇരിപ്പിടങ്ങളിലിരുന്ന് വീട്ടിൽനിന്നും പഠിച്ച പാഠഭാഗങ്ങൾ മെല്ലെ ഉരുവിട്ടുകൊണ്ട് അദ്ധ്യാപകൻ വരുന്നുണ്ടോ എന്ന് ഇടയ്ക്കിടെ വാതിലിനുനേരെ നോക്കിക്കൊണ്ടിരുന്നു. ധൈര്യശാലികളായ മറ്റു ചിലർ ക്ലാസിൽ ഓടിനടക്കുകയും പരസ്പരം ഗുസ്തിപിടിക്കുകയും ബോർഡിൽ ചിത്രങ്ങൾ വരയ്ക്കുകയും മായ്ക്കുകയും പിന്നെയും വരയ്ക്കുകയും ചെയ്തുകൊണ്ടിരുന്നു. ആരും പെൻസിലിനെക്കുറിച്ച് സംസാരിച്ചതേയില്ല. അതെന്നെ കുറച്ചൊന്നുമല്ല സന്തോഷിപ്പിച്ചത്. ധൈര്യസമേതം ക്ലാസിലേക്ക് കടന്നുചെന്ന് രണ്ടാംനിരയിലുള്ള എന്റെ സ്ഥാനത്ത് ഞാൻ ഇരിപ്പുറപ്പിച്ചു.

അടുത്ത പിരിയഡിലേക്കുള്ള പുസ്തകങ്ങൾ വലിച്ചെടുക്കുന്നതിനിടയിൽ തോൽബാഗിനുള്ളിൽ പെൻസിൽ ഉരഞ്ഞ ശബ്ദം കേട്ട് എന്റെ ഉള്ളൊന്നു പിടഞ്ഞു. അത് സന്തോഷം കൊണ്ടാണോ അതോ അജ്ഞാതമായ ചില ഭയാശങ്കകൾ കൊണ്ടാണോ എന്നൊന്നും എനിക്കറിയില്ലായിരുന്നു.

കുറച്ചുനേരം കഴിഞ്ഞപ്പോൾ അദ്ധ്യാപകൻ വന്നു, ക്ലാസ് ആരംഭിച്ചു. ആർക്കും ഒരു കുഴപ്പവുമില്ല. ആ പിരിയഡ് കഴിഞ്ഞ് അദ്ധ്യാപകൻ പോയ ഉടനെ ക്ലാസ് വീണ്ടും സജീവമായി. എന്നിട്ടും ആരും പെൻസിലിനെപ്പറ്റി സംസാരിച്ചില്ല. ഏതുനിമിഷവും ആരെങ്കിലും എന്റെ അരികിലെത്തി പെൻസിൽ ആവശ്യപ്പെട്ടേക്കാമെന്ന് പേടിയോടെ ചിന്തിച്ചുകൊണ്ട് കളവുമുതലിനു മുകളിലിരിക്കുന്ന കള്ളനെപ്പോലെ മേലാസകലം വിറയലുമായി ഞാൻ സമയം തള്ളി നീക്കി. എന്നാൽ ആരുടേയും സംസാരത്തിൽ പെൻസിൽ എന്നൊരു വാക്കുപോലും വന്നില്ല. പതിവുപോലെ കുട്ടികൾ ക്ലാസിൽ ഓടിനടക്കുകയും പാഠങ്ങൾ ഉരുവിടുകയും പരസ്പരം ഗുസ്തിപിടിക്കുകയും ചെയ്തുകൊണ്ടിരുന്നു.

ആ സമയത്താണ് സ്റ്റെപ്പാൻ ലെസ്കീവ് എന്റെ അരികിലേക്ക് വന്നത്. എന്റെ അടുത്ത കൂട്ടുകാരനാണവൻ.

"നിന്നെ കണ്ടിട്ട് കണക്ക് പഠിച്ചിട്ടില്ലെന്ന് തോന്നുന്നല്ലോ.. നിന്റെ തോല് ഇന്ന് പൊളിഞ്ഞതുതന്നെ." കളിയാക്കുന്ന സ്വരത്തിൽ അവൻ പറഞ്ഞു:

കണക്കിന്റെ കാര്യത്തിൽ ഞാൻ വളരെ പിന്നിലാണെന്ന് അവന് നന്നായറിയാം. അതുകൊണ്ടാണീ കളിയാക്കൽ. പക്ഷേ, ഇന്നെനിക്ക് പേടിക്കേണ്ട കാര്യമില്ല. ഇന്ന് ഞാനെല്ലാം പഠിച്ചിട്ടുണ്ട്. (ഒന്നുമുതൽ നൂറുവരെയുള്ള സംഖ്യകൾ കാണാതെ എഴുതുകയെന്നതാണ് ഇന്നത്തെ ഞങ്ങളുടെ ഗണിതശാസ്ത്രപ്രശ്നം). ഇന്നലെ ഹിമകണങ്ങൾ നിറഞ്ഞ ജനാലച്ചില്ലിന്മേൽ എത്രനേരമാണെന്നോ വിരലുകൊണ്ട് ഞാൻ സംഖ്യകളെഴുതി പഠിച്ചത്..)

"എന്റെ കാര്യം ഞാൻ നോക്കിക്കൊള്ളാം." ഞാൻ ഈർഷ്യയോടെ പറഞ്ഞു. "നീ നിന്റെ തോല് പൊളിയുന്ന കാര്യം മാത്രം നോക്കിയാൽ മതി..."

സ്റ്റെപ്പാൻ അതുകേട്ട് വിഷണ്ണനായി കുറെനേരം എന്റെ മുന്നിൽ നിന്നു. അവന്റെ മുഖത്തേക്ക് നോക്കിയപ്പോൾ എനിക്ക് വിഷമം തോന്നി. അത്ര കടുപ്പിച്ച് പറയേണ്ടിയിരുന്നില്ല. ഞാൻ വിചാരിച്ചു.

സ്റ്റെപ്പാൻ പാവമായിരുന്നു. നിഷ്കളങ്കനും സത്യസന്ധനുമായിരുന്നു. എന്നെ അവന് വലിയ ഇഷ്ടമായിരുന്നു. എന്നിട്ടും ഞാൻ അവനെ വേദനിപ്പിച്ചല്ലോ എന്നാലോചിച്ചപ്പോൾ എനിക്ക് വലിയ വിഷമമായി. അവൻ തമാശ പറഞ്ഞത് ഞാൻ കാര്യമായി എടുക്കാൻ പാടില്ലായിരുന്നു.

ഒന്നും മിണ്ടാതെ സ്റ്റെപ്പാൻ അവന്റെ കസേരയിൽ പോയിരുന്നപ്പോൾ എന്റെ മനസ്സിൽ നിറഞ്ഞത് ഈ ചിന്തകളായിരുന്നു.

എന്റെ അമ്മാവന്റെ വീടിന്റെ തൊട്ടരികിലാണ് സ്റ്റെപ്പാന്റെ വീട്.

ചെറുപ്പം മുതല്ക്കേ ഞാനെന്റെ അമ്മാവന്റെ വീട്ടിലായിരുന്നതിനാൽ ഞങ്ങൾ തമ്മിൽ നല്ല ഇണക്കത്തിലായിരുന്നു. സ്റ്റെപ്പാന്റെ അച്ഛൻ കൃഷിക്കാരനായിരുന്നു. അതിനുമുൻപ് അയാൾ വലിയ പണക്കാരനായിരുന്നത്രെ. അപ്രതീക്ഷിതമായുണ്ടായ തീപിടുത്തത്തിൽ അയാളുടെ സമ്പത്തെല്ലാം നശിച്ചുപോയി. ഒത്ത ഉയരമുള്ള മാർക്കടമുഷ്ടിക്കാരനായ ഒരുത്തനായിരുന്നു അയാൾ. ഭൂമിയോളം കുനിഞ്ഞാണ് അയാൾ നടന്നിരുന്നത്. ആഴങ്ങളിൽനിന്നും വരുന്നതുപോലെയുള്ള മുഴങ്ങുന്ന ശബ്ദമായിരുന്നു അയാൾക്ക്. ഇക്കാരണം കൊണ്ടുതന്നെ എനിക്കയാളെ വലിയ പേടിയുമായിരുന്നു. ഞാനയാളെ ഒരു ക്രൂരനായാണ് കണ്ടത്. സ്റ്റെപ്പാൻ പക്ഷേ, അവന്റെ അമ്മയെപ്പോലെയായിരുന്നു. ശാന്തസ്വഭാവമുള്ള സ്ത്രീയായിരുന്നു അവർ. സുന്ദരമായ മുഖവും ചാരനിറത്തിലുള്ള കണ്ണുകളുമായിരുന്നു അവർക്ക്. സ്റ്റെപ്പാന്റെ കൂടെ കുറച്ചുനേരം കളിക്കുന്നതിനുവേണ്ടി അവന്റെ അച്ഛൻ പുറത്തുപോകുന്നതും നോക്കി എത്രയോ തവണ ഞാൻ അവരുടെ വേലിക്കരികിൽ നിന്നിട്ടുണ്ട്. കളികൾക്കിടയിൽ ചിലപ്പോഴൊക്കെ ഞങ്ങൾ വഴക്കടിക്കാറുണ്ടെന്നത് നേരാണ്. എങ്കിലും അവയെല്ലാം ബാലസഹജമായ നിസ്സാരപിണക്കങ്ങൾ മാത്രമായിരുന്നു. വഴക്കും വക്കാണവും എപ്പോഴും തുടങ്ങിവയ്ക്കാറുള്ള ഞാൻ തന്നെയാണ് അതവസാനിപ്പിക്കാനും മുൻകൈ എടുക്കാറുള്ളത്. സ്റ്റെപ്പാനെപ്പോഴും ശാന്തശീലനായിരുന്നു. അവന്റെ മുഖം പ്രസന്നവും പുഞ്ചിരി വിടർന്നതുമായിരുന്നു.

അവനോട് ദേഷ്യപ്പെട്ടതിൽ എനിക്ക് എന്നോടുതന്നെ അവജ്ഞ തോന്നി. ഒരു നിമിഷത്തേക്കു മാത്രമേ ആ ദേഷ്യം എന്നിലുണ്ടായിരുന്നുള്ളു എന്നത് സത്യമാണ്. അവന്റെ വിഷാദം നിറഞ്ഞ നോട്ടം എന്റെ മനസ്സിനെ നൊമ്പരപ്പെടുത്തിയപ്പോൾ എനിക്ക് സ്വയം ലജ്ജ തോന്നി. എന്തിനായിരുന്നു ഈ കോലാഹലം? ഞാൻ എന്നോടുതന്നെ ചോദിച്ചു. ആ നിമിഷം പെൻസിലിനെക്കുറിച്ചുള്ള ചിന്തകൾ പോലും എന്നിൽ നിന്നും വിട്ടുപോയി. പിന്നീടെപ്പോഴോ ബാഗ് ശ്രദ്ധയിൽപ്പെട്ടപ്പോൾ മാത്രമാണ് അതിനുള്ളിലെ പെൻസിൽ എന്റെ മനസ്സിലേക്ക് വീണ്ടും കടന്നെത്തിയത്. അതിനെത്തുടർന്ന് സ്റ്റെപ്പാനെയും അവന്റെ നോട്ടത്തെയും ഞാൻ മറന്നു. കുറച്ചു നേരം കഴിഞ്ഞപ്പോൾ അദ്ധ്യാപകൻ വന്നു. ക്ലാസ് തുടങ്ങി, ആ ക്ലാസ് അവസാനിച്ചപ്പോഴും പെൻസിലിനെക്കുറിച്ച് ആരും ഒന്നും പറഞ്ഞില്ല. ഇവിടത്തെ ആരുടേതുമായിരിക്കില്ല. ഞാൻ ചിന്തിച്ചു. എനിക്ക് വലിയ ആശ്വാസം തോന്നി.

മൂന്നാമത്തെ പിരിയഡ് ഗണിതമായിരുന്നു. ഞങ്ങൾ കുട്ടികളെ സംബന്ധിച്ചിടത്തോളം ഭയങ്കരമായിരുന്നു ഈ വിഷയം. ഒരു പ്രത്യേക രീതിയിലായിരുന്നു ഇത് ഞങ്ങൾക്ക് പഠിപ്പിച്ചു തന്നിരുന്നത്. അദ്ധ്യാപകൻ ഏതെങ്കിലും കുട്ടിയോട് ബോർഡിൽ എണ്ണൽ സംഖ്യകൾ എഴുതാൻ ആവശ്യപ്പെടും. അതുനോക്കി മറ്റു കുട്ടികൾ അവരുടെ പുസ്തകത്തിലും എഴുതണം. കുട്ടികൾ തെറ്റ് വരുത്തുന്നുണ്ടോ എന്നറിയു

ന്നതിനുവേണ്ടി അദ്ധ്യാപകൻ അപ്പോൾ ക്ളാസിലുടനീളം റോന്തു ചുറ്റും.

ഗണിതത്തിന്റെ പീരിയഡ് തുടങ്ങുന്നതിനു മുൻപായി പിറകിലെ ബെഞ്ചിൽനിന്നും – അവിടെയാണ് സ്റ്റെപ്പാൻ ഇരിക്കുന്നത് – എന്തൊക്കെയോ ബഹളവും മുറുമുറുപ്പും ഞാൻ കേട്ടു. പക്ഷേ, ക്ലാസിൽ നിറഞ്ഞുനിന്നിരുന്ന ശബ്ദകോലാഹലങ്ങളിൽനിന്നും അവയെ വേർതിരിച്ചെടുക്കാൻ എനിക്ക് കഴിഞ്ഞില്ല.

അദ്ധ്യാപകൻ ക്ലാസിലേക്കു വന്നു. കുറച്ചുനേരം അദ്ദേഹം കസേരയിൽ പോയിരുന്നു. പിന്നെ എഴുന്നേറ്റ് ബോർഡിൽ എഴുതാനായി എന്നെ വിളിച്ചു. വിറച്ചുകൊണ്ടാണ് ഞാൻ എഴുന്നേറ്റത്. കാരണമുണ്ട്. എഴുത്ത്, അക്കത്തിലായാലും അക്ഷരത്തിലായാലും എന്നെ സംബന്ധിച്ചിടത്തോളം വിഷമംപിടിച്ച ഒന്നായിരുന്നു. എന്റെ വിരൽത്തുമ്പിൽനിന്നും ഉതിർന്നു വീഴുന്ന അക്കങ്ങളൊക്കെ വിചിത്രാകൃതിയിലുള്ളവയും പരസ്പരം ഇണക്കമില്ലാത്തവയുമായിരുന്നു. അവിദഗ്ദ്ധമായി നിർമ്മിക്കപ്പെട്ട വേലി പോലെയായിരുന്നു അവ. പക്ഷേ, ഞാനെന്തു ചെയ്യും? അദ്ധ്യാപകൻ വിളിച്ചാൽ പോകാതിരിക്കാനാകുമോ. വലതുകൈയിൽ ബോർഡ് മായ്ക്കാനുള്ള തുണിക്കഷണവും ഇടതുകൈയിൽ ചോക്കുമായി അസ്വസ്ഥതയോടെ ഞാൻ ബോർഡിനരികിൽ നിന്നു.

"മുപ്പത്തിയഞ്ച്." അലറുന്ന സ്വരത്തിൽ പറഞ്ഞുകൊണ്ട് അദ്ധ്യാപകൻ എന്റെ നേരെ നോക്കി. പെട്ടെന്ന് ദേഷ്യം കൊണ്ട് അദ്ദേഹം പൊട്ടിത്തെറിച്ചു.

"ഫ ! മരക്കഴുതേ, ഏത് കൈയിലാണെടാ ചോക്ക് പിടിച്ചിരിക്കുന്നത്? നീയെന്താ ഇടതുകൈകൊണ്ടാണോ എഴുതാൻ പോകുന്നത്?"

പരിഭ്രമം വിങ്ങുന്ന ഹൃദയത്തോടെ ഉടനെ ഞാൻ ആ ഉപകരണങ്ങൾ മാറ്റിപ്പിടിച്ചു. പിന്നെ വലതുകൈ കഴിയാവുന്നത്ര ഉയർത്തി. ബോർഡിന്റെ മദ്ധ്യഭാഗം വരെ മാത്രമേ എനിക്ക് എത്തിയിരുന്നുള്ളൂ. 'മുപ്പത്തിയഞ്ച്' എന്ന അക്കം ആ രീതിയിൽ ബോർഡിൽ എഴുതുക ബുദ്ധിമുട്ടുതന്നെയായിരുന്നു. തലേന്ന് വീട്ടിൽവെച്ച് കൈവിരൽ കൊണ്ട് അക്കങ്ങൾ എഴുതി പ്രാക്ടീസ് ചെയ്ത സമയത്ത് മൂന്ന് എന്ന അക്കം എഴുതുന്നതിനെപ്പറ്റി ഞാൻ കുറെ ആലോചിച്ചിരുന്നു. എങ്ങനെയാണ് മൂന്നിന് ആ വളവുകളും തിരിവുകളും ഉണ്ടാക്കേണ്ടത്? എനിക്കാണെങ്കിൽ സംശയം ചോദിക്കാൻ ആരുമുണ്ടായിരുന്നുമില്ല. അതിനാൽ എനിക്ക് തോന്നുന്നതുപോലെ മൂന്ന് വരയ്ക്കുകയായിരുന്നു ഞാൻ. ആദ്യം ഈ അക്കത്തിന്റെ നടുവിലെ കുനിപ്പിൽനിന്നും മുകളിലേക്ക് ഒരു അർദ്ധവൃത്തം വരച്ചു. പിന്നെ അതുപോലെ ഒന്നു താഴേക്കും. അതായിരുന്നു എന്റെ മൂന്ന്. ഈ രീതിയിലാണ് ബോർഡിലും ഞാൻ മൂന്നു വരച്ചത്. പക്ഷേ, ഇവിടെ എന്റെ കൈവിരലുകൾക്ക് അസാധാരണമായ വിറയലുണ്ടായിരുന്നതിനാൽ 'മൂന്ന്' എഴുതിയത് ബോർഡിൽ ശരിക്കും പതിഞ്ഞില്ല. അല്പം അകലെനിന്നു നോക്കിയാൽ അത് കാണാൻ പറ്റുമായിരുന്നില്ല.

"എഴുതിയോടാ?" അലറിക്കൊണ്ടുതന്നെ അദ്ധ്യാപകൻ എന്റെ

നേരെ തിരിഞ്ഞു.

"ഇല്ല സാർ, മുഴുവനായിട്ടില്ല..." ഞാൻ വിറയാർന്ന സ്വരത്തിൽ മറുപടി പറഞ്ഞു. അപ്പോഴേക്കും ഞാനാകെ വിയർപ്പിൽ കുളിച്ചിരുന്നു. പിന്നീട് എന്റേതായ രീതിയിൽത്തന്നെ 'അഞ്ച്' എഴുതാൻ ആരംഭിച്ചു. ഈ അക്കം താഴെനിന്നും മുകളിലേക്കാണ് ഞാൻ എഴുതിയത്.

"ഹെന്ത്.." പൊടുന്നനെ അദ്ധ്യാപകന്റെ അട്ടഹാസം അവിടെ മുഴങ്ങി. "നീ എങ്ങിനെയാണെടാ പന്നീ എഴുതുന്നത്?"

ഞാനൊന്നും മിണ്ടിയില്ല. വിറയ്ക്കുന്ന വിരലുകൾ കൊണ്ട് ഒരു വിധത്തിൽ എഴുത്ത് പൂർത്തിയാക്കി. 'അഞ്ച്' എന്ന അക്കം ഇംഗ്ലീഷിലെ 'എസ്' പോലെയുണ്ടായിരുന്നു.

"നിനക്കപ്പോൾ അഞ്ച് എഴുതാനറിയില്ല.. അല്ലേ..." മറുപടിക്ക് കാത്തു നില്ക്കാതെ മേശപ്പുറത്തുനിന്നും ഒരു പരന്ന സ്കെയിലെടുത്തുകൊണ്ട് അദ്ധ്യാപകൻ എന്റെ നേരെ വന്നു. മറ്റേ കൈകൊണ്ട് അദ്ദേഹം എന്റെ കൈപിടിച്ചുയർത്തി. അടുത്ത നിമിഷം ഒരു വല്ലാത്ത ശബ്ദം ക്ലാസിൽ മുഴങ്ങി. അതിനെത്തുടർന്ന് എന്റെ കൈവെള്ള ചുവന്നുവീർത്തു. രക്തം കല്ലിച്ച കൈപ്പത്തിക്കുള്ളിൽ ഉറുമ്പുകൾ ഇഴഞ്ഞു നടക്കുന്നതുപ്പോലെ എനിക്ക് തോന്നി. വേദന സഹിക്കാൻ ശീലിച്ചിരുന്നതിനാൽ ഞാൻ കരഞ്ഞില്ല. എങ്കിലും ആ അടിയുടെ കാഠിന്യം എന്റെ മുഖത്ത് നന്നായി പ്രതിഫലിച്ചിരുന്നു.

"അപ്പോൾ അഞ്ചെന്ന് എഴുതാൻ നിനക്കറിയില്ല അല്ലേ... ഞാൻ എഴുതുന്നത് നോക്ക്. അഞ്ച് ഇതാ ഇങ്ങനെയാണെഴുതുക.."

അങ്ങനെ പറഞ്ഞുകൊണ്ട് അദ്ധ്യാപകൻ ചോക്കെടുത്ത് ബോർഡിൽ വലിയ ഒരു 'അഞ്ച്' എഴുതി. അതുപോലെ ഒന്നെന്റെ മുഖത്തും!

"ഇനി എഴുത്... നാല്പത്തിയെട്ട്..."

ഞാൻ എഴുതാൻ തുടങ്ങി. അദ്ധ്യാപകൻ കുറച്ചുനേരം അതുനോക്കി നിന്നു. 'നാല്' എന്ന അക്കം അദ്ദേഹത്തെ സംതൃപ്തനാക്കിയെന്നു തോന്നി. അദ്ദേഹം ക്ലാസിൽ അങ്ങോട്ടുമിങ്ങോട്ടും നടക്കാൻ തുടങ്ങി.

"എന്താണെടാ. ആരും എഴുതുന്നില്ലേ?" ക്രുദ്ധനായി അദ്ദേഹം കുട്ടികളോട് ചോദിച്ചു. കുട്ടികൾ എന്റെ അവസ്ഥ കണ്ട് പകുതി ചിരിയും പകുതി ഭയവും കലർന്ന അവസ്ഥയിലായിരുന്നു. അദ്ധ്യാപകന്റെ ശബ്ദം കേട്ട മാത്രയിൽ അവർ തല താഴ്ത്തി.

"എടാ തെമ്മാടി, എങ്ങനെയാണെടാ മൂന്ന് എഴുതുന്നത്?" അദ്ധ്യാപകൻ ഏതോ കുട്ടിയോട് കയർത്തു. അതിനെത്തുടർന്ന് കൈവെള്ളയിൽ പതിഞ്ഞ സ്കെയിലിന്റെ പേടിപ്പെടുത്തുന്ന ശബ്ദം ക്ലാസിൽ മുഴങ്ങി.

"അഞ്ചിന് മുകളിലെന്താണെടാ?" മറ്റൊരു കുട്ടിയോടായിരുന്നു ചോദ്യം.

"അത് മഷി പുരണ്ടതാ സാർ.." മറുപടിക്കുമുൻപേ സ്കെയിലിന്റെ ശബ്ദം വീണ്ടും..

"ഓഹോ, ഈ മരത്തലയൻ എഴുതുന്നേയില്ലല്ലോ.." മൂന്നാമത്തെ

കുട്ടിയോടായിരുന്നു ചോദ്യം..

"അത് സാർ... ഞാൻ.." സ്റ്റെപ്പാൻ ലെസ്കീവിന്റെ ശബ്ദത്തിന് കണ്ണീരിന്റെ നനവുണ്ടായിരുന്നു.

"എന്താണെടാ..?" അദ്ധ്യാപകൻ അലറി..

"എന്റെ പെൻസിൽ കാണുന്നില്ല സാർ..."

ആ നിമിഷം എന്റെ കൈയിൽനിന്നും ഏതോ അജ്ഞാതമായ കാരണത്താൽ ചോക്ക് താഴെ വീണുപോയി. അജ്ഞാതമായ കാരണത്താൽ എന്ന് ഞാൻ ഉറപ്പിച്ചു പറയട്ടെ. കാരണം, എന്റെ ബാഗിൽ കിടക്കുന്ന പെൻസിൽ സ്റ്റെപ്പാൻ ലെസ്കീവിന്റേതല്ല. അതവന്റേതാകാൻ യാതൊരു വഴിയുമില്ല. ഒരിക്കലും ആയിരിക്കില്ല.

എന്നിട്ടും സ്റ്റെപ്പാന്റെ വാക്കുകൾ കേട്ടപ്പോൾ ഞാനാകെ വിയർത്തു. എന്റെ ദേഹമാസകലം വിറച്ചു. കൈയിൽനിന്നും ഒരു മത്സ്യത്തെപ്പോലെ ചോക്ക് വഴുതിവീണു. അദ്ധ്യാപകൻ നിർദ്ദേശിച്ച വാക്കുകൾ എഴുതിക്കഴിഞ്ഞതിനാൽ അത് പ്രശ്നമായില്ല. അല്ലാത്തപക്ഷം ആ അവസ്ഥയിൽ എനിക്ക് ഒന്നും തന്നെ എഴുതാൻ കഴിയുമായിരുന്നില്ല.

"ഓഹോ, അപ്പോൾ പെൻസിൽ കാണുന്നില്ല അല്ലേ..." അദ്ധ്യാപകന്റെ ശബ്ദം വീണ്ടുമുയർന്നു. "നിന്നെ ഞാനൊരു പാഠം പഠിപ്പിക്കുന്നുണ്ട്..."

സ്റ്റെപ്പാനെ അദ്ധ്യാപകൻ എന്തു പാഠമാണ് പഠിപ്പിക്കാൻ പോകുന്നതെന്ന് ദൈവത്തിനേ അറിയൂ. രണ്ടു ദിവസം മുൻപ് അവന്റെ അച്ഛനുമായി അദ്ധ്യാപകൻ വഴക്കിട്ട കാര്യം ഞങ്ങൾക്കെല്ലാം അറിയാമായിരുന്നു. ഒരുപക്ഷേ, അതിന്റെ ദേഷ്യം മുഴുവനും സ്റ്റെപ്പാനോട് കാണിക്കുമോ? മാത്രമല്ല, അദ്ധ്യാപകൻ ഇന്ന് നന്നായി മദ്യപിച്ചിട്ടുമുണ്ടെന്ന് ഞങ്ങൾ മനസ്സിലാക്കിയിരുന്നു. ഇന്ന് മർദ്ദനത്തിന്റെ ദിവസമാണ്. എന്റെ മനസ്സ് ആശങ്കാകുലമായി.

"ഇങ്ങോട്ടു വാടാ..." അദ്ധ്യാപകൻ സ്റ്റെപ്പാന്റെ നേരെ നോക്കി ഗർജ്ജിച്ചു.

എന്താണ് സംഭവിക്കാൻ പോകുന്നതെന്ന് സ്റ്റെപ്പാന് നന്നായി അറിയാമായിരുന്നു. അതുകൊണ്ടുതന്നെ ഭയാശങ്കകളോടെ അവൻ അവിടെത്തന്നെ നിന്നു.

അപ്പോൾ അവന്റെ മഞ്ഞ നിറമുള്ള നീണ്ട തലമുടിക്ക് ചുറ്റിപ്പിടിച്ചു കൊണ്ട് അത്യധികമായ ദേഷ്യത്തോടെ അദ്ധ്യാപകൻ അവനെ മുറിയുടെ മദ്ധ്യത്തിലേക്ക് വലിച്ചിഴച്ചു.

"ഇവിടെ നില്ക്ക്.." അദ്ധ്യാപകൻ പിന്നെ എന്റെ നേരെ തിരിഞ്ഞു.

"നീ എഴുതിയോടാ?"

"ഉവ്വ്."

"നീ പോയിരുന്നോ.. ഇനി ഇവൻ എഴുതും..." അങ്ങനെ പറഞ്ഞു കൊണ്ട് അദ്ധ്യാപകൻ സ്റ്റെപ്പാനെ ബോർഡിനരികിലേക്ക് തള്ളിവിട്ടു. എന്റെ മനസ്സ് അപ്പോൾ ശാന്തമായി. കാരണം, ഒന്നാമത് ഞാനിപ്പോൾ

എന്റെ ഇരിപ്പിടത്തിൽ സുരക്ഷിതനായി ഇരിക്കുകയാണ്. രണ്ടാമത്, കൂടുതൽ മർദ്ദനത്തിനൊന്നും ഒരുങ്ങാതെ അദ്ധ്യാപകൻ സ്റ്റെപ്പാനെ ബോർഡിലെഴുതാൻ അനുവദിച്ചിരിക്കുകയാണ്. സ്റ്റെപ്പാന് തെറ്റുകൂടാതെ എഴുതാൻ കഴിയുമെന്ന് എനിക്ക് ഉറപ്പുണ്ടായിരുന്നു. എന്നാൽ ആ ശാന്തത കുറച്ചുനേരം മാത്രമേ എന്റെയുള്ളിൽ നിലനിന്നുള്ളൂ. അദ്ധ്യാപകൻ അലറിക്കൊണ്ടു പറഞ്ഞ അക്കങ്ങളൊക്കെ ശരിയായിത്തന്നെ സ്റ്റെപ്പാൻ ബോർഡിൽ എഴുതിവെച്ചു. പക്ഷേ, അതുകണ്ടപ്പോൾ അദ്ധ്യാപകന് അരിശം വർദ്ധിക്കുകയാണുണ്ടായത്. അതോടെ എന്റെ മനസ്സ് വീണ്ടും അശാന്തമായി. പെൻസിൽ മൂലം സ്റ്റെപ്പാന് എന്തെങ്കിലും സംഭവിച്ചാൽ അതിന്റെ ഉത്തരവാദി ഞാനായിരിക്കുമെന്ന് ഉള്ളിൽനിന്നും ആരോ പിറുപിറുക്കുന്നതായി എനിക്കുതോന്നി. കാറ്റത്തെ ഇല പോലെ ഞാനപ്പോൾ അടിമുടി വിറച്ചു.

ബോർഡിൽ അക്കങ്ങൾ നിറയുന്നതുവരെ സ്റ്റെപ്പാൻ എഴുതിക്കൊണ്ടിരുന്നു. അതിൽ ഒരു ചെറിയ തെറ്റുപോലും കണ്ടെത്തുവാൻ അദ്ധ്യാപകന് കഴിഞ്ഞില്ല. അത് അദ്ദേഹത്തെ കൂടുതൽ ക്രുദ്ധനാക്കി.

"മതി, നിർത്ത്... ഇനി തറയിൽ കിടക്ക്..." അദ്ദേഹം ആക്രോശിച്ചു.

"സാർ... ഞാൻ.. എന്തിനാണ് സാർ എന്നെ..." സ്റ്റെപ്പാൻ വിതുമ്പിക്കൊണ്ട് ചോദിച്ചു.

"നീയെന്നോട് ചോദ്യം ചോദിക്കുന്നോ, തെമ്മാടി...കിടക്കെടാ വേഗം..."

അദ്ധ്യാപകന്റെ ഭീഷണമായ സ്വരം കേട്ടപ്പോൾ എനിക്ക് ശ്വാസം നിലച്ചതുപോലെ തോന്നി.

അദ്ദേഹം ക്ലാസ്മുറിയുടെ പിന്നാമ്പുറത്തേക്കുപോയി ഒരു വലിയ ചൂരൽവടിയെടുത്തു. ഭയംകൊണ്ട് വിളറി വെളുത്ത സ്റ്റെപ്പാൻ വിറച്ചുകൊണ്ട് അവിടെത്തന്നെ നിന്നു.

"എന്തിനാണെന്നെ അടിക്കുന്നത് സാർ?" വടിയുമായി നടന്നടുക്കുന്ന അദ്ധ്യാപകനോട് തേങ്ങലോടെ അവൻ ചോദിച്ചു.

"നിന്നോടല്ലേടാ കിടക്കാൻ പറഞ്ഞത്..." സ്റ്റെപ്പാന്റെ തലമുടിക്ക് കുത്തിപ്പിടിച്ചുകൊണ്ട് അദ്ധ്യാപകൻ ഒരാക്രോശത്തോടെ അവനെ കസേരയിലേക്ക് തള്ളിയിട്ടു. എന്നിട്ട് ആവുന്നത്ര ശക്തിയിൽ അവനെ തലങ്ങും വിലങ്ങും അടിക്കാൻ തുടങ്ങി. വേദന സഹിക്കാനാവാതെ സ്റ്റെപ്പാൻ ഉറക്കെ കരഞ്ഞു. പക്ഷേ, അവന്റെ കരച്ചിൽ മദ്യാസക്തിയിലായിരുന്ന അദ്ധ്യാപകനെ കൂടുതൽ അരിശം പിടിപ്പിക്കുകയാണുണ്ടായത്. "ഇനി പെൻസിൽ നഷ്ടപ്പെടുമ്പോൾ നീ ശരിക്കും അറിയും." തടിച്ച ചൂരൽ വടി കൊണ്ട് അവനെ നിർദ്ദയം അടിക്കുന്നതിനിടയിൽ അദ്ധ്യാപകൻ പറഞ്ഞു.

ആ സമയം എന്റെ മനസ്സ് പിടയുകയായിരുന്നു. സ്റ്റെപ്പാന്റെ പെൻസിൽ എനിക്ക് കിട്ടിയിട്ടുണ്ടെന്നും, അത് തിരിച്ചു കൊടുക്കാതിരുന്ന ഞാനാണ് കുറ്റക്കാരനെന്നും എഴുന്നേറ്റുനിന്ന് വിളിച്ചുപറയാൻ അപ്പോൾ ഞാൻ ആഗ്രഹിച്ചു. എന്നാൽ ചൂരലിന്റെ സീല്ക്കാരം എന്നെ തളർത്തി

ക്കളഞ്ഞു.

സ്റ്റെപ്പാന്റെ ദയനീയമായ കരച്ചിൽ എന്റെ ഹൃദയം പിളർത്തുന്നതായിരുന്നു. ഞാനാകെ വിയർപ്പിൽ കുളിച്ചു. സ്റ്റെപ്പാന്റെ ശരീരത്തിൽ പതിക്കുന്ന ഓരോ അടിയുടെയും വേദന എനിക്ക് ശരിക്കും അനുഭവിച്ചറിയാൻ കഴിഞ്ഞു. ശരീരത്തിന്റെ ഓരോ അണുവിലും എനിക്ക് ആ വേദന അനുഭവപ്പെട്ടു. അതിന്റെ ഫലമായി പേശികളെല്ലാം വലിഞ്ഞുമുറുകുന്നതായി എനിക്കുതോന്നി. അപ്പോൾ നിയന്ത്രണം വിട്ട് ഞാൻ തേങ്ങിക്കരഞ്ഞുപോയി. ക്ലാസിൽ മുഴുവനും കേൾക്കാമായിരുന്നു അത്. പക്ഷേ, അനിയന്ത്രിതമായ ഭീതിമൂലം മാനസികമായി ആകെ തളർന്നുപോയ കുട്ടികളാരും എന്റെ തേങ്ങൽ കേട്ടില്ല.

അദ്ധ്യാപകൻ അപ്പോഴും മർദ്ദനം തുടർന്നുകൊണ്ടിരുന്നു. കഠിനമായ വേദനകൊണ്ട് സ്റ്റെപ്പാന്റെ മുഖം കരുവാളിച്ചു. അവന്റെ ശരീരം മുഴുവനും ചുവന്നുതുടുത്ത തിണർപ്പുകൾ പൊന്തി. തീവ്രവേദനയിൽ പുളഞ്ഞ് അവൻ വെപ്രാളത്തോടെ അദ്ധ്യാപകന്റെ കാൽമുട്ടുകൾ അള്ളിപ്പിടിക്കാൻ ശ്രമിച്ചു. അവന്റെ കാലുകൾ അന്തരീക്ഷത്തിലേക്കുയരുകയും പുളയുകയും ചെയ്തു. ചൂരലിന്റെ രോഷം എന്നിട്ടും നിലച്ചില്ല. സ്റ്റെപ്പാന്റെ ശരീരത്തിൽ ആഞ്ഞുപതിക്കുന്ന ഓരോ അടിയും ക്ലാസിലെ മുപ്പതു കുട്ടികളുടെ ഹൃദയത്തെ ഇളക്കിമറിക്കുകയും സ്റ്റെപ്പാന്റെ വിലാപങ്ങളെ കൂടുതൽ ദയനീയവും ദുഃഖഭരിതമാക്കുകയും ചെയ്തു. ആ സമയത്തെ എന്റെ അവസ്ഥയെക്കുറിച്ച് ചിന്തിക്കുവാൻ ഞാൻ പിന്നീടൊരിക്കലും തുനിഞ്ഞിരുന്നില്ല. എന്തു വികാരമായിരുന്നു അപ്പോഴെന്റെ ഉള്ളു പൊള്ളിച്ചിരുന്നത്. ഏതുതരം വേദനയായിരുന്നു അപ്പോൾ എന്റെ സന്ധിബന്ധങ്ങളിലേക്ക് തുളച്ചുകയറിയിരുന്നത്? ഏതു ചിന്തയായിരുന്നു അപ്പോഴെന്റെ തലയ്ക്കുള്ളിൽ കുലുങ്ങിവിറച്ചുകൊണ്ടിരുന്നത്? പക്ഷേ, ഇല്ല. ചിന്തകളൊന്നും ഉണ്ടായിരുന്നില്ല എന്നതാണ് സത്യം. ഞാനവിടെ ഒരു കല്ലുപോലെ നിർജ്ജീവമായിരിക്കുകയായിരുന്നു. പതിനാറു വർഷങ്ങൾക്കുശേഷം ഇപ്പോഴും ആ സംഭവത്തെക്കുറിച്ച് ഓർമ്മിക്കാൻ ശ്രമിക്കുമ്പോഴൊക്കെ ഒരു പാറക്കല്ലുകൊണ്ട് നെറ്റിത്തടത്തിൽ ശക്തമായൊരു പ്രഹരമേറ്റതുപോലെ ഞാൻ തരിച്ചിരുന്നു പോകുന്നു. എന്റെ കുട്ടിക്കാലത്ത് ഇതുപോലെയുള്ള ഒട്ടേറെ അനുഭവങ്ങളുണ്ടായിരുന്നെങ്കിൽ, ശാരീരികവും മാനസികവുമായി വാടിക്കരിഞ്ഞുപോയ, ആഹ്ലാദിക്കാൻ എന്നോ മറന്നുപോയ സ്കൂൾ കുട്ടികളിൽ ഒരുവനാകുമായിരുന്നു ഞാനും.

കുറെ നേരം കഴിഞ്ഞേ അദ്ധ്യാപകൻ ശിക്ഷ അവസാനിപ്പിച്ചുള്ളൂ. തുടർന്ന് സ്റ്റെപ്പാനോട് അവന്റെ സ്ഥാനത്ത് പോയിരിക്കുവാൻ അദ്ദേഹം ആജ്ഞാപിച്ചു. പക്ഷേ, കസേരയിൽനിന്നും എഴുന്നേല്ക്കുന്നതിനിടയിൽ ശക്തി നഷ്ടപ്പെട്ട് വാടിത്തളർന്ന് അവൻ നിലത്തുവീഴുകയാണുണ്ടായത്. അദ്ധ്യാപകൻ അപ്പോഴും ദേഷ്യം ശമിക്കാതെ ചൂരൽ വലിച്ചെറിഞ്ഞ് കുറച്ചുമുമ്പ് സ്റ്റെപ്പാൻ കിടന്നുപുളഞ്ഞിരുന്ന കസേരയിൽ പോയിരുന്നു. കുറച്ചുനേരം ഒന്നും സംസാരിക്കാതെ അദ്ദേഹം ശക്തിയായി കിതച്ചു.

ക്ലാസ് അപ്പോൾ ശ്മശാനംപോലെ മൂകവും വിഷാദമയവുമായിരുന്നു. സ്റ്റെപ്പാന്റെ ദയനീയമായ തേങ്ങലുകൾ മാത്രം ഇടയ്ക്കിടെ ആ മൂകതയെ മുറിവേല്പിച്ചുകൊണ്ടിരുന്നു.

“നീ എഴുന്നേറ്റില്ലെടാ പന്നീ...” നിലത്തു വീണുകിടക്കുന്ന സ്റ്റെപ്പാനെ നിർദ്ദാക്ഷിണ്യം ചവിട്ടിക്കൊണ്ട് അദ്ധ്യാപകൻ മുരണ്ടു. തുടർന്ന് ശക്തി സംഭരിച്ച് വളരെ പണിപ്പെട്ട് അവൻ എഴുന്നേറ്റു. വീഴാതിരിക്കാൻ അവൻ ഡെസ്കിന്റെ വക്കിൽ മുറുകെ പിടിച്ചു.

“പോയിരിക്കെടാ.. ഇനി ഒരിക്കലും നീ പെൻസിൽ നഷ്ടപ്പെടുത്തില്ല.”

സ്റ്റെപ്പാൻ ഇരിപ്പിടത്തിൽ പോയിരുന്നു. വീണ്ടും നിശ്ശബ്ദത ക്ലാസി ലേക്ക് ഇറങ്ങിവന്നു. അതേസമയം അദ്ധ്യാപകന് തലയ്ക്ക് അല്പം വെളിവ് വന്നതുപോലെ തോന്നി. ഒരു പാവം കുട്ടിയെ താൻ വല്ലാതെ ദ്രോഹിച്ചിരിക്കുന്നു എന്ന ചിന്ത അദ്ദേഹത്തെ വേട്ടയാടുന്നുണ്ടെന്ന് ഞങ്ങൾ മനസ്സിലാക്കി. ലെസ്കീവുമായി ഇടയുന്നത് നല്ലതല്ലെന്ന് അദ്ദേഹത്തിനറിയാമായിരുന്നു. എന്തു ചെയ്യണമെന്നറിയാതെ വിമ്മിട്ട പ്പെട്ടുകൊണ്ട് അദ്ദേഹം ക്ലാസിൽ അങ്ങോട്ടുമിങ്ങോട്ടും നടക്കാൻ തുടങ്ങി.

“തെമ്മാടികൾ.. തെണ്ടിപ്പരിഷകൾ..” ഇടയ്ക്കിടെ അദ്ദേഹം മുരണ്ടു കൊണ്ടിരുന്നു. ഞങ്ങൾ കുട്ടികളെയാണോ അതോ യസേനീത്സ്യയിലെ മുഴുവൻ വീട്ടുകാരെയുമാണോ അദ്ധ്യാപകൻ അങ്ങനെ വിശേഷിപ്പിച്ച തെന്ന് ഞങ്ങൾക്ക് മനസ്സിലായില്ല.

കുറച്ചുനേരം കൂടി എന്തൊക്കെയോ മുരണ്ടുകൊണ്ട് അദ്ധ്യാപകൻ ക്ലാസിൽ ഓടി നടന്നു. പിന്നെ ഞങ്ങളെ നോക്കി അലറി. “എല്ലാവരും വീട്ടിൽ പൊയ്ക്കോളിനെടാ....”

സാധാരണ ഈ മാന്ത്രികവചനം ഞങ്ങൾ കുട്ടികളെ ആഹ്ലാ ദിപ്പിക്കാറുണ്ടായിരുന്നെങ്കിലും ഇന്നത് ഞങ്ങളിൽ യാതൊരു പ്രതി കരണവും ഉണർത്തിയില്ല. ഭീതിയും ഉൽക്കണ്ഠയും ഓരോ കുട്ടിയുടെയും ഇളം മനസ്സിനെ മരവിപ്പിച്ചിരുന്നു. അതുകൊണ്ടുതന്നെ പ്രാർത്ഥനയ്ക്കു ശേഷം പുറത്തേക്കിറങ്ങുമ്പോൾ പതിവായുണ്ടാകാറുള്ള സ്വാതന്ത്ര്യ ബോധവും ആഹ്ലാദവുമൊന്നും അന്നുണ്ടായില്ല. അദ്ധ്യാപകന്റെ നേരെ വെറുപ്പുകലർന്ന നോട്ടമെറിഞ്ഞുകൊണ്ടാണ് ഓരോ കുട്ടിയും പുറ ത്തേക്കു നടന്നത്. എത്ര ഭീകരമായിരുന്നു ആ സമയത്തെ എന്റെ അവസ്ഥ! കാലുകൾ വലിച്ചിഴച്ച് പുറത്തേക്കു നടക്കുമ്പോൾ എന്റെയു ള്ളിൽ ഭയവും ഉൽക്കണ്ഠയും കുറ്റബോധവും കനത്തുനിന്നിരുന്നു. ഭൂമിക്കടിയിലേക്ക് ഊർന്നിറങ്ങിപ്പോയിരുന്നെങ്കിൽ എന്ന് ഞാനപ്പോൾ ആത്മാർത്ഥമായും ആഗ്രഹിച്ചു. ഒരു കൊലപാതകിയുടെ മാനസിക സംഘർഷങ്ങളാണ് അപ്പോൾ എന്നെ വേട്ടയാടിയിരുന്നത്. ലോകത്തുള്ള മുഴുവൻ സമ്പത്ത് നല്കാമെന്നു പറഞ്ഞാൽപ്പോലും എനിക്ക് അപ്പോൾ സ്റ്റെപ്പാന്റെ മുഖത്തേക്ക് നോക്കാൻ കഴിയുമായിരുന്നില്ല. അവന്റെ വേദന എനിക്ക് സങ്കല്പിക്കാനാകുമായിരുന്നു. അവനേക്കാൾ തീവ്രമായി ഞാനത് അനുഭവിച്ചിരുന്നു എന്നതാണ് സത്യം. എല്ലാത്തിനും കാരണ

ക്കാരൻ ഞാനാണെന്ന് മനസ്സാക്ഷി എന്നെ നിരന്തരം ഓർമ്മിപ്പിച്ചുകൊണ്ടിരുന്നു. ഒരു സത്യം എനിക്കപ്പോൾ വ്യക്തമാവുകയായിരുന്നു – എനിക്ക് കളഞ്ഞുകിട്ടിയ ആ പെൻസിൽ സ്റ്റെപ്പാൻ ലെസ്കീവിന്റേതാണെന്ന സത്യം. ഇനി അത് അവനെ തിരിച്ചേല്പിക്കുക എന്നതാണ് എനിക്ക് ആകെ ചെയ്യാനുള്ളത്. പക്ഷേ, എനിക്കതിനു കഴിഞ്ഞില്ല. പേടിയും ദുഃഖവും ലജ്ജയും എന്റെ മനസ്സിനെ ആകെ തളർത്തിയിരുന്നു. ആ പെൻസിൽ സ്വന്തമാക്കാനുള്ള ഒരാഗ്രഹവും എനിക്കപ്പോൾ ഉണ്ടായിരുന്നില്ല. ബാഗിനുള്ളിൽ ഭാരമുള്ള ഒരു കല്ലുപോലെ അത് കിടന്നു. അതെന്റെ വിരലുകളെ അകലെവച്ചുതന്നെ പൊള്ളിക്കുന്നതായി എനിക്കു തോന്നി. ആരെങ്കിലും ഓടിവന്ന് ബാഗ് തട്ടിപ്പറിച്ചെടുത്ത് അതിലെ സാധനങ്ങളെല്ലാം പുറത്തേക്ക് കുടഞ്ഞിട്ടിരുന്നെങ്കിൽ എനിക്കെത്ര സമാധാനമാകുമായിരുന്നു. പക്ഷേ, അങ്ങനെയൊന്നും സംഭവിച്ചില്ല. മറ്റുകുട്ടികൾക്കെല്ലാം അവരുടേതായ ദുഃഖങ്ങളും ചിന്തകളുമുണ്ടായിരുന്നു.

സ്കൂളിൽനിന്നും പുറത്തെത്തിയ ഉടനെ കുട്ടികൾ സ്റ്റെപ്പാന്റെ ചുറ്റും കൂടി. അവൻ അപ്പോഴും തേങ്ങുന്നുണ്ടായിരുന്നു. എങ്ങനെ, എവിടെവെച്ച്, എപ്പോൾ പെൻസിൽ നഷ്ടപ്പെട്ടു എന്ന ചോദ്യങ്ങൾകൊണ്ട് അവർ അവനെ പൊതിഞ്ഞു. ഏതു തരത്തിലുള്ള പെൻസിലായിരുന്നു അതെന്നു ചിലർ തിരക്കി. മറ്റു ചിലർ അദ്ധ്യാപകനെ ശപിക്കുകയും സ്റ്റെപ്പാനെ സമാധാനിപ്പിക്കുകയും ചെയ്തു.

"എവിടെയാണത് നഷ്ടപ്പെട്ടതെന്ന് എനിക്കറിയില്ല." തേങ്ങലിനിടയിൽ സ്റ്റെപ്പാൻ പറഞ്ഞു. "അച്ഛൻ അറിഞ്ഞാൽ എന്നെ കൊന്നുകളയും. മിനിഞ്ഞാന്ന് വാങ്ങിയിട്ടേയുള്ളൂ..."

അവൻ വീണ്ടും തേങ്ങിക്കരഞ്ഞു. അദ്ധ്യാപകനെപ്പോലെ അച്ഛനെയും അവനു പേടിയായിരുന്നു.

കുട്ടികൾ അവനെ ആശ്വസിപ്പിക്കാൻ ശ്രമിച്ചെങ്കിലും അതുകൊണ്ടൊന്നും കാര്യമുണ്ടായില്ല.

"നല്ല വിലയുള്ള പെൻസിലായിരുന്നു അത്. കൊണ്ടുപോയി കളഞ്ഞാൽ എന്റെ തോല് പൊളിക്കുമെന്ന് അച്ഛൻ പറഞ്ഞിട്ടുണ്ട്..." അവന്റെ കരച്ചിലിന് വീണ്ടും ശക്തി കൂടി. എനിക്ക് അതൊന്നും ശ്രദ്ധിക്കാൻ കഴിഞ്ഞില്ല. സ്റ്റെപ്പാൻ പറഞ്ഞ ഓരോ വാക്കും എന്റെ മനസ്സിനെ കുത്തി മുറിവേല്പിക്കുകയായിരുന്നു. അപ്പോൾ എന്റെ ശരീരം ആലിലപോലെ വിറച്ചു. പേടിച്ചരണ്ട് ഞാൻ വീട്ടിലേക്ക് ഓടി.

"ഓ, പതിവുപോലെ ഇന്നും പിള്ളാരുമായി വഴക്കുകൂടി, അല്ലേ.." വീട്ടിലെത്തിയ ഉടനെ അമ്മായി ചോദിച്ചു. "എന്തിനാണിങ്ങനെ നായയെപ്പോലെ കിതയ്ക്കുന്നത് പിശാചേ..."

അമ്മായി വിവാഹം കഴിച്ചിരുന്നില്ല. അവർ ഒരു ശുദ്ധഗതിക്കാരിയായിരുന്നു. പക്ഷേ, നാക്കിനൊരു നിയന്ത്രണവുമില്ലായിരുന്നു. അതിനു വിശ്രമവും കുറവായിരുന്നു.

ഒന്നും മിണ്ടാതെ ഞാൻ ഭക്ഷണം കഴിച്ചു. അതിനുശേഷം എന്റെ

മേശയ്ക്കരികിൽ പോയിരുന്നു. ഗൃഹപാഠം ചെയ്യാൻ പുസ്തകങ്ങളെടുത്തെങ്കിലും എനിക്കൊന്നിനും കഴിഞ്ഞില്ല. ഒരു മരക്കുറ്റിപോലെ അനങ്ങാതെ ഞാനവിടെ കുറെ നേരം ഇരുന്നു. പിന്നീട് പുസ്തകം തുറന്ന് യാന്ത്രികമായി വായന തുടങ്ങി. സ്റ്റെപ്പാനെയും അവന്റെ അച്ഛനെയും അദ്ധ്യാപകനെയും കുറിച്ച് ഒന്നും ചിന്തിക്കാതിരിക്കാൻ ശ്രമിച്ചെങ്കിലും അവരുടെയൊക്കെ മുഖങ്ങൾ തുടർച്ചയായി എന്റെ മനസ്സിൽ തെളിഞ്ഞുകൊണ്ടിരുന്നു. അപ്പോഴെല്ലാം, തീവ്രമായ കുറ്റബോധം കൊണ്ട് മനസ്സ് പിടയുന്ന ഒരു പാപിയെപ്പോലെ ഞാനവിടെ തരിച്ചിരുന്നു. രാത്രി വേഗമൊന്ന് വന്നെത്തിയിരുന്നെങ്കിൽ എന്നു ഞാൻ തീവ്രമായി ആഗ്രഹിച്ചു. അപ്പോഴും ബാഗിൽനിന്നും പെൻസിൽ പുറത്തെടുക്കുവാൻ ഞാൻ ധൈര്യപ്പെട്ടില്ല. അത് ബാഗല്ല, വലിയൊരു കുഴിയാണെന്നും പെൻസിൽ അതിനുള്ളിൽ ഒളിച്ചിരിക്കുന്ന ഒരു ഭയങ്കര സർപ്പമാണെന്നും ഞാൻ സങ്കല്പിച്ചു.

അന്ന് രാത്രിയിൽ ഞാൻ കണ്ട പേടിസ്വപ്നങ്ങൾ വിവരിക്കാനാവാത്തതായിരുന്നു. ഉറക്കത്തിൽ ഞാൻ ഇടയ്ക്കിടെ പേടിച്ചു കരഞ്ഞു. ചിലപ്പോൾ എഴുന്നേറ്റ് മുറിയിലെല്ലാം പരക്കംപായുകയും മൂലയിൽ ഒളിച്ചിരിക്കുകയും ചെയ്തു. ഭീമാകാരങ്ങളായ പല്ലികൾ വലിയ വായ തുറന്നുവെച്ച് ശരീരത്തിലൂടെ ഇഴഞ്ഞു നടക്കുന്നതായി എനിക്കു തോന്നി. അവയുടെ പുറത്ത് മിറ്റൽ എന്ന അക്ഷരങ്ങൾ തിളങ്ങുന്നതും ഞാൻ കണ്ടു.

പിറ്റേന്ന് എഴുന്നേല്ക്കുമ്പോൾ എന്റെ അവസ്ഥ അതിദയനീയമായിരുന്നു. ശരീരം മുഴുവൻ ഇടിച്ചുപിഴിഞ്ഞതുപോലെയുള്ള വേദനയായിരുന്നു. വലിയൊരു കുട്ടകത്തിൽ പുഴുങ്ങിയെടുത്തതുപോലെ. ഇതിനൊക്കെ പുറമെ ഉറക്കത്തിൽ അലറിക്കരഞ്ഞ് അമ്മായിയുടെ ഉറക്കം കളഞ്ഞതിന് അവരുടെ വായിൽ വന്നതെല്ലാം എനിക്ക് കേൾക്കാതെ തരമില്ലായിരുന്നു.

ഞാൻ സ്കൂളിലേക്ക് പുറപ്പെടുന്നതിനു മുൻപുതന്നെ പതിവുള്ള നടത്തം കഴിഞ്ഞ് അമ്മാവൻ വീട്ടിലെത്തി. വന്നപാടെ നടത്തത്തിനിടയിൽ കിട്ടിയ നാട്ടുവിശേഷങ്ങൾ അദ്ദേഹം പറയാൻ തുടങ്ങി. പൊടുന്നനെ എന്റെ നേരെ തിരിഞ്ഞ് അമ്മാവൻ ചോദിച്ചു.

"നമ്മുടെ സ്റ്റെപ്പാന് ഇന്നലെ എന്തിനാണ് അടി കിട്ടിയത്?" അമ്മാവന്റെ ചോദ്യം കേട്ട് ഞാൻ അടിമുടി വിറച്ചു. തിളച്ച വെള്ളം ദേഹത്തുവീണതുപോലെ ഞാൻ പുളഞ്ഞു.

"അത്...അവൻ..."

"എന്താ കാര്യം? നിനക്കറിയില്ലേ?" അമ്മായി ഒച്ചയിട്ടു. പിന്നെ അവർ അമ്മാവനോടായി ചോദിച്ചു. "എന്നിട്ട് സ്റ്റെപ്പാനെന്തു പറ്റി?"

"ആ മാഷ് അവനെ എന്തൊരടിയാണ് അടിച്ചത്! ഏതോ പെൻസിലിന്റെ പേരിലാണത്രെ. ഒരു വിധത്തിലാണ് അവനിന്നലെ വീട്ടിലെത്തിയത്."

"ഏത് പെൻസിൽ?" അമ്മായി ഉത്കണ്ഠയോടെ തിരക്കി.

"തിങ്കളാഴ്ച ലെസ്കീവ് അവനൊരു പെൻസിൽ വാങ്ങിക്കൊടുത്തിരുന്നു. ഇന്നലെ അതെവിടെയോ കളഞ്ഞുപോയി. മാഷാണെങ്കിൽ കുടിച്ച് നല്ല ഫോമിലുമായിരുന്നു. അയാൾ ആ കുട്ടിയെ വല്ലാതെ മർദ്ദിച്ചുകളഞ്ഞു. പകുതി ജീവനായി വീട്ടിലെത്തിയപ്പോൾ അവിടന്നും കിട്ടി വേണ്ടത്ര. പെൻസിൽ കളഞ്ഞുപോയതറിഞ്ഞപ്പോൾ ലെസ്കീവ് ഭ്രാന്ത് പിടിച്ചവനെപ്പോലെയായി. അവന്റെ മുടിക്ക് കുത്തിപ്പിടിച്ച് അയാൾ അവനെ നിലത്തേക്കെറിഞ്ഞു. എന്നിട്ട് ബൂട്ടിട്ട കാലുകൊണ്ട് ആഞ്ഞു ചവിട്ടി. അവന്റെ അമ്മ അതുകണ്ട് വാവിട്ടു കരയുകയായിരുന്നു. അതിനിടെ സ്റ്റെപ്പാന്റെ ബോധംപോയി. മുഖത്ത് വെള്ളം തളിച്ചിട്ടും കുറേ നേരത്തേക്ക് ഒരനക്കവുമില്ലായിരുന്നു. കുട്ടി ഇപ്പോൾ കിടപ്പിലാണെന്നാണ് പറയുന്നത്. അനങ്ങാൻ പോലും പറ്റുന്നില്ലത്രേ. കർത്താവേ, എന്തിനാണ് ഇവർ ഒരു കൊച്ചുകുട്ടിയോട് ഇങ്ങനെ ക്രൂരമായി പെരുമാറുന്നത്?"

അമ്മാവന്റെ വാക്കുകൾ കേട്ടപ്പോൾ എനിക്ക് നിയന്ത്രിക്കാനായില്ല. ഞാൻ പൊട്ടിക്കരഞ്ഞു.

"നിനക്കെന്തു പറ്റി? നീയെന്തിനാ കരയുന്നത്?" അമ്മാവൻ അമ്പരപ്പോടെ എന്നോടു ചോദിച്ചു.

"എന്തിനാണെടാ കാറുന്നത്? നിനക്ക് വട്ടുപിടിച്ചോ?" അമ്മായിയും സ്വതസ്സിദ്ധമായ രീതിയിൽ എന്നോട് തിരക്കി. അവരുടെ മുഖത്ത് ആശങ്ക പടർന്നിരുന്നു.

"ഞാൻ... ഞാൻ..." മനസ്സിൽ സങ്കടം കനത്തതുകൊണ്ട് എനിക്ക് സംസാരിക്കാൻ വാക്കുകൾ കിട്ടിയില്ല.

"എന്താണ്? നിനക്കെന്താണ് പറയാനുള്ളത്?" അമ്മാവൻ അലിവോടെ ചോദിച്ചു.

"ഞാൻ... സ്റ്റെപ്പാന്റെ പെൻസിൽ എനിക്ക് കിട്ടിയിരുന്നു." ഞാൻ ഒരുവിധം പറഞ്ഞൊപ്പിച്ചു.

"ഓഹോ, എവിടെവച്ച്?"

"ഇന്നലെ, സ്കൂളിലേക്കുള്ള വഴിയിൽവച്ച്... മഞ്ഞിൽ കിടക്കുകയായിരുന്നു..."

"എന്നിട്ട് എന്തുകൊണ്ട് അതവന് തിരിച്ചു നല്കിയില്ല?"

"അതവന്റെ പെൻസിലാണെന്ന് എനിക്ക് അറിയില്ലായിരുന്നു."

"സ്കൂൾ വിട്ടു വരുമ്പോൾ തിരിച്ചുകൊടുക്കാഞ്ഞതെന്തേ?"

"എനിക്ക് പേടിയായിരുന്നു."

"പേടിയോ?" അമ്മായി ചോദിച്ചു. "നീയെന്തിനാണെടാ പോക്കിരീ പേടിക്കുന്നത്..."

അതിനു ഞാനൊന്നും മിണ്ടിയില്ല.

"എന്നിട്ട് ആ പെൻസിലെവിടെ?" അമ്മാവൻ ചോദിച്ചു.

"എന്റെ ബാഗിലുണ്ട്."

അമ്മാവൻ ബാഗിൽനിന്നും പെൻസിലെടുത്തു. എനിക്ക് അതിന്റെ

നേരെ നോക്കാനുള്ള ധൈര്യമുണ്ടായിരുന്നില്ല.

"ഈ നിസ്സാരകാര്യത്തിനാണ് ആ കുട്ടിയെ ഇങ്ങനെ ദ്രോഹിച്ചത്... നശിച്ചുപോട്ടെ രണ്ടു പിശാചുക്കളും.."

അങ്ങനെ പറഞ്ഞ് മുറ്റത്തേക്ക് നീട്ടിത്തുപ്പിക്കൊണ്ട് അമ്മാവൻ പുറത്തേക്കിറങ്ങിപ്പോയി. അമ്മായി എന്നെ സ്കൂളിലേക്ക് പറഞ്ഞയച്ചു. വഴിയിലെല്ലാം ഞാൻ കണ്ണീർ വാർത്തു. ഹൃദയത്തിന്റെ ഭാരം കുറഞ്ഞിരുന്നെങ്കിലും കണ്ണുകൾ നിറഞ്ഞു തുളുമ്പിക്കൊണ്ടിരുന്നു.

ഒരാഴ്ച സ്റ്റെപ്പാൻ ക്ലാസിൽ വന്നില്ല. അവൻ കിടപ്പിലായിരുന്നു. അതിനടുത്ത ആഴ്ചയിൽ തന്നെ ഗണിതാദ്ധ്യാപകനും കിടപ്പിലായി. അതറിഞ്ഞപ്പോൾ അമ്മാവൻ പറഞ്ഞത് സ്റ്റെപ്പന്റെ അച്ഛന്റെ കൈയിൽനിന്നും മൂപ്പർക്ക് വേണ്ടത്ര കിട്ടിയിട്ടുണ്ടാകുമെന്നാണ്.

പിന്നെയും കുറെ ദിവസത്തേക്ക് സ്റ്റെപ്പാനെ ഞാൻ കണ്ടില്ല. അന്നൊക്കെ ഇടയ്ക്കിടെ എന്റെ സ്വപ്നങ്ങളിൽ അവന്റെ വേദന നിറഞ്ഞ കരുവാളിച്ച മുഖം തെളിഞ്ഞിരുന്നു. അപ്പോൾ ആ മുഖത്ത് എന്നോടുള്ള കഠിനമായ വെറുപ്പും പ്രകടമായിരുന്നു. പിന്നീട്, ദിവസങ്ങൾക്കു ശേഷം വീണ്ടും അവനെ കണ്ടപ്പോൾ ആ മുഖത്തേക്ക് നോക്കാൻ എനിക്ക് ധൈര്യം വന്നില്ല. സ്വപ്നങ്ങളിൽ ഞാൻ കണ്ട വെറുപ്പ് അവന്റെ മുഖത്തുണ്ടാകുമെന്ന് ഞാൻ പേടിച്ചു.

പക്ഷേ, അങ്ങനെയൊന്നുമുണ്ടായില്ല. സ്റ്റെപ്പാന്റെ പെരുമാറ്റം ആദ്യത്തേതുപോലെ ഹൃദ്യവും സ്നേഹപൂർണ്ണവുമായിരുന്നു. ഞാനാണ് പെൻസിൽ എടുത്തതെന്ന് ഒരുപക്ഷേ, അവൻ അറിഞ്ഞിട്ടുണ്ടാവില്ല. എന്തായാലും അതിനുശേഷം ഒരിക്കൽപ്പോലും ഞങ്ങളുടെ സംഭാഷണങ്ങളിൽ പെൻസിൽ കടന്നുവന്നിട്ടില്ല.

പുത്രൻ
(കിർഗിസ്ഥാൻ കഥ)

ചിംഗിസ് ഐത് മാതോവ്

സോവിയറ്റ് യൂണിയനിലെ കിർഗിസ് റിപ്പബ്ലിക്കിലെ ഏറ്റവും പ്രശസ്തനായ എഴുത്തുകാരനായിരുന്നു ചിംഗിസ് ഐത് മാതോവ്. ഗ്രന്ഥകാരൻ, വിവർത്തകൻ, പത്രപ്രവർത്തകൻ എന്നീ നിലകളിൽ ശ്രദ്ധേയൻ. 1952 ൽ എഴുത്തിലേക്ക് പ്രവേശിച്ചു. *പ്രവ്ദ*യുടെ ലേഖകനായി കുറെ കാലം ജോലി ചെയ്തു. 1963 ൽ *മലകളുടെയും സെപ്പിയുടെയും കഥകൾ* എന്ന കഥാസമാഹാരം പ്രസിദ്ധീകരിച്ചതോടെ അദ്ദേഹം സോവിയറ്റ് യൂണിയനിലെ തന്നെ ഏറ്റവും മുൻ നിരയിലുള്ള എഴുത്തുകാരിൽ ഒരാൾ എന്ന നിലയിലേക്കുയർന്നു. ആ വർഷത്തെ ലെനിൻ പ്രൈസ് ഈ പുസ്തകത്തിനാണ് ലഭിച്ചത്. പ്രധാന രചനകൾ കിർഗിസ് ഭാഷയിലാണ് എഴുതിയത്. കുറെ കഥകൾ റഷ്യനിലും എഴുതിയിട്ടുണ്ട്. ഗ്രാമീണ ജീവിതം, സ്നേഹം, സൗഹൃദം, യുദ്ധം, തുടങ്ങിയവയാണ് സാധാരണയായി രചനകളിൽ ആവിഷ്കരിക്കപ്പെട്ട പ്രമേയങ്ങൾ. *ആദ്യത്തെ അദ്ധ്യാപകൻ, പോകൂ ഗുൽസറീ, ശുഭ്രയാനം* എന്നിവ പ്രമുഖ രചനകളിൽ ചിലതാണ്. 2008 ൽ അന്തരിച്ചു. അദ്ദേഹത്തിന്റെ *പുത്രൻ* എന്ന കഥ നന്നേ ചെറുപ്പത്തിൽത്തന്നെ യുദ്ധത്തിൽ കൊല്ലപ്പെട്ട ഓമനമകന്റെ ഓർമ്മകളെ നെഞ്ചേറ്റുന്ന വാത്സല്യനിധിയായ ഒരു പിതാവിന്റെ മനോവിഭ്രാന്തിയോളം എത്തിനില്ക്കുന്ന ഭാവനകളിലേക്ക് വായനക്കാരെ കൂട്ടിക്കൊണ്ടുപോകുന്നു. ഹൃദയദ്രവീകരണ ശക്തിയുള്ള ഈ കഥ ഐത് മാതോവിന്റെ ഏറ്റവും മികച്ച രചനകളിൽ ഒന്നാണ്.

വിചിത്രമായ മനസികാവസ്ഥയുമായാണ് വൃദ്ധനായ ചോർദൻ വീട്ടിൽ തിരിച്ചെത്തിയത്. എന്തോ അലട്ടുകയോ ഭയപ്പെടുത്തുകയോ ചെയ്യുന്നതുപോലെയായിരുന്നു അയാളുടെ ഭാവം. ആകെ പരിക്ഷീണനും ദുഃഖിതനുമായിരുന്നു അയാൾ. എന്തോ പന്തിയില്ലായ്മ ആളെ കണ്ട പ്പോൾതന്നെ ഭാര്യക്ക് മനസ്സിലായി. അവസാനം കാര്യമെന്താണെന്ന് ഒരു വിധത്തിൽ ചികഞ്ഞെടുത്തപ്പോൾ അവർ അന്ധാളിക്കുകയും എന്തുചെയ്യ ണമെന്നറിയാതെ കുഴങ്ങുകയും ചെയ്തു. വിചിത്രമായ ഒരു ചിന്തയാണ് ഭർത്താവിന്റെ തലയ്ക്കുള്ളിൽ കടന്നുകൂടിയിട്ടുള്ളതെന്ന് അവർക്കു തോന്നി. ഒറ്റനോട്ടത്തിൽ ഒരു വൃദ്ധന്റെ കിറുക്കെന്നൊക്കെ പറയാവുന്ന ഒന്ന്. അതൊരിക്കലും വിവേകമുള്ള ഒരാൾക്ക് യോജിച്ചതല്ലെന്ന് സ്പഷ്ടം.

ഏകദേശം ഇരുപതു വർഷം മുൻപ് യുദ്ധഭൂമിയിൽ വെച്ചാണ് ചോർ ദന്റെ മകൻ കൊല്ലപ്പെട്ടത്. മരിക്കുമ്പോൾ അവൻ വളരെ ചെറുപ്പമായി രുന്നു. അയാളല്ലാതെ ഇപ്പോൾ അവനെ മറ്റാരെങ്കിലും ഓർമ്മിക്കുന്നുണ്ടോ എന്നു സംശയമാണ്. വൃദ്ധനും ഭാര്യയും ഒരുമിച്ചു കഴിഞ്ഞ ഇക്കാല മത്രയും അയാൾ അവനെക്കുറിച്ച് ഒരു പരാമർശവും നടത്തിയിട്ടില്ല, അങ്ങനെയിരിക്കെ തികച്ചും അവിചാരിതമായാണ് വൃദ്ധൻ തന്റെ ആവശ്യം അവരെ അറിയിച്ചത്. യുദ്ധം തുടങ്ങുന്നതിനു മുൻപ് മകൻ അദ്ധ്യാപകനായി ജോലിചെയ്തിരുന്ന സ്ഥലം തനിക്ക് സന്ദർശിക്കണമെ ന്നാണ് അയാൾ പറഞ്ഞത്.

“ഇക്കാലമത്രയും എന്റെയുള്ളിൽ ഞാൻ വിശ്വസിക്കുന്നത് മകൻ ജീവിച്ചിരിപ്പുണ്ട് എന്നുതന്നെയാണ്. അവൻ ആ സ്ഥലത്തുണ്ടെന്ന് എന്റെ മനസ്സ് പറയുന്നു. ആരോ എന്നെ അവിടേക്ക് കൊണ്ടുപോകുന്നതു പോലെ... എന്തായാലും എനിക്കവനെ കാണണം..”

ഭാര്യ അപ്പോൾ അവജ്ഞയോടെ അയാളെ നോക്കി. ഇങ്ങനെ ചോദി ക്കാനാണ് ആദ്യം അവർക്കു തോന്നിയത്. “നിങ്ങളുടെ തലയ്ക്കെന്താ ഓളമുണ്ടോ മനുഷ്യാ? മണ്ടയുടെ ആണി ഇളകിപ്പോയോ?” പക്ഷേ, അവർ ഒന്നും മിണ്ടാതെ സ്വയം നിയന്ത്രിച്ചു. അതിനു കാരണമുണ്ട്. അയാൾ വളരെ അക്ഷോഭ്യനായാണ് പറഞ്ഞത്. നിറഞ്ഞ ശാന്തതയായിരുന്നു

അപ്പോൾ അയാളുടെ കണ്ണുകളിൽ. വാക്കുകളിൽ ആത്മാർത്ഥതയുണ്ടായിരുന്നു. അതുകൊണ്ടുതന്നെ അയാൾ വെറുതെ പറയുകയല്ലെന്ന് അവർക്ക് മനസ്സിലായി. അതേസമയം പറയുന്നത് വിഡ്ഢിത്തമാണെങ്കിലും പ്രായത്തിന്റെ കരുവാളിപ്പ് പടർന്ന മുഖവും കുസൃതി മിന്നുന്ന, അലിവ് നിറഞ്ഞ കണ്ണുകളും, മഞ്ഞുപോലെ വെളുവെളുത്ത താടിയും കാൽമുട്ട് കഴിഞ്ഞു കിടക്കുന്ന രണ്ടു വലിയ ചിറകുകൾ പോലെയുള്ള തളർന്നു തുടങ്ങിയ കൈകളുമുള്ള ഈ മനുഷ്യനെ പരിഹസിക്കുന്നത് പാപമായിരിക്കുമെന്ന് അവർക്കു തോന്നി. എന്നാലും അയാൾ പറഞ്ഞതൊക്കെ വെളിവില്ലാത്ത ഒരാളുടെ സംസാരമാണെന്ന ബോധവും അവരുടെ മനസ്സിലുണ്ടായിരുന്നു.

"എങ്കിൽ പിന്നെ നിങ്ങളെന്തുകൊണ്ടാണ് ഇതുവരെ അവനെ കാണാൻ പോകാതിരുന്നത്?" ഭാര്യ വളരെ കരുതലോടെയാണ് ചോദിച്ചത്.

"അതെനിക്കറിഞ്ഞുകൂടാ..." ചോർദൻ ഒരു നെടുവീർപ്പോടെ പറഞ്ഞു. "പക്ഷേ, ഇപ്പോൾ എനിക്കെന്തായാലും അവിടേക്ക് പോയേ പറ്റൂ.. മരിക്കുന്നതിന് മുൻപ് എനിക്കവിടെ പോകണം. അതെന്റെ ഹൃദയം പറയുന്നതാണ്. നാളെ പുലർച്ചെതന്നെ ഞാനിറങ്ങും..."

"നിങ്ങളായി, നിങ്ങളുടെ പാടായി...ഞാനെന്തു പറയാനാണ്..."

ഭർത്താവ് ഒരുപക്ഷേ, ഈ കാര്യത്തിൽ ഒരു പുനർവ്വിചിന്തനം നടത്തുമെന്ന് അവർ പ്രതീക്ഷിച്ചു. എന്ത് കാര്യത്തിനാണ് ഇപ്പോൾ അവിടേക്ക് പോകുന്നത്? അവിടെ പോയിട്ട് ആരെ കാണാനാണ്? അതും വളരെ ദൂരമുള്ള ഒരു ഗ്രാമത്തിൽ.. പക്ഷേ, അവർ വിചാരിച്ച പോലെയൊന്നും ഉണ്ടായില്ല. ചോർദൻ തന്റെ തീരുമാനത്തിൽ ഉറച്ചുനിന്നു.

കുന്നിൻചെരുവിലെ ആ ഗ്രാമം നിദ്രയിലാണ്ടിട്ട് ഏറെ നേരമായി. വീടുകളുടെ ജനാലയ്ക്കരികിൽ മുനിഞ്ഞുകത്തിയിരുന്ന വിളക്കുകളെല്ലാം അണഞ്ഞിരിക്കുന്നു. ചോർദന്റെ വീട്ടിൽ മാത്രമേ വെളിച്ചമുണ്ടായിരുന്നുള്ളൂ. അവിടെ ഗൃഹനാഥൻ അശാന്തമായ മനസ്സുമായി ഉറക്കമില്ലാതെ രാത്രി ചെലവഴിച്ചുകൊണ്ടിരുന്നു. പല തവണ അയാൾ എഴുന്നേറ്റ് പുറത്തിറങ്ങി. അപ്പോഴൊക്കെ ഓരോ കെട്ട് പുല്ല് അയാൾ കുതിരലായത്തിൽ കൊണ്ടുവെക്കുകയും ചെയ്തു. പച്ചപ്പ് മാറാത്ത പുതിയ പുല്ലിന്റെ കെട്ടുകൾ വേനല്ക്കാലത്തേക്ക് കരുതിവെച്ചതായിരുന്നു. അതിപ്പോൾ എടുക്കുന്നതിൽ ഒരാശങ്കയും അയാൾക്ക് തോന്നിയില്ല. മറ്റേതെങ്കിലും സന്ദർഭത്തിൽ ഇങ്ങനെ വേനൽക്കാലത്തേക്ക് കരുതിവെച്ച തീറ്റ തൊടാൻ അയാൾ ഒരിക്കലും തുനിയുമായിരുന്നില്ല. തീറ്റയ്ക്ക് വേണ്ടി പശുക്കളെയും കുതിരകളെയും വീടിനു പിന്നിലെ ഒഴിഞ്ഞ പച്ചക്കറി തോട്ടത്തിലേക്ക് മേയാൻ വിടുകയാണ് പതിവ്. അവിടെ കളച്ചെടികളും ശരല്കാലത്ത് നിലത്തു കൊഴിയുന്ന ഇലകളും മറ്റും തിന്നാനുണ്ടാകും. പക്ഷേ, ഇപ്പോൾ

യാതൊരു വിഷമവുമില്ലാതെയാണ് അയാൾ യാത്രയിൽ കുതിരയ്ക്ക് തിന്നാൻ അവയെല്ലാം എടുത്തു വച്ചത്. വലിയ തോൽസഞ്ചിയിൽ നിറയെ ഓട്സും എടുത്തുവച്ചു.

ഇത്തരത്തിൽ രാത്രി മുഴുവനും അയാൾ ഓരോന്ന് ചെയ്തുകൊണ്ടിരുന്നു. ഭാര്യ ഇതെല്ലം കണ്ടുകൊണ്ട് ഉറക്കം നടിച്ച് കിടക്കുകയായിരുന്നു. ഭർത്താവ് ഇഷ്ടമുള്ളത് ചെയ്യട്ടെ. താൻ തടസ്സം നില്ക്കുന്നില്ല. എങ്കിലും ഓരോ തവണ അയാൾ പുറത്തിറങ്ങുമ്പോഴും അവരിൽനിന്നും ദീർഘമായ നെടുവീർപ്പ് ഉയർന്നുകൊണ്ടിരുന്നു. അയാളെ തടയുന്നതുകൊണ്ട് ഒരു ഫലവുമില്ലെന്നു അവർക്ക് നന്നായറിയാമായിരുന്നു. "നിങ്ങൾ ഒന്നാലോചിച്ചു നോക്കൂ. എങ്ങോട്ടാണ് നിങ്ങൾ ഈ പോകുന്നത്? എന്തിനു വേണ്ടി? കുട്ടികളെപ്പോലെ ഇങ്ങനെ പെരുമാറുന്നതെന്തിനാ? ആളുകൾ ഇതൊക്കെ കാണുമ്പോൾ നിങ്ങളെ നോക്കി ചിരിക്കില്ലേ?" ഇങ്ങനെയൊക്കെ ചോദിക്കാൻ ആഗ്രഹിച്ചെങ്കിലും അവർ ഒന്നും ചോദിച്ചില്ല. ഒരുപക്ഷേ, അയാൾ ഇങ്ങനെ തിരിച്ചു ചോദിച്ചെങ്കിലോ? "നീ അവന്റെ യഥാർത്ഥ അമ്മയായിരുന്നെങ്കിൽ ഇങ്ങനെ പറയുമായിരുന്നോ? ഇതൊക്കെ പറഞ്ഞ് എന്നെ തടയുമായിരുന്നോ?"

അവർ ഒരിക്കലും കേൾക്കാൻ ഇഷ്ടപ്പെടാതിരുന്ന കാര്യമായിരുന്നു അത്. ഭർത്താവിന്റെ ആ പുത്രനെ അവർ കണ്ടിട്ടുണ്ടായിരുന്നില്ല. അവന്റെ സ്വഭാവമോ പ്രകൃതമോ അവർ അറിഞ്ഞിട്ടില്ല. പത്തുവർഷം മുൻപാണ് അയാളുടെ ഭാര്യ മരിച്ചത്. പിന്നീടാണ് അവർ അയാളുടെ ജീവിതത്തിലേക്ക് പ്രവേശിച്ചത്. ഈയൊരു കാര്യം കൊണ്ടുതന്നെ അവർ വേണ്ടപോലെ അനുഭവിച്ചിട്ടുമുണ്ട്. പട്ടണത്തിൽ ഭർത്താക്കന്മാരോടൊപ്പം കഴിയുന്ന അയാളുടെ രണ്ടു പെൺമക്കളും ഈ രണ്ടാം കല്യാണത്തെ തുടർന്ന് അവരെ കാണാൻ വരികയോ അവരുമായി ബന്ധപ്പെടുകയോ ചെയ്തിട്ടില്ല. ഈ കാര്യത്തിൽ അവർ തെറ്റുകാരിയല്ലെങ്കിലും ഇടയ്ക്കിടെ ഒരു മനസ്സാക്ഷിക്കുത്ത് അവരുടെ മനസ്സിനെ വേദനിപ്പിച്ചിരുന്നു. ചോർദൻ പട്ടണത്തിൽ എന്തെങ്കിലും ആവശ്യങ്ങൾക്ക് പോകുമ്പോൾ അവരെ സന്ദർശിക്കുന്നതൊഴിച്ചാൽ വീട്ടിൽ അവരെപ്പറ്റി ഒന്നും തന്നെ അയാൾ സംസാരിക്കാറുമില്ല. ഒരു രണ്ടാനമ്മയെ സംബന്ധിച്ചിടത്തോളം അത്തരം കാര്യങ്ങളിലൊന്നും ആവശ്യമില്ലാതെ ഇടപെടാതിരിക്കുകയാണ് നല്ലത്. അതുകൊണ്ടുകൂടിയാണ് ഭർത്താവിന്റെ ഇപ്പോഴത്തെ ഈ തീരുമാനത്തിൽ അവർ എതിർപ്പ് പ്രകടിപ്പിക്കാതിരുന്നത്. പകരം തന്നെത്തന്നെ ബോദ്ധ്യപ്പെടുത്താനാണ് അവർ ശ്രമിച്ചത്. ഭർത്താവിന് അത്തരമൊരു ആഗ്രഹമുണ്ടെങ്കിൽ അങ്ങനെത്തന്നെ നടക്കട്ടെ. അവിടെ പോയാൽ അയാൾക്ക് മനഃസമാധാനം ലഭിക്കുമെങ്കിൽ അങ്ങനെ ആയിക്കോട്ടെ. പുത്രദുഃഖം സഹിക്കാനുള്ള കരുത്ത് അതയാൾക്ക് നല്കിയാലോ?

പുലർച്ചെ കിഴക്ക് വെള്ള കീറുന്നതിനു മുൻപുതന്നെ ചോർദൻ എഴുന്നേറ്റ് യാത്രയ്ക്കുള്ള ഒരുക്കങ്ങൾ തുടങ്ങി. ലായത്തിലേക്ക് പോയി കുതിരയ്ക്ക് ജീനി കെട്ടി. പിന്നെ തിരിച്ചുവന്നു തന്റെ പുതിയ കോട്ട് എടുത്തണിഞ്ഞു. ചുമരിൽ തൂക്കിയിട്ടിരുന്ന ചാട്ട കൈയിലെടുത്തു. നാട്ടുവെളിച്ചത്തിൽ കട്ടിലിൽ കിടക്കുന്ന ഭാര്യയുടെ അവ്യക്തരൂപത്തിനുനേരെ കുനിഞ്ഞുകൊണ്ട് അയാൾ മന്ത്രിച്ചു.

"നാസിപ്കാൻ, ഞാനിറങ്ങുന്നു. വിഷമിക്കേണ്ട നാളെ ഇരുട്ടുന്നതിനു മുൻപ് ഞാനിങ്ങെത്തും.. നീയെന്താ ഒന്നും മിണ്ടാത്തത്? ഞാൻ പറഞ്ഞത് കേൾക്കുന്നില്ലേ? നീ കാര്യം മനസ്സിലാക്കണം. എന്റെ മകനാണവൻ. സത്യം എനിക്കറിയാമെങ്കിലും അവിടെ ചെന്ന് നേരിട്ട് കാണണമെന്ന് മനസ്സ് പറയുന്നു. ഉള്ളിൽ ഒരാന്തലാണ്. നിനക്ക് മനസ്സിലാകുന്നില്ലേ നാസിപ്കാൻ..."

ഭാര്യ ഒന്നും മിണ്ടാതെ എഴുന്നേറ്റിരുന്നു. ഇരുട്ടാണെങ്കിലും നേർത്ത വെളിച്ചത്തിൽ ഭർത്താവിന്റെ തലയിലിട്ടിരിക്കുന്ന പഴഞ്ചൻ തൊപ്പി അവരുടെ കണ്ണിൽപ്പെട്ടു. അവർ അപ്പോൾ നീരസത്തോടെ പറഞ്ഞു.

"കണ്ടം വെച്ച ഈ തൊപ്പിയും ഇട്ടിട്ടാണോ പോകുന്നത്. അതിലും നല്ലത് ആ വൈക്കോലെടുത്ത് തലയിൽ വെക്കുന്നതാ.. നിങ്ങൾ പറമ്പിലേക്ക് കിളയ്ക്കാൻ പോവുകയാണോ മനുഷ്യാ? ദൂരയാത്ര പോവുകയല്ലേ? കട്ടിലിന്റെ തലയ്ക്കൽ വച്ചിരുന്ന പെട്ടിയിലേക്ക് കൈ പരാതി അതിൽനിന്നും ആട്ടിൻതോലുകൊണ്ടുണ്ടാക്കിയ ഒരു തൊപ്പിയെടുത്ത് അവർ ഭർത്താവിന്റെ നേരെ നീട്ടി.

"ഇതാ.. ഇത് വെച്ചാ മതി...."

ചോർദൻ പുതിയ തൊപ്പി വാങ്ങി തലയിൽ വെച്ചു. എന്നിട്ട് വാതില്ക്കലേക്ക് നടന്നു.

"ഒരു കാര്യം പറഞ്ഞോട്ടെ..." ഭാര്യ പറഞ്ഞു. "അതാ ആ വാതില്പടിയിൽ കുറച്ച് ആഹാരം പൊതിഞ്ഞു വച്ചിട്ടുണ്ട്. അതെടുത്തോളൂ. കുറെ പോകേണ്ടതല്ലേ. വൈകുന്നേരമാകുമ്പോൾ വയറ് കത്തല് തുടങ്ങും.."

ചോർദന് ഭാര്യയോട് നന്ദി പറയണമെന്നുണ്ടായിരുന്നു. പക്ഷേ, അയാൾ ഒന്നും മിണ്ടിയില്ല. സ്വന്തം ഭാര്യയോട് നന്ദി പറയുക എന്നത് അത്ര സാധാരണമായ കാര്യമല്ലല്ലോ...

ചോർദൻ യാത്ര തുടങ്ങുമ്പോൾ ഗ്രാമം മുഴുവനും ഉറക്കത്തിൽ തന്നെയായിരുന്നു. നായ്ക്കൾ ഉണർന്നു കുരച്ചു ബഹളമുണ്ടാക്കാതിരിക്കാനായി അയാൾ വീടുകളുടെ പിന്നാമ്പുറത്തെ ചെറിയ പാതയിലൂടെയാണ് പോയത്. ഗ്രാമാതിർത്തിയിലെത്തിയപ്പോൾ മലഞ്ചെരിവിലേക്ക് തിരിയുന്ന വഴി അയാൾ തെരഞ്ഞെടുത്തു.

കഴിഞ്ഞ ദിവസം ഉച്ചയ്ക്ക് രണ്ടു ചക്രമുള്ള ഒരു പഴഞ്ചൻ വണ്ടിയിൽ വിറകു നിറച്ച് ചോർദൻ വീട്ടിലേക്ക് തിരിച്ചത് ഇതേ പാതയിലൂടെയായിരുന്നു. അടുത്ത ശൈത്യകാലത്തേക്കുള്ള വിറക് ശേഖരിക്കാൻ പോയ

തായിരുന്നു അയാൾ. മലഞ്ചെരുവിൽനിന്നും ഉണങ്ങിയ കുറെ ചില്ലകൾ പെറുക്കിയെടുത്ത് അയാൾ വണ്ടിയിൽ അടുക്കി വെച്ചു. പിന്നീട് ജീനിയിൽ കയറിയിരുന്ന് വണ്ടിയുടെ ഷാഫ്റ്റിൽ കാലുകൾ കയറ്റിവെച്ച് തികച്ചും അലസനായി വീട്ടിലേക്ക് തിരിച്ചു. കുണ്ടും കുഴിയും നിറഞ്ഞ, പരിചിതമായ പാതയിലൂടെ ചക്രങ്ങൾ കടകട ശബ്ദത്തോടെ തിരിഞ്ഞുകൊണ്ടിരുന്നു. അതിനനുസരിച്ച് വണ്ടി ഒരു ഞെരക്കത്തോടെ മുന്നോട്ടു പോയി. ശാന്തവും ചൂടുനിറഞ്ഞതുമായ ദിവസമായിരുന്നു അത്. ശരത്കാലത്തെ ചില ദിവസങ്ങളിൽ ഊഷ്മാവിൽ വലിയ വ്യത്യാസമുണ്ടാവാറുണ്ട്. അതിനു മുൻപായി പകലിനു അസാധാരണമായ ചൂടും തിളക്കവുമുണ്ടാകും ആ ദിവസം ചുറ്റുമുള്ള ഗ്രാമങ്ങൾ താഴെനിന്നും തെളിഞ്ഞു കാണാം. ഇരുണ്ടു കനത്ത പഴത്തോട്ടങ്ങൾക്കിടയിൽ ആകാശം തിളങ്ങി നില്ക്കും. വീടുകളുടെ വെള്ളച്ചുമരുകളും വയലുകളിൽ ഉണങ്ങിനില്ക്കുന്ന പുകയിലച്ചെടികളും ട്രാക്ടറുകൾ കുഴച്ചുമറിച്ചിട്ട നിലവും ആകാശത്ത് ഇരമ്പിപ്പറക്കുന്ന വെള്ളിനിറത്തിലുള്ള വിമാനങ്ങളും വ്യക്തമായി കാണാം. ദൂരെയുള്ള ചക്രവാളത്തിൽ പട്ടണങ്ങളുടെ താഴ്ന്ന ഭാഗങ്ങളെ മൂടിപ്പൊതിഞ്ഞുനില്ക്കുന്ന കറുത്തിരുണ്ട പുക. ആകാശത്തിനു താഴെ നിശ്ശബ്ദരായി വട്ടമിട്ടു പറക്കുന്ന പക്ഷികളുടെ സംഘം.

അവ ഇരട്ടവാലൻ കുരുവികളാണെന്ന് ചോർദന് അറിയാമായിരുന്നു. പ്രഭാതത്തിൽ അയാൾ വിറകു ശേഖരിക്കാനായി വന്നാൽ ടെലിഗ്രാഫ് കമ്പികളിൽ അവ വരിവരിയായി ഇരിക്കുന്നത് കാണാറുണ്ട്. നിരനിരയായി അനങ്ങാതെ, പരസ്പരം അഭിമുഖമായാണ് അവ ഇരിക്കുക. ഓരോന്നിന്റേയും നെഞ്ച് വെളുവെളുത്തതും തല ഉരുണ്ടു ഭംഗിയേറിയതുമാണ്. കൃത്യമായി രൂപപ്പെടുത്തിയതുപോലെ. അവയ്ക്ക് തിളങ്ങുന്ന, അറ്റം പിളർന്ന, അസ്ത്രമുനപോലെയുള്ള വാലുകളുണ്ട്. കമ്പികളിലിരുന്ന് അടക്കിപ്പിടിച്ച് ചിലച്ചുകൊണ്ട് അവ പരസ്പരം സംവദിക്കും. ഒരുമിച്ച് പറന്നുയരാനുള്ള അനുമതിക്ക് കാത്തിരിക്കുംപോലെ.. ഗൗരവപൂർണ്ണമായ അന്തസ്സിന്റേയോ ആഭിജാത്യത്തിന്റെയോ ഭാവമുൾക്കൊണ്ടിരുന്ന ആ പക്ഷികൾ അനുപമമായ ഒരാകർഷണീയത പ്രകടിപ്പിച്ചിരുന്നു. അവ സാധാരണ കുരുവികളല്ല തന്നെ. ചോർദൻ അഭിമാനത്തോടെ ചിന്തിച്ചു.

ഇപ്പോൾ ആ പക്ഷികൾ അയാളുടെ കൺമുന്നിൽനിന്നും മറഞ്ഞു തുടങ്ങുകയാണ്. ദൂരെയെവിടേക്കോ പോവുകയാണവ. വേനൽക്കാലം ചെലവഴിച്ച ആ സ്ഥലത്തോട് വിടപറയാനെന്നപോലെ അന്തരീക്ഷത്തിൽ ഒരു വലയം സൃഷ്ടിച്ചുകൊണ്ട് ഒന്നുരണ്ടു തവണ ചുറ്റിപ്പറന്നു. പിന്നെ കൂട്ടമായി വിദൂരതയിലേക്ക് പറന്നു. സൂര്യവെളിച്ചത്തിൽ അവയുടെ തിളക്കം ഉജ്ജ്വലമായിരുന്നു.

ഏറെനേരം അയാൾ പക്ഷികൾ പോയ ദിശയിലേക്ക് നോക്കിക്കൊണ്ടുനിന്നു. ഒഴിഞ്ഞ തോട്ടങ്ങൾക്കുമീതെ അവ അവസാനമായി ഒരു

വൃത്തം കൂടി സൃഷ്ടിച്ച ശേഷമാണ് വിദൂരതയിലുള്ള സ്റ്റെപ്പിയെ ലക്ഷ്യ മാക്കി പറക്കാൻ തുടങ്ങിയത്. കുറച്ചു കഴിഞ്ഞപ്പോൾ പക്ഷികളുടെ കാഴ്ച ചെറുതായിക്കൊണ്ടിരുന്നു. അവസാനം, വിശാലമായ മൈതാനത്ത് ഉയർന്നുകേട്ട വിദൂരമായ ഒരു ഗാനത്തിന്റെ പ്രതിദ്ധ്വനിപോലെ അവ അങ്ങകലെ ചക്രവാളസീമയിൽ അലിഞ്ഞുചേർന്നു. അജ്ഞാതമായ ഏതോ ദേശത്തേക്കാണ് അവ പോകുന്നതെന്നു സ്പഷ്ടം. എന്നിട്ടും ആ രാവിലെ തന്നെ അയാൾക്ക് ആ സംഘത്തെ കാണാൻ കഴിഞ്ഞു. അവയെ ആരാധനയോടെ നോക്കിനില്ക്കാനും അവയുടെ കൂജനങ്ങൾക്ക് കാതോർക്കാനും കഴിഞ്ഞു. അതിനെത്തുടർന്ന് മധുരതരമായ ഒരു വേദന തന്റെ ഹൃദയത്തിലെവിടെയോ പോറലേല്പിക്കുന്നതായി അയാൾക്കു തോന്നി. അപ്പോൾ കണ്ണുകളിൽ നിറഞ്ഞ നീർക്കണങ്ങളിൽ കാഴ്ച മങ്ങി. എങ്കിലും കുറെ നേരംകൂടി അയാൾ മുന്നിലെ അപാരതയിലേക്ക് നോക്കി നിന്നു. മനസ്സിലാക്കാനാവാത്ത എന്തോ ഒന്നിനെച്ചൊല്ലി, ഏറ്റവും അടുത്ത, ഏറ്റവും പ്രിയപ്പെട്ട, എന്നെന്നേക്കുമായി നഷ്ടപ്പെട്ടുപോയ എന്തിനെയോ ചൊല്ലി അയാളുടെ മനസ്സിൽ ഒരു നെടുവീർപ്പുയർന്നു.

അധികം ദൂരെയല്ലാതെ ഉയർന്ന കുതിരക്കുളമ്പടി ശബ്ദമാണ് ചോർദനെ പകൽക്കിനാവിൽനിന്നും ഉണർത്തിയത്. ചുറുചുറുക്കോടെ മുന്നോട്ടു കുതിക്കുന്ന ഒരു കുതിരയുടെ പുറത്ത് ആരോ കുന്നിൻമുകളിലേക്ക് കയറിവരുന്നത് അയാൾ കണ്ടു. ആദ്യം അയാൾക്ക് ആളെ പിടികിട്ടിയില്ല. പിന്നീടാണ് അത് സപാറലിയാണെന്ന് മനസ്സിലായത്. അടുത്ത ഗ്രാമ ത്തിലാണ് ആ വൃദ്ധൻ താമസിക്കുന്നത്. അവർക്ക് പരസ്പരം വലിയ പരിചയമൊന്നുമില്ല. എങ്കിലും വല്ലപ്പോഴും കല്യാണത്തിനും ശവമടക്കി നുമൊക്കെ പരസ്പരം കാണാറുണ്ട്. അങ്ങനെയൊരു പരിചയം അവർ തമ്മിലുണ്ടായിരുന്നു. സപാറലി കാര്യമായ ഏതോ യാത്രപോവുകയാ ണെന്നു തോന്നി. പുതിയ പട്ടുകുപ്പായമാണ് അയാൾ അണിഞ്ഞിരി ക്കുന്നത്. കൂടെ പുത്തൻ കൂർമ്പൻ ബൂട്ടും, കുറുനരിരോമം കൊണ്ടുള്ള തൊപ്പിയും. അയാളുടെ കൈയിലെ ചാട്ടവാറിന് ഇരുണ്ട ചുവന്ന പിടി യായിരുന്നു.

“കൊല്ലൻ ചോർദൻ എന്താണ് ആലോചിക്കുന്നത്?” കുതിരയെ കടിഞ്ഞാണിട്ട് നിർത്തിയശേഷം മുഴങ്ങുന്ന സ്വരത്തിൽ സപാറലി കുശലം ചോദിച്ചു.

ശരിയാണ്. ചോർദൻ ഒരിക്കൽ കൊല്ലനായിരുന്നു.

“ഇരട്ടവാലൻ കുരുവികൾ എല്ലാം പോയി...” ചോർദൻ ഒരു പരിഭ്രമ ത്തോടെ പറഞ്ഞു.

“എന്ത്? ഇരട്ട വാലൻ കുരുവികളോ? അവറ്റകളെവിടെ?”

“പോയി?”

“ആ, പോയെങ്കിൽ പോട്ടെ. വിറക് ശേഖരിക്കുകയാണോ?”

“അതെ, ശൈത്യകാലത്തേക്ക്... എവിടേക്കാ യാത്ര?”

സപാറലിയുടെ ഇപ്പോഴും ചെറുപ്പം വിട്ടുമാറിയിട്ടില്ലാത്ത കറുത്ത താടിയുള്ള ചുവന്നു തുടുത്ത മുഖത്ത് സംതൃപ്തിയുടെ പുഞ്ചിരി തെളിഞ്ഞു.

''മോനെയൊന്നു കാണണം. അവനിപ്പോൾ അക്സായിയിൽ കൂട്ടുകൃഷി സംഘത്തിന്റെ തലവനാണ്. അതാ കാണുന്നില്ലേ, ആ വലിയ മലയുടെ താഴ്‌വരയിലാണ് അവന്റെ സ്ഥലം." ചാട്ടവാറിന്റെ അറ്റം കൊണ്ട് അയാൾ ദൂരേക്ക് ചൂണ്ടിക്കാണിച്ചു.

"ആ സ്ഥലത്തെപ്പറ്റി ഞാൻ കേട്ടിട്ടുണ്ട്." ചോർദൻ തലകുലുക്കിക്കൊണ്ട് പറഞ്ഞു.

"അവിടെവരെ ഒന്നു പോകണം. മോൻ എഴുത്തയച്ചിട്ടുണ്ട്. അച്ഛൻ ഒന്നോ രണ്ടോ ദിവസത്തേക്ക് ഇവിടെ വരണം എന്നാണെഴുതിയിട്ടുള്ളത്. ഈ ചെറുപ്പക്കാരുടെ കാര്യം ഇങ്ങനെയാണ്. വലിയ ഏമാൻമാരൊക്കെ ആയിട്ടുണ്ടാകും. എന്നാലും നമ്മൾ പഴമക്കാരില്ലെങ്കിൽ അവർക്ക് ഒന്നും ചെയ്യാൻ കഴിയില്ല. എന്റെ പേരക്കുട്ടി കല്യാണം കഴിക്കാൻ പോവുകയാണ്. അതിന്റെ ഏർപ്പാടുകളൊക്കെ എന്റെ തലയിലാണ്. എല്ലാം നാട്ടുനടപ്പനുസരിച്ച് വേണ്ടേ.. ആളുകൾ കുറെ വരും.. കൂടെ ഒരു കുതിരപ്പന്തയം കൂടി വച്ചാലോ എന്നാണ് ആലോചിക്കുന്നത്."

സപാറലി പിന്നെ മകന്റെ കൃഷിരീതികളെക്കുറിച്ച് വാചാലനായി. "ഇപ്പോൾ അവിടെ കുറെ കമ്പിളിനൂൽ ഉല്പാദിപ്പിക്കുന്നുണ്ട്. ഇടയന്മാർക്ക് തരക്കേടില്ലാത്ത ബോണസും കിട്ടുന്നുണ്ട്. തൊഴിലാളികൾക്ക് അവരുടെ മേലധികാരിയെച്ചൊല്ലി നല്ല മതിപ്പാണത്രെ. മകന് അധികാരികൾ എന്തോ അവാർഡൊക്കെ കൊടുക്കാൻ പോകുന്നെന്നു കേട്ടു."

ചോർദന്റെ മനസ്സ് അപ്പോൾ അവിടെയൊന്നുമായിരുന്നില്ല. പെട്ടെന്ന് തന്റെയുള്ളിൽ തീവ്രമായ ഒരു വാഞ്ഛ ഉണർന്നതുപോലെ അയാൾക്കു തോന്നി. ഹൃദയത്തിന്റെ ആഴങ്ങളിൽ വർഷങ്ങളായി ഒളിഞ്ഞുകിടന്നിരുന്ന, ഇപ്പോഴും ജീവസ്സുറ്റ ഉല്കടമായൊരു വികാരം. കുറച്ചു മുൻപേ അകലങ്ങളിലേക്ക് പോയി മറഞ്ഞ പക്ഷികളെ നോക്കിനില്ക്കുമ്പോഴാണ് മനസ്സിന്റെ ഉള്ളറകളെ വേദനിപ്പിച്ചുകൊണ്ട് അത് ഉയിർത്തെഴുന്നേറ്റത്.. ഇപ്പോഴിതാ ആ വികാരം തന്റെ ഹൃദയത്തെ പൊള്ളിച്ചുകൊണ്ട് ആളിക്കത്തുന്നു. ഈ ലോകത്തുനിന്നും എന്നോ യാത്രയായ തന്റെ മകനെച്ചൊല്ലിയുള്ള വേദനയാണതെന്ന് അയാൾക്ക് മനസ്സിലായി. ഒരിക്കൽ അവനും അക്സായിയിൽ ജോലി ചെയ്തിരുന്നു. അവനും തന്നെ അവിടേക്ക് ക്ഷണിച്ചിട്ടുണ്ടായിരുന്നു..... അപ്പോഴും സംസാരിച്ചുകൊണ്ടിരുന്ന സപാറലിയെ തടസ്സപ്പെടുത്തിക്കൊണ്ട് ഒരു നിദ്രാടനത്തിലെന്നപോലെ അയാൾ പറഞ്ഞു.

"എന്റെ മോനും അവിടേക്ക് വിളിച്ചിട്ടുണ്ട്.."

"നിങ്ങളുടെ മോനും അവിടെയുണ്ടോ?"

"ഉണ്ട്..." ചോർദൻ ഏതോ അജ്ഞാതമായ ഭീതിയിൽ മരവിച്ചിട്ടെ

ന്നപോലെ പിറുപിറുത്തു.

"അതെനിക്കറിയില്ലായിരുന്നു കേട്ടോ.." സപാറലി നിഷ്കളങ്കനെപ്പോലെ ചുമലുകൾ കുലുക്കി. "എന്തായാലും അത് നന്നായി. എവിടെയായാലും അവർക്ക് ദൈവം തമ്പുരാൻ ആയുസ്സും ആരോഗ്യവും കൊടുക്കട്ടെ.. എങ്കിൽ സ്നേഹിതാ ഞാൻ പോകുന്നു. പിന്നെ കാണാം.."

അങ്ങനെ പറഞ്ഞുകൊണ്ട് അയാൾ കുതിരയെ മുന്നോട്ട് പായിച്ചു. അയാൾ പോയിക്കഴിഞ്ഞിട്ടാണ് ചോർദന് പരിസരബോധം തിരിച്ചുകിട്ടിയത്. അവിടെ ചൂഴ്ന്നു നില്ക്കുന്ന കടുത്ത നിശ്ശബ്ദത ഒരിടിമുഴക്കത്തെക്കാൾ ശക്തമായി അയാൾക്ക് അനുഭവപ്പെട്ടു. താനെന്താണ് ആ മനുഷ്യനോട് പറഞ്ഞത്? എത്ര വലിയ കള്ളം.. എന്തിനു വേണ്ടി? അതിനെ തുടർന്ന് അയാൾ റോഡിലേക്ക് ചാടിക്കയറി കുറച്ചകലെ എത്തിയിരുന്ന സപാറലിയെ ഉച്ചത്തിൽ വിളിച്ചു:

"ഏയ്, ഒന്നു നില്ക്കൂ.." താൻ കള്ളം പറഞ്ഞു പോയതിൽ ക്ഷമ ചോദിക്കാനായി അയാൾ സപാറലിയുടെ നേരെ ഓടി.

സപാറലി കുതിരയെ തിരിച്ചുനിർത്തി. അയാൾ ഉച്ചത്തിൽ വിളിച്ചു ചോദിച്ചു. "എന്താ കാര്യം?"

ചോർദൻ കിതച്ചുകൊണ്ട് അയാളുടെ അടുത്തെത്തി. അയാൾ വിശദീകരിക്കാൻ തുനിഞ്ഞെങ്കിലും ഒരിക്കൽക്കൂടി അപ്രതിരോദ്ധ്യമായ ഒരു വിശ്വാസത്തിന്റെ – തന്റെ മകൻ ജീവിച്ചിരിക്കുന്നുണ്ട് എന്ന ഒരജ്ഞാത ബോദ്ധ്യത്തിന്റെ ശക്തിക്ക് അടിമപ്പെട്ടിട്ടെന്നപ്പോലെ അയാൾ നിശ്ശബ്ദനായി. അതിപ്പോൾ ചോർദന്റെ ചുണ്ടുകളിൽ മാത്രമല്ല മറ്റൊരാളുടെ മനസ്സിലും സജീവമായി നിലനില്ക്കുകയാണ്. അത് തിരുത്താൻ, അസുഖകരമായ ഒരു സത്യം അയാളെ അറിയിക്കാൻ തനിക്ക് കഴിയില്ലെന്ന് അയാൾ തിരിച്ചറിഞ്ഞു. തന്റെ മകൻ വർഷങ്ങൾക്കു മുൻപേ ഒരു യുദ്ധത്തിൽ കൊല്ലപ്പെട്ടതാണെന്ന വേദനാജനകമായ സത്യത്തിലേക്ക് സ്വയം വലിച്ചിഴയ്ക്കപ്പെടാൻ അയാൾ ആഗഹിച്ചില്ല. കുറച്ചു നിമിഷത്തേക്ക് ഈ മനുഷ്യന്റെ മനസ്സിലെങ്കിലും തന്റെ മകൻ ജീവിച്ചിരിക്കട്ടെ എന്നാണ് ആ പിതാവ് അപ്പോൾ ആഗ്രഹിച്ചത്. അതിനെത്തുടർന്ന് അയാൾ പറഞ്ഞത് ഇതാണ്:

"നിങ്ങളുടെ കൈയിൽ കുറച്ചു പുകയില എടുക്കാനുണ്ടാകുമോ? ഒന്ന് വലിക്കാഞ്ഞിട്ട് ചത്തുപോകുന്നതുപോലെ...."

"ഓ, എന്റെ പഹയാ, നിങ്ങളെന്നെ പേടിപ്പിച്ചു കളഞ്ഞല്ലോ..." ആശ്വാസത്തിന്റെ നെടുവീർപ്പിട്ടുകൊണ്ട് സപാറലി പറഞ്ഞു. പിന്നെ അയാൾ കുപ്പായക്കീശയിൽ പരതി പുകയില ഡപ്പി പുറത്തെടുത്തു.

"കൈ ഇങ്ങോട്ടു നീട്ടിയാട്ടെ. ഈ നശിച്ച സാധനം എനിക്കും ഒഴിവാക്കാൻ വയ്യ."

ചോർദന്റെ കൈവെള്ളയിലേക്ക് ഗ്ലാസ് ഡപ്പിയിൽനിന്നും അയാൾ പുകയിലപ്പൊടി തട്ടിക്കൊടുത്തു. "എന്താ കൈ വിറയ്ക്കുന്നത്? പ്രായ

മായെന്നു കാണിക്കുകയാണോ?"

"ശരിയാണെടോ... യുദ്ധത്തിന് കാരിരുമ്പിന്റെ എത്ര ഉപകരണങ്ങളാണ് ഞാൻ ഉണ്ടാക്കിക്കൊടുത്തിരുന്നത്. പക്ഷേ, ഇപ്പോൾ വയ്യ. വയസ്സായി എന്നത് സത്യമാണല്ലോ..." ചോർദൻ മറുപടി പറഞ്ഞു. "നിങ്ങൾക്ക് പോകാൻ ധൃതിയുണ്ടാകും അല്ലേ... വൈകിപ്പിച്ചതിൽ ക്ഷമിക്കണേ..."

"അതൊന്നും സാരമില്ലെടോ... എന്നാൽ ഞാൻ പോയി വരാം."

"ശരി ... ശുഭയാത്ര ആശംസിക്കുന്നു."

സപാറലി യാത്ര ചോദിച്ചപ്പോൾ ചോർദൻ അകമേ ആഹ്ലാദിച്ചു. മകനെ കുറിച്ചുള്ള സത്യം പറയേണ്ടി വന്നില്ലല്ലോ...

സപാറലി പോയിക്കഴിഞ്ഞിട്ടും ചോർദൻ കുറേനേരം കൂടി അവിടെ ഏതോ ചിന്തയിൽ സ്വയം നഷ്ടപ്പെട്ടുനിന്നു. പിന്നെ കൈവെള്ളയിലെ പുകയിലപ്പൊടി നിലത്തേക്ക് തട്ടിക്കളഞ്ഞിട്ട് അയാൾ വണ്ടിയുടെ നേരെ തിരിഞ്ഞു. തല താഴ്ത്തി, വളരെ സാവധാനമാണ് അയാൾ നടന്നത്. 'ഞാനെന്താണ് ചെയ്തത്? എന്റെ തലയ്ക്ക് വെളിവില്ലാതായിപ്പോയോ?' അയാൾ തന്നോടുതന്നെ ചോദിച്ചു. പിന്നെ വീണ്ടും പാതവക്കിൽ ചിന്താമഗ്നനായി ചുറ്റും നോക്കി. അതിനുശേഷം പക്ഷികൾ പറന്നപ്രത്യക്ഷമായ വിദൂരസ്ഥമായ സ്റ്റെപ്പിയുടെ നേരെ തുറിച്ചുനോക്കിക്കൊണ്ട് കുറെ നേരം കൂടി അങ്ങനെ നിന്നു.

"ഇല്ല.. ഇല്ല... എന്റെ മകൻ മരിച്ചിട്ടില്ല.. അവൻ ജീവിച്ചിരിപ്പുണ്ട്." അയാൾ വീണ്ടും സ്വയം മന്ത്രിച്ചു. പിന്നെ വേദന കലർന്ന സ്വരത്തിൽ ഉച്ചത്തിൽ ആരോടെന്നില്ലാതെ വിളിച്ചു പറഞ്ഞു: "എന്റെ മകനെ എനിക്ക് ചെന്നു കാണണം. ഞാൻ പോകും.. എനിക്കവനെ കാണണം..." പിന്നെ അയാൾ വീണ്ടും നിശ്ശബ്ദനായി.

തിരിച്ച് ഗ്രാമത്തിലേക്ക് പോകുന്ന വഴിക്ക് അയാൾ തന്നെത്തന്നെ ബോദ്ധ്യപ്പെടുത്തുവാൻ ശ്രമിച്ചുകൊണ്ടിരുന്നു. എന്നെന്നേക്കുമായി നഷ്ടപ്പെട്ടവരെ ഇനിയൊരിക്കലും തിരിച്ചുകിട്ടില്ലെന്ന് സ്വയം സമാധാനിക്കാനും ശ്രമിച്ചു. പക്ഷേ, എന്നിട്ടും... മകനെ കാണാൻ പോകണമെന്ന അഭിലാഷം ഒരു കനൽക്കട്ട പോലെ അയാളുടെ ഉള്ള് പൊള്ളിച്ചുകൊണ്ടിരുന്നു..

എത്രയോ വർഷങ്ങളായി അയാളുടെ ഹൃദയത്തിനുള്ളിൽ കത്തിയെരിയുന്ന തീയാണത്. പട്ടാളത്തിൽ ചേരുന്നതിനു മുൻപായി തന്റെ മകൻ താമസിച്ചിരുന്ന ആ സ്ഥലത്ത് ഒന്നു ചെല്ലണമെന്ന് പലപ്പോഴും അയാൾ ചിന്തിച്ചിരുന്നു. ചിലപ്പോഴൊക്കെ നിർവൃതിദായകമായ ഒരു സ്വപ്നമായി അതയാളെ തഴുകുകപോലും ചെയ്തിട്ടുണ്ട്. സപാറലിയുമായുള്ള അപ്രതീക്ഷിത കൂടിക്കാഴ്ച അതിനൊന്ന് ആക്കം കൂട്ടി എന്നുമാത്രം. ഇപ്പോൾ അനിയന്ത്രിതമായ ഏതോ വൈകാരികഭാവനയിൽ മകൻ അയാളുടെ മനസ്സിൽ പുനർജ്ജനിച്ചിരിക്കുകയാണ്. കാലം അയാളിൽ വിചിത്രമാംവിധം ആശയക്കുഴപ്പമുണ്ടാക്കുന്നുണ്ടെങ്കിലും അയാളുടെ ഉള്ളിലെ

അഭിലാഷം തീക്ഷ്ണവും ദൃഢവുമായിത്തന്നെ നിന്നു. ഭാവന യാഥാർത്ഥ്യമായി പരിണമിക്കുന്ന ഒരനുഭവമായിരുന്നു അത്. അങ്ങകലെ മലഞ്ചെരുവിലെ ഗ്രാമത്തിൽ താൻ എത്തിച്ചേരുന്നതും മകൻ തന്നെ സ്വീകരിക്കുന്നതും അയാളുടെ ഭാവനയിൽ ഇപ്പോൾ തെളിയുന്നു. അവരുടെ സംഭാഷണം പോലും അയാൾക്ക് വ്യക്തമാവുന്നുണ്ട്. അച്ഛനെ കണ്ടതിൽ മകൻ അതിയായി സന്തോഷിക്കുകയാണ്. അവൻ പറയുന്നു. 'ആവൂ, അങ്ങനെ അവസാനം എന്റെ ബാപ്പ എന്നെ തേടി വന്നല്ലോ.' എന്നിട്ടവൻ തന്റെ നേരെ നടന്നടുക്കുന്നു .

"അതേടാ മോനേ, ഞാൻ വന്നു. നിനക്ക് സുഖമല്ലേ കുട്ടാ.. ഒരു മാറ്റവുമില്ലല്ലോടാ നിനക്ക്? എന്നാൽ എന്നെ നോക്ക്. ഞാൻ വയസ്സനായില്ലേ?"

"ബാപ്പയ്ക്ക് അത്രയ്ക്ക് വയസ്സായിട്ടൊന്നുമില്ല.. കാലം കുറെ കഴിഞ്ഞെന്നു മാത്രം.. ബാപ്പ വരാൻ ഇത്രയും വൈകിയതെന്താണ്? എത്ര കൊല്ലം കഴിഞ്ഞു ഇപ്പോൾ.. ചുരുങ്ങിയത് ഇരുപതെങ്കിലുമായിക്കാണും.. എന്റെ അസാന്നിദ്ധ്യം ബാപ്പയ്ക്ക് അനുഭവപ്പെട്ടിരുന്നില്ലേ?"

"പിന്നല്ലാതെ... നിന്നെക്കുറിച്ചോർത്ത് വേദനിക്കാത്ത ഒരു ദിവസം പോലും എന്റെ ജീവിതത്തിലുണ്ടായിട്ടില്ല. ഇത്ര നീണ്ട കാലം എന്നെ കാത്തിരിക്കേണ്ടി വന്നതിൽ നീയെന്നോട് ക്ഷമിക്കില്ലേ മോനെ. വരുന്ന കാര്യം അത്ര എളുപ്പമായിരുന്നില്ല. പല വിഷമങ്ങളും ഇതിനിടെ ഞാൻ അനുഭവിച്ചു. നിനക്കറിയാമോ, ഉമ്മ മരിച്ചു. അവരെ സംസ്കരിച്ചു. നീ യുദ്ധത്തിൽ കൊല്ലപ്പെട്ടതിൽ പിന്നെ ഉമ്മ കിടക്കയിൽ നിന്നും എഴുന്നേറ്റിട്ടില്ല. പക്ഷേ, ഇപ്പോൾ നിന്റെ ഓർമ്മയ്ക്ക് മുന്നിൽ ആദരമർപ്പിക്കാൻ ഞാൻ എത്തിയിരിക്കുകയാണ്. നിന്നെ കൂടെ താമസിപ്പിച്ചവരെ കണ്ട് എനിക്കെന്റെ നന്ദിയും കടപ്പാടും അറിയിക്കണം. നീ ജീവിച്ച ആ ഭൂമിയോടും മലനിരകളോടും നീ ശ്വസിച്ച വായുവിനോടും കുടിച്ച വെള്ളത്തിനോടും എനിക്ക് ആദരമർപ്പിക്കണം. അങ്ങനെ ഇതാ നമ്മൾ പരസ്പരം കണ്ടുമുട്ടുകയും ചെയ്തു. എന്താടാ എന്നെയിങ്ങനെ തുറിച്ചു നോക്കുന്നത്...? നീ പഠിപ്പിച്ച സ്കൂൾ എവിടെ? എന്നെ കൊണ്ടുപോയി അതൊക്കെ കാണിച്ചു താ. നിന്റെ ഗ്രാമം എനിക്ക് കാണണം. അതിനെക്കുറിച്ചൊക്കെ നീ കുറെ സംസാരിച്ചതല്ലേ..."

ചോർദന്റെ മകൻ സുൽത്താൻ താമസിച്ചിരുന്നത് ഒരു നായാട്ടുകാരന്റെ കൂടെയായിരുന്നു. അയാളുടെ പേരെന്തായിരുന്നു എന്നോർത്തെടുക്കാൻ അയാൾ വൃഥാ ഒരു ശ്രമം നടത്തിനോക്കി. അയാളൊരു നല്ല മനുഷ്യനായിരുന്നെന്നും മകന് അയാളോട് വലിയ സ്നേഹമായിരുന്നെന്നും മാത്രമേ അയാൾക്ക് അറിയുമായിരുന്നുള്ളൂ. ഇപ്പോൾ അയാൾക്ക് ഒരുപക്ഷേ, ഒരെഴുപതു വയസ്സെങ്കിലും കാണുമെന്ന് ചോർദനു തോന്നി. അയാൾ ഇപ്പോൾ ജീവിച്ചിരിപ്പുണ്ടാവില്ലേ? പലപ്പോഴും അയാൾ ചോർദനെ വീട്ടിലേക്ക് ക്ഷണിച്ചിട്ടുണ്ടായിരുന്നു. തന്റെ വളർത്തു പരുന്തുമായി

നായാട്ടിനു പോകാമെന്ന് അയാൾ പറയുമായിരുന്നു. ആ പരുന്ത് ഇപ്പോഴും ഉണ്ടാകുമോ? അവറ്റകൾ നല്ല ആയുസ്സുള്ള പക്ഷികളാണെന്നു പറയാറുണ്ട്.

ആ നായാട്ടുകാരന് ഒരു മകനുണ്ടായിരുന്നു എന്ന കാര്യം പെട്ടെന്ന് ചോർദനു ഓർമ്മ വന്നു. അവന്റെ അദ്ധ്യാപകനായിരുന്നു തന്റെ മോൻ. ആ കുട്ടി ഇപ്പോൾ വളർന്നു ഒരു ഗൃഹനാഥനായിട്ടുണ്ടാവില്ലേ? നായാട്ടുകാരന്റെ ഭാര്യ ഒരു നല്ല സ്ത്രീയാണെന്നാണ് കേട്ടിട്ടുള്ളത്. പക്ഷേ, വീട്ടിലവർക്കെന്നും വലിയ തിരക്കും വിഷമവുമായിരുന്നു. വീട് പുലർത്താൻ അവർ കൂട്ടുകൃഷിക്കളത്തിൽ പണിക്കു പോവുമായിരുന്നു. വീട്ടിലെ തടിമാടന്മാരായ രണ്ടു വേട്ടനായ്ക്കളെ എങ്ങനെയെങ്കിലും അവിടെനിന്നും കൊണ്ടുപോകണമെന്നും അവറ്റകളെ അവന്റെ കൂടെ നിർത്തണമെന്നും അവർ മകനോട് ആവശ്യപ്പെട്ടിരുന്നു. നായ്ക്കൾക്ക് സൂപ്പും ഭക്ഷണവും ഉണ്ടാക്കുകയെന്നത് അവരെ സംബന്ധിച്ചിടത്തോളം വലിയൊരു പ്രശ്നം തന്നെയായിരുന്നു. ഒരു ദിവസം സുൽത്താൻ ഒരു വലിയ നായയുമായി വീട്ടിൽ വന്നത് ചോർദൻ ഓർത്തു. വശങ്ങളിൽ മഞ്ഞ നിറമുള്ള വെളുത്ത ഒരു ഭീമൻ നായ. അതിവേഗത്തിൽ കുതിച്ചുപായുന്ന ലക്ഷണമൊത്ത അത്തരം നായ്ക്കൾ വലിയ മലഞ്ചെരിവുകളിൽ മാത്രമേ കാണുകയുള്ളൂ. കാട്ടാടുകളെ വേട്ടയാടാനാണ് സാധാരണയായി അവയെ ഉപയോഗിക്കാറുള്ളത്. പക്ഷേ, പിറ്റേദിവസം സുൽത്താൻ അതിനെ തിരികെ കൊണ്ടുപോയി. യജമാനൻ ആകെ തലപ്രാന്തു പിടിച്ചിരിക്കുകയാണ്. അതിനേക്കാൾ നല്ലത് ഇവറ്റകൾക്ക് ഭക്ഷണമുണ്ടാക്കാൻ യജമാനത്തിയെ സഹായിക്കുന്നതാണ്. അവന്റെ സൈക്കിളിനുപിന്നാലെ കുതിച്ചു പാഞ്ഞു പോകുന്ന ആ നായയെ കണ്ടപ്പോൾ അതിനെ നഷ്ടപ്പെടുന്നതിലുള്ള നിരാശ അയാളെ ഗ്രസിച്ചിരുന്നു. പക്ഷേ, അപ്പോൾത്തന്നെ ഒരു വേട്ടക്കാരനെ സംബന്ധിച്ചിടത്തോളം ഒരു വേട്ടനായ എത്രമാത്രം പ്രധാനപ്പെട്ടതാണെന്ന സത്യം അയാൾ മനസ്സിലാക്കുകയും ചെയ്തു. ആ നായ ഇപ്പോൾ ചത്തുപോയിട്ടുണ്ടാകുമോ? അതോ ഇപ്പോഴും നായാട്ടിനു പോകുന്നുണ്ടാകുമോ?

ഇക്കാര്യമൊക്കെ ചിന്തിച്ചപ്പോഴാണ് അവിടേക്ക് പോകേണ്ടതിന്റെ മറ്റൊരു കാരണം കൂടി അയാളുടെ മനസ്സിൽ എരിഞ്ഞു തുടങ്ങിയത്. എന്തു തന്നെയായാലും താൻ അവിടെ പോയി ആ മനുഷ്യനെ കാണണമെന്ന് അയാൾക്ക് തോന്നി. വേട്ടക്കാരൻ ഇനി ജീവിച്ചിരിപ്പില്ലെങ്കിൽ തന്നെ അയാളുടെ കല്ലറ സന്ദർശിച്ചു ആദരമർപ്പിക്കണം. ആ മനുഷ്യൻ ജീവിച്ചിരിപ്പുണ്ടെങ്കിൽ അയാളുടെ കൈ പിടിച്ചു കുലുക്കി തന്റെ മോനെ സംരക്ഷിച്ചതിനുള്ള നന്ദി അറിയിക്കണം. ഒരു കാര്യം മാത്രം ചോർദൻ കൂടുതൽ ചിന്തിക്കാൻ ഇഷ്ടപ്പെട്ടില്ല. ആ ചിന്ത അയാളുടെ തലയ്ക്കുള്ളിലേക്ക് കയറി വരുമ്പോഴൊക്കെ മറ്റു ദൈനംദിന കാര്യങ്ങളുടെ ബാഹുല്യത്തിൽ അയാൾ അതിനെ മുക്കിക്കളയും. വരാൻ പോകുന്ന

ശൈത്യകാലത്ത് ഉരുളക്കിഴങ്ങിനും വൈക്കോലിനും വില എത്രയാകുമെന്നോ, ചെമ്മരിയാടുകളെ കശാപ്പു ചെയ്യേണ്ടത് എപ്പോഴാണെന്നോ മച്ചിപ്പശുവിനെ വില്ക്കണോ അതോ വീട്ടിൽത്തന്നെ വച്ചേക്കണോ എന്നൊക്കെയുള്ള ചിന്തകളിൽ അയാൾ മനസ്സിനെ കെട്ടഴിച്ചു വിടുകയാണ് പതിവ്. വർഷങ്ങൾക്കു മുൻപുതന്നെ പലതവണ ആലോചിക്കുകയും പുനരാലോചിക്കുകയും ചെയ്ത സംഗതിയായതുകൊണ്ടാണ് ഇപ്പോൾ അതിനെക്കുറിച്ചൊന്നും ആലോചിക്കാൻ അയാൾ മിനക്കെടാതിരുന്നത്. വർഷങ്ങളോളം, നിദ്രാവിഹീനങ്ങളായ രാവുകളിലും പിന്നെ അയാൾ പണിയെടുത്തിരുന്ന കൊല്ലക്കുടിയിലും വെച്ച് ഈ ചിന്തയെ അയാൾ ചുറ്റിക കൊണ്ടടിച്ച് പതംവരുത്തി ചൂളയിലിട്ടുരുക്കി പിന്നെ വെള്ളത്തിൽ മുക്കി കഠിനമാക്കിയതാണ്. താൻ ചെയ്തത് ശരിയാണോ അല്ലയോ എന്ന് ദൈവം തീരുമാനിക്കട്ടെയെന്നാണ് അയാൾ അപ്പോഴൊക്കെ മനസ്സിലുറപ്പിച്ചത്. പരലോകത്തുവെച്ച് മകനെ കാണാൻ വിധിയുണ്ടായാൽ ഇതൊക്കെ സംഭവിച്ചതെങ്ങനെയെന്ന് അവനോടു പറയണം. പക്ഷേ, അയാൾ അതിനൊരിക്കലും മാപ്പു ചോദിക്കില്ല. അതിലയാൾക്ക് ഒരു പശ്ചാത്താപവുമില്ല എന്നതാണ് കാരണം. പട്ടണത്തിൽ താമസിക്കുന്ന പെൺമക്കൾ അയാളെ കുത്തുവാക്കുകൾ പറഞ്ഞ് വേദനിപ്പിച്ചപ്പോഴും അയാൾ പശ്ചാത്തപിച്ചിട്ടില്ല. അപ്പോഴൊക്കെ അയാൾ നിശ്ശബ്ദനായി അതെല്ലാം കേട്ടുനില്ക്കുകയാണ് പതിവ്. പെൺമക്കൾ പക്ഷേ, ഈ ദിവസംവരെ അയാളുടെ പ്രവൃത്തിക്ക് മാപ്പു നല്കിയിട്ടുമില്ല. മകൻ പട്ടണത്തിൽനിന്നും യുദ്ധമുന്നണിയിലേക്ക് പോയ ദിവസമാണ് അതുണ്ടായത്. വർഷങ്ങൾക്കു മുൻപ്. ആരൊക്കെയോ കൊല്ലക്കുടിയിലേക്ക് ധൃതിയിൽ വന്ന് ചോർദനെ വിളിച്ച് ഉടനെ വീട്ടിലേക്ക് ചെല്ലാൻ ആവശ്യപ്പെട്ടു. മകൻ പട്ടാളത്തിൽ ചേരുന്നതിനായി യാത്ര പറയാൻ വന്നിട്ടുണ്ടെന്നാണ് അവർ അറിയിച്ചത്. കൊല്ലന്റെ മുഷിഞ്ഞ, കരിയും പുകയും പിടിച്ച മേൽക്കുപ്പായം അഴിച്ചുമാറ്റാൻപോലും നില്ക്കാതെ ചോർദൻ വീട്ടിലേക്ക് ഓടി. കുറച്ചു മുൻപ് ചുട്ടുപഴുത്ത ഒരിരുമ്പ് ദണ്ഡിൽ ചുറ്റിക വീണ ശബ്ദം അയാളുടെ ചെവിയിൽ അപ്പോഴും മുഴങ്ങുന്നുണ്ടായിരുന്നു. തെരുവിലൂടെ ഓടുമ്പോൾ അയാൾക്ക് അതൊന്നും വിശ്വസിക്കാനായില്ല. മകന് പട്ടാളത്തിൽ ചേരാനുള്ള പ്രായമായിട്ടില്ലല്ലോ എന്നാണ് അയാൾ ചിന്തിച്ചത്. അവൻ എത്ര ചെറുപ്പമാണ്! പക്ഷേ, സത്യമായിരുന്നു ആ വാർത്ത. ജില്ലാകേന്ദ്രത്തിൽനിന്നും ആരോ കൊടുത്ത കുതിരയുടെ പുറത്തുകയറി കിടപ്പിലായ ഉമ്മയെ കാണാൻ വന്നതാണ് മകൻ. ഒരു വർഷമായി ഉമ്മ കിടപ്പിലാണ്. അവരുടെ കാര്യത്തിൽ ആർക്കും ഒരു പ്രതീക്ഷയുമുണ്ടായിരുന്നില്ല. പട്ടണത്തിലെ റെയിൽവേ സ്റ്റേഷനിൽ വന്ന് തന്നെ യാത്രയാക്കണമെന്ന് അവൻ ബാപ്പയോട് പറഞ്ഞിരുന്നു. സ്റ്റേഷനിൽ പക്ഷേ, അവനോട് കുറച്ചുനേരം സംസാരിച്ചു നില്ക്കാനോ മനസ്സ് തുറന്ന് അവനെ യാത്രയാക്കാനോ അയാൾക്ക് കഴിഞ്ഞില്ല. അത്തരം വൈകാരികമായ അവ

സരങ്ങളിൽ ഔപചാരികതയ്ക്ക് എന്ത് പ്രസക്തിയാണുള്ളത്? വാക്കുകൾ ഇടനെഞ്ചിൽ വിങ്ങിപ്പൊട്ടി നില്ക്കുന്ന സന്ദർഭം. മനസ്സിനുള്ളിൽ പിടയുന്ന തീക്ഷ്ണവികാരങ്ങളെ തുറന്നുകാണിക്കാൻ അത്തരമൊരു സന്ദർഭത്തിൽ ആർക്കാണ് കഴിയുക?

ചോർദൻ വളരെ വേഗത്തിലാണ് പട്ടണത്തിലേക്ക് കുതിരയെ പായിച്ചത്. അതുകൊണ്ടുതന്നെ മുപ്പതു കിലോമീറ്റർ താണ്ടിക്കഴിഞ്ഞപ്പോഴേക്കും കുതിര തളർന്നു. പട്ടണത്തിലെ റെയിൽവേ സ്റ്റേഷന്റെ പുറത്തെ ആൾക്കൂട്ടം അയാളെ അമ്പരപ്പിച്ചു. അവിടെ ഒരു ഉത്സവാന്തരീക്ഷം പോലെയായിരുന്നു. വലിയ ബാനറുകൾ വലിച്ചു കെട്ടിയ ലോറികൾ, പലതരം വണ്ടികൾ... ചിലതിൽ വൈക്കോൽ കച്ചി നിറച്ചിരുന്നു. ജീനി കെട്ടിയ കുതിരകൾ, റെയിൽപാളങ്ങളിൽ കൂകി വിളിക്കുന്ന ആവി എഞ്ചിനുകൾ, ഞരങ്ങുകയും മൂളുകയും ചെയ്യുന്ന ട്രക്കുകൾ.. അവയ്ക്കൊപ്പം പല തരക്കാരായ ആളുകളും. അവരിൽ നാട്ടിൻപുറത്തുകാരുണ്ട്, പട്ടണവാസികളുണ്ട്, വൃദ്ധരും ചെറുപ്പക്കാരും കുട്ടികളുമുണ്ട്..

ചോർദൻ കുതിരപ്പുറത്തുനിന്നും ഇറങ്ങി. എന്നിട്ടതിനെ മറ്റു കുതിരകൾക്കൊപ്പം കെട്ടിയിട്ടു. പിന്നെ അയാൾ മകനെ കണ്ടുപിടിക്കാനായി പുറപ്പെട്ടു. ജനസഞ്ചയങ്ങളുടെ ആരവങ്ങൾക്കിടയിലൂടെ അവരോട് അന്വേഷിച്ചുകൊണ്ട് അയാൾ നടന്നു. സ്റ്റേഷനോട് ചേർന്നുള്ള പാർക്കിലാണ് പട്ടാള സേവനത്തിന് തയ്യാറായ ചെറുപ്പക്കാരെ എത്തിച്ചിട്ടുള്ളതെന്ന് ആരോ പറഞ്ഞു. അധികം വൈകാതെ അവർ അവിടം വിട്ടുപോകുമെന്നും ആരൊക്കെയോ അയാളെ അറിയിച്ചു. അതിനെത്തുടർന്ന് ധൃതിയിൽ ചോർദൻ പാർക്കിലേക്ക് നടന്നു. അവിടെ സൈനികർ വരിവരിയായി നില്ക്കുന്നുണ്ടായിരുന്നു. കമാന്റർമാർ ഭടന്മാരുടെ പേരുവിളിച്ചു ഹാജർ രേഖപ്പെടുത്തുകയാണ്. അവരിൽനിന്നും മകനെ എങ്ങനെയാണ് തിരിച്ചറിയുക. ചോർദൻ ആശയക്കുഴപ്പത്തിലായി. പൊടുന്നനെ തൊട്ടടുത്തുനിന്നും ആരോ തന്നെ വിളിക്കുന്നത് അയാൾ കേട്ടു. “ബാപ്പാ, ബാപ്പാ.. ഇങ്ങോട്ടു വരൂ.” പാർക്കിന്റെ പ്രവേശന കവാടത്തിനരികിൽനിന്നും തന്റെ രണ്ടു പെൺമക്കൾ തന്നെ കൈവീശി വിളിക്കുന്നത് അയാൾ കണ്ടു. അയാൾ തിക്കിത്തിരക്കി അവരുടെ അരികിലേക്ക് നടന്നു. അതിനിടെ പാർക്കിൽ നില്ക്കുന്ന മകനെ അയാൾ ഒരുനോക്കു കണ്ടു. മകൻ അപ്പോൾ പുഞ്ചിരിച്ചുകൊണ്ട് കൈവീശിക്കാണിച്ചു. ജാഗ്രതയും അതോടൊപ്പം അല്പം അമ്പരപ്പും കലർന്ന പുഞ്ചിരിയായിരുന്നു അത്. ചോർദന് മകന്റെ കാര്യത്തിൽ വലിയ ദുഃഖം തോന്നി. അവൻ എത്ര ചെറുപ്പമാണ്. മുഖത്ത് ശ്മശ്രുക്കൾ പോലും വന്നിട്ടില്ല. ഉയരത്തിൽ മാത്രമാണ് അവൻ മറ്റു ഭടന്മാരുമായി സാമ്യമുള്ളത്. ആ മുഖവും ചുമലും ശരിക്കും ഒരു കുട്ടിയുടേത് തന്നെയാണ്. അവൻ വളരുന്നതേയുള്ളൂ. ഇനിയും വളരാനുണ്ടെന്നതിൽ സംശയമില്ല. തന്റെ മകനിൽ അയാൾക്ക് തന്നെത്തന്നെ കാണാൻ കഴിയുന്നുണ്ട്. രണ്ടു വർഷം കൂടി കഴിഞ്ഞാൽ

അവൻ അരോഗദൃഢഗാത്രനായ ഒരു പുരുഷനാകും.

പിന്നീട് മകനെക്കുറിച്ച് ചിന്തിച്ചപ്പോൾ എന്തുകൊണ്ടാണ് തനിക്ക് അവനോട് ബഹുമാനം തോന്നുന്നതെന്ന കാര്യം അയാൾക്ക് മനസ്സിലാക്കാനായില്ല. അതൊരു പക്ഷേ, വെറുമൊരു സ്നേഹം എന്നതിൽ ഒതുക്കിനിർത്താനും പറ്റുകയില്ല. സ്നേഹിക്കാൻ ആർക്കും കഴിയും. പക്ഷേ, ചോർദൻ അതിനുമപ്പുറമായിരുന്നു. മകൻ ഒരു ബാലനായിരിക്കുമ്പോൾ തന്നെ അയാൾ അവനെ സ്നേഹിക്കുക മാത്രമല്ല ബഹുമാനിക്കുകയും ചെയ്തിരുന്നു. അന്ന് അവനൊരു എടുത്തുചാട്ടക്കാരനായിരുന്നു. എന്നിട്ടും വിവേകശാലിയായ പക്വതയുള്ള ഒരാളായിട്ടാണ് അയാൾ അവനെ കരുതിയത്. തനിക്ക് സമനായ ഒരാളെപ്പോലെ. അതെന്തുകൊണ്ടാണ് അങ്ങനെയെന്ന് തന്നോടുതന്നെ ബോദ്ധ്യപ്പെടുത്തുവാൻ അയാൾക്ക് യാതൊരു മാർഗ്ഗവുമില്ലായിരുന്നു. മകൻ ഒരദ്ധ്യാപകനായി സേവനമനുഷ്ഠിക്കാൻ തുടങ്ങിയപ്പോൾ പ്രത്യേകിച്ചും അയാൾ അവനെ കൂടുതൽ ബഹുമാനിക്കാനും അവന്റെ അഭിപ്രായങ്ങൾ കണക്കിലെടുക്കാനും തുടങ്ങി. സ്കൂളിൽ വളണ്ടിയർമാരുടെ ചാർജ് അവനായിരുന്നു. അപ്പോഴും കൗമാരസഹജമായ എടുത്തുചാട്ടവും ചാപല്യവും അവനുണ്ടായിരുന്നു. എങ്കിലും അവന്റെ കാര്യങ്ങളിൽ അനാവശ്യമായി ഇടപെടാനും അവന്റെ മുന്നിൽ ധാർമ്മിക പ്രഭാഷണങ്ങൾ നടത്തുവാനും അയാൾ ഇഷ്ടപ്പെട്ടില്ല. അവന്റെ പാത അവൻ തന്നെ കണ്ടുപിടിക്കട്ടെ എന്ന പക്ഷക്കാരനായിരുന്നു അയാൾ. അതുകൊണ്ടാണ് മകൻ പട്ടാളത്തിൽ ചേരുന്ന കാര്യത്തെച്ചൊല്ലി അയാൾ പെൺമക്കളുമായി ഒന്നും രണ്ടും പറഞ്ഞു പിണങ്ങിയത്. രണ്ടുപേരും - മൂത്തവൾ സൈനേഷും ഇളയവൾ സലീമയും - പട്ടണത്തിലാണ് പഠിച്ചത്. രണ്ടുപേരെയും കല്യാണംകഴിച്ചതും പട്ടണത്തിലേക്കു തന്നെ. അവരാണ് സഹോദരനെ പട്ടണത്തിലേക്ക് കൊണ്ടുപോയത്. അവിടുത്തെ ട്രെയിനിങ് ഇൻസ്റ്റിറ്റ്യൂട്ടിൽ പഠിച്ചതിനു ശേഷം ഒരു വർഷമായി അവൻ അദ്ധ്യാപകനായി ജോലിചെയ്തുവരികയായിരുന്നു.

അവസാനം അയാൾ പെൺമക്കളുടെ അടുത്തെത്തിയപ്പോൾ അവർ അയാളെ പിടിച്ചുവലിച്ചു പുറത്തേക്കു കൊണ്ടുപോയി. മീശപോലും മുളയ്ക്കാത്ത പ്രായത്തിൽ പട്ടാളത്തിൽ ചേരാൻ പോയതിന് അവർ ഇടയ്ക്കിടെ സഹോദരനെ സ്വരം താഴ്ത്തി ചീത്തവിളിച്ചുകൊണ്ടിരുന്നു. അവരുടെ മനസ്സിലപ്പോൾ അരിശവും സങ്കടവും തിളച്ചുമറിയുകയായിരുന്നു. ചുറ്റും ആൾക്കൂട്ടമായിരുന്നു. ജനസഞ്ചയത്തിന്റെ ശബ്ദകോലാഹലങ്ങൾക്കിടയിലൂടെ അവർ അയാളോട് ചോദിച്ചു: "ബാപ്പാ. നമ്മുടെ സുൽത്താൻ പട്ടാളത്തിൽ ചേരാൻ പോകുന്നത് ബാപ്പ അറിഞ്ഞിരുന്നില്ലേ?"

"ഇല്ല.. ഞാനൊന്നും അറിഞ്ഞിരുന്നില്ല.." ചോർദൻ പറഞ്ഞു..

"ഞങ്ങൾ ജില്ലാ സോവിയറ്റിലേക്കും റിക്രൂട്ടിങ് ഓഫീസിലേക്കും വിളിച്ചിരുന്നു. അപ്പോഴാണ് അറിയുന്നത് അവൻ സ്വയം ഇറങ്ങി പുറപ്പെട്ട

താണെന്ന്.. ബാപ്പയ്ക്ക് മനസ്സിലാകുന്നുണ്ടോ?" ഒരുത്തി ചോദിച്ചു.

"അവന് പ്രായമായിട്ടില്ല. അതറിയില്ലേ ബാപ്പയ്ക്ക്?" രണ്ടാമത്തവൾ ചോദിച്ചു.

"അതിന്റെ അർത്ഥം അതവന് ആവശ്യമായി തോന്നി എന്നാണല്ലോ." ചോർദൻ അഭിപ്രായപ്പെട്ടു.

"ആവശ്യമായി എന്നോ.." രണ്ടുപേരും ദേഷ്യംകൊണ്ട് ചുവന്ന് ഒരേ സ്വരത്തിൽ ചോദിച്ചു. 'ബാപ്പയെന്താ ഒന്നും അറിയാത്തപോലെ ... ഞങ്ങളുടെ ഭർത്താക്കന്മാർ ഇപ്പോൾ തന്നെ പട്ടാളത്തിലുണ്ട്. അതുപോരെ.. യുദ്ധം കഴിഞ്ഞ് അവർ തിരിച്ചുവരുന്ന കാര്യം ആർക്ക് ഉറപ്പു പറയാനാകും?.. ഞങ്ങൾ തന്നെ തനിച്ചാകാൻ പോവുകയാണ്. ഇനിയിപ്പോൾ കുടുംബത്തിലെ അവസാനത്തെ തരിയും യുദ്ധക്കളത്തിലേക്ക് പോയി ഒടുങ്ങണമെന്നാണോ...?"

"ബാപ്പാ, നമ്മുടെ സുൽത്താൻ എത്ര ചെറുതാണ്.. എങ്ങനെ അവനെ യുദ്ധത്തിന് പറഞ്ഞയക്കും?"

"ബാപ്പയെന്താ ഒന്നും മിണ്ടാത്തത്?"

"ഞാനിതിൽ എന്ത് ചെയ്യാനാണ്?"

"ഇപ്പോൾത്തന്നെ പോയി അവനെ തടയണം. അല്ലെങ്കിൽ വൈകിപ്പോകും..."

"അവനു പട്ടാളത്തിൽ ചേരാൻ ഇനിയും എത്രയോ സമയമുണ്ട്. അതവനെ പറഞ്ഞു മനസ്സിലാക്കണം. അങ്ങനെ പറഞ്ഞാൽ അവൻ പിൻതിരിഞ്ഞുകൊള്ളും. ബാപ്പയ്ക്ക് മാത്രമേ അവനെ പറഞ്ഞു മനസ്സിലാക്കാൻ പറ്റൂ.."

"നില്ക്കട്ടെ, നില്ക്കട്ടെ..." ചോർദൻ പിറുപിറുത്തു. ബഹളത്തിനിടയിൽ പെൺമക്കളോട് സംസാരിക്കുവാൻ അയാൾക്ക് നന്നേ പ്രയാസപ്പെടേണ്ടിവന്നു. മകന് അവന്റെ വാക്കിൽനിന്നും എങ്ങനെയാണ് വ്യതിചലിക്കാൻ കഴിയുക? തന്റെ കൂടെ വരിയിൽ നില്ക്കുന്നവരുടെ മുഖത്തേക്ക് അവനു പിന്നെ നോക്കാൻ പറ്റുമോ? ആളുകൾ അവനെക്കുറിച്ച് എന്തു വിചാരിക്കും? അവനു തന്നെ സ്വയം നാണക്കേട് തോന്നില്ലേ...? ഇതൊന്നും പെൺമക്കളോട് വിശദീകരിക്കുവാൻ ആ അവസ്ഥയിൽ അയാൾക്ക് കഴിയുമായിരുന്നില്ല.

"ഇനി ഒന്നും ചെയ്യാൻ കഴിയില്ല. തിരിച്ച് വരുന്നത് അവന് വലിയ നാണക്കേടായിരിക്കും...." അയാൾ പറഞ്ഞു.

"ഇതിലെന്താണ് നാണക്കേടിന്റെ പ്രശ്നം? ഇതൊക്കെ ആരാണിവിടെ നോക്കാൻ പോകുന്നത്? അല്ലെങ്കിൽത്തന്നെ ഇവിടെ അവനെ ആർക്കാണ് അറിയുക?"

"പക്ഷേ, അവനു സ്വയം ഒരു ബോദ്ധ്യമുണ്ടാവും?" ചോർദൻ നെറ്റി ചുളിച്ചുകൊണ്ട് എതിർത്തു. "അതാണ് പ്രധാന കാര്യം."

"ബാപ്പാ, ഒന്ന് നിർത്തുമോ? അവനിപ്പോഴും കുട്ടിയാണ്. അതു

കൊണ്ട് മറുത്തൊന്നും പറയാതെ വേഗം പോയി അവനെ തടയൂ.. വൈകും മുൻപ് വേഗം ചെല്ലൂ..” പെൺമക്കൾ പ്രേരിപ്പിച്ചു.

ആ സമയം അവിടെ വലിയ ഒരു കോലാഹലമുയർന്നു. ജനക്കൂട്ടം ഇളകിമറിഞ്ഞ് ഒരു വശത്തേക്കു പിന്മാറി. സൈനിക ഘോഷയാത്രയുടെ ബാൻഡ് മേളം മുഴങ്ങിത്തുടങ്ങി. ഒരു ചുവന്ന ബാനർ അന്തരീക്ഷത്തിൽ ഉയർന്നു. പാർക്കിന്റെ പ്രവേശനകവാടത്തിൽ ഭടന്മാരുടെ ഒരു സംഘം പ്രത്യക്ഷപ്പെട്ടു. പെൺമക്കൾ അപ്പോൾ ചോർദന്റെ കൈയിൽ മുറുകെ പിടിച്ചു. ആ കോലാഹലത്തിൽ ഒച്ച പരമാവധി ഉയർത്തി അവർ അയാളോട് പറഞ്ഞു:

“ബാപ്പാ, വേഗം നമുക്ക് കമ്മിസാറിനെ പോയി കാണാം. അദ്ദേഹം സ്റ്റേഷനിലുണ്ടാവും. നമ്മുടെ കുട്ടിയെ എങ്ങനെയെങ്കിലും രക്ഷിച്ചേ മതിയാകൂ.”

“ബാപ്പാ, അസുഖം ബാധിച്ചു കിടക്കുന്ന നമ്മുടെ ഉമ്മയെ കരുതിയെങ്കിലും വേഗം പോകാം. കമ്മിസാറിനെ ചെന്നുകണ്ട് ഉമ്മയുടെ കാര്യം പറയാം. ഉമ്മ മരണത്തിന്റെ വക്കിലാണെന്ന് അദ്ദേഹത്തെ അറിയിക്കാം.”

പെൺമക്കൾ രണ്ടുപേരും കൂടി അയാളെ ജനങ്ങൾക്കിടയിലൂടെ കമ്മിസാറിന്റെ മുറിയിലേക്ക് വലിച്ചിഴച്ചുകൊണ്ടുപോയി. പട്ടാളക്കാരെ അയക്കുന്ന തീവണ്ടിയുടെ ചുമതല ആ ഉദ്യോഗസ്ഥനായിരുന്നു.

താഴെയുള്ള ചത്വരത്തിൽനിന്നും സ്റ്റേഷനിലേക്ക് കുറെ പടികളുണ്ട്. അതിന്മേലെല്ലാം ആളുകൾ തിക്കിത്തിരക്കി നില്ക്കുകയാണ്. അവരുടെ തളർന്ന, വിയർപ്പു നാറുന്ന ശരീരങ്ങൾക്കിടയിലൂടെ പെൺമക്കൾ ചോർദനെ വലിച്ചുകൊണ്ടുപോയി. ദുഃഖത്തിന്റെ നിഴൽ പതിഞ്ഞ നൂറു കണക്കിന് കണ്ണുകളെ പിന്നിലാക്കി, പ്രിയപ്പെട്ടവരുടെ വേർപാട് സൃഷ്ടിച്ച സങ്കടങ്ങൾക്കും കണ്ണീരിനും നൈരാശ്യത്തിനുമിടയിലൂടെ, പട്ടാളക്കാരുടെ ബാൻഡ് സംഗീതത്തിനിടയിലൂടെ ചെറുപ്പക്കാരായ പട്ടാളക്കാരുടെ നിശ്ശബ്ദമായ തേങ്ങലുകൾക്കിടയിലൂടെ, പിന്നെ അയാളുടെ തന്നെ വേദനയുടെയും ഹൃദയത്തിന്റെ പിടച്ചിലുകൾക്കുമിടയിലൂടെ അവർ അയാളെ വലിച്ചിഴച്ചു.

സഹോദരന്റെ നന്മ മാത്രമാണ് പെൺമക്കൾ ആഗ്രഹിക്കുന്നതെന്നും കുടുംബത്തിനും അവനും വേണ്ടിയാണ് അവർ ഇങ്ങനെ ചെയ്യുന്നതെന്നും അവനെ രക്ഷിക്കുക മാത്രമാണ് അവർ ലക്ഷ്യമാക്കുന്നതെന്നും അയാൾക്ക് നന്നായി അറിയാമായിരുന്നു. എങ്കിലും അവർ മകന്റെ തീരുമാനത്തിനും സ്വാതന്ത്ര്യബോധത്തിനും എതിര് നില്ക്കുകയാണെന്നും അതുവഴി അവന്റെ ആത്മാഭിമാനത്തെയാണ് ചോദ്യം ചെയ്യുന്നതെന്നുമുള്ള തോന്നൽ അയാളുടെ മനസ്സിനെ ശക്തമായി മഥിക്കുകയും ചെയ്തു. അതിനെത്തുടർന്ന് അയാൾക്ക് പെൺമക്കളോട് നീരസം തോന്നി. മുകളിലെത്തിയപ്പോൾ താഴെയുള്ള ചത്വരത്തിൽ മാർച്ചുചെയ്യുന്ന തന്റെ മകനുൾപ്പെടെയുള്ള പട്ടാളക്കാരെ അയാൾ വ്യക്തമായി കണ്ടു.

അവരുടെ പിന്നിലായി ബാൻഡ് സംഘവുമുണ്ടായിരുന്നു. തീവണ്ടിയിൽ കയറാനുള്ള അവസാനത്തെ വിഭാഗമായിരുന്നു അത്. മകൻ അവസാനത്തെ വരിയിലായിരുന്നു. ചോർദൻ അവനെ വേഗം തിരിച്ചറിഞ്ഞു. അവൻ ഇടയ്ക്കിടെ ചുറ്റും കണ്ണോടിക്കുന്നത് അയാൾ കാണുന്നുണ്ടായിരുന്നു. ഒരുപക്ഷേ, അവൻ ബാപ്പയെയും സഹോദരിമാരെയും തിരയുകയാവും. ദൈവമേ, അവനെ തിരികെ കൊണ്ടുവരാൻ കമ്മിസാറിനോട് അപേക്ഷിക്കുവാൻ സഹോദരിമാർക്കൊപ്പം താനും പോവുകയാണെന്ന കാര്യം അവൻ അറിയുകയാണെങ്കിൽ, തന്റെ അന്തസ്സിനെയും ആത്മാഭിമാനത്തെയും നശിപ്പിച്ചുകൊണ്ട് തന്നെ അവഹേളിക്കുകയാണെന്ന് അവൻ അറിയുകയാണെങ്കിൽ...

അതിനിടയിൽ ചുവന്ന തൂവാല തലയിൽ കെട്ടിയ ഒരു പെൺകുട്ടി ആൾക്കൂട്ടത്തിൽനിന്നും മകന്റെ നേരെ ഓടുന്നത് ചോർദൻ കണ്ടു. എന്നാൽ തിരക്കുകൊണ്ട് അവന്റെ കൈപിടിച്ച് ധൃതിയിൽ ഒന്ന് കുലുക്കാൻ മാത്രമേ അവൾക്കു കഴിഞ്ഞുള്ളു.

അവർ സ്റ്റേഷൻ മാസ്റ്ററുടെ ഓഫീസിനു മുന്നിലെത്തി. കമ്മിസാർ ഇരിക്കുന്നത് അവിടെയാണ്. വാതില്ക്കൽവെച്ച് പെൺമക്കൾ അയാളെ ഉന്തിത്തള്ളി അകത്തേക്ക് വിടാൻ ശ്രമിച്ചുകൊണ്ട് പറഞ്ഞു:

“വേഗം ചെല്ലൂ.. അവന്റെ ബാപ്പയാണെന്നു പറയൂ. അവൻ കുട്ടിയാണെന്നും അവന്റെ ഉമ്മ മരിക്കാൻ കിടക്കുകയാണെന്നും വേഗം പോയി പറയു ബാപ്പാ..”

“വേഗം ചെല്ലൂ.. ഇനി ഒരു മിനിറ്റുപോലും നഷ്ടപ്പെടുത്തിക്കൂടാ..” പെൺമക്കൾ രണ്ടുപേരും മാറി മാറി അയാളെ നിർബ്ബന്ധിച്ചു.

ആരും അവരെ ശ്രദ്ധിക്കുന്നുണ്ടായിരുന്നില്ല. എല്ലാവരും അവരവരുടെ കാര്യങ്ങൾക്കുവേണ്ടി തിടുക്കപ്പെടുകയായിരുന്നു. എന്നിട്ടും എല്ലാവരുടെയും മുന്നിൽ താൻ നാണം കെടുകയാണെന്ന് ചോർദനു തോന്നി.

“എനിക്ക്... എനിക്ക് ഇത്തരം കാര്യങ്ങളൊന്നും ചെയ്ത് ശീലമില്ല... എനിക്ക് പോകാനാവില്ല....” അവസാനം ചോർദൻ തീർത്തുപറഞ്ഞു.

“പറ്റില്ല. ഇപ്പോൾ തന്നെ പോകണം.”

“നിങ്ങൾ പോയില്ലെങ്കിൽ ഞങ്ങൾ പോകും.. ഞങ്ങൾ പോയി ശരിയാക്കും..” അങ്ങനെ പറഞ്ഞുകൊണ്ട് തികഞ്ഞ അക്ഷമയോടെ അവർ കമ്മിസാർ ഇരിക്കുന്ന മുറിയുടെ വാതില്ക്കലേക്ക് കുതിച്ചു.

“പോകരുത്... അതിന് നിങ്ങൾ വളർന്നിട്ടില്ല.” ചോർദൻ അലറിക്കൊണ്ട് രണ്ടുപേരെയും ശക്തിയായി പിന്നിലേക്ക് പിടിച്ചു വലിച്ചു. എന്നിട്ട് പുറത്തേക്ക് ബലമായി വലിച്ചിഴച്ചു. അത്ഭുതകരമായ ശക്തിയോടെയാണ് അയാൾ അവരെ കോണിപ്പടികളിലൂടെ പുരുഷാരത്തിനു നടുവിലൂടെ പുറത്തേക്കെത്തിച്ചത്. അപ്പോൾ മക്കളിൽനിന്നും ഒരു പിതാവ് അപൂർവ്വമായി മാത്രം കേൾക്കാറുള്ള വാക്കുകൾ അയാളുടെ ചെവി

യിലേക്ക് അരിച്ചെത്തി. "സ്വന്തം മകനെ കൊലയ്ക്കുകൊടുക്കുന്ന ക്രൂരൻ.. ശപിക്കപ്പെട്ട ജന്മം. നിങ്ങൾ ഞങ്ങളുടെ ബാപ്പയല്ല.."

ചോർദന്റെ മുഖം കടലാസുപോലെ വിളറി. സാവധാനം അയാൾ പെൺമക്കളുടെ കൈയിലെ പിടിവിട്ടു ഒന്നും മിണ്ടാതെ പിന്തിരിഞ്ഞു. ചത്വരത്തിലെ തിളച്ചുമറിയുന്ന പുരുഷാരത്തെ വകഞ്ഞുമാറ്റിക്കൊണ്ട് അയാൾ സാവധാനം നടന്നു. മകനെ യാത്രയയക്കാനുള്ള വാഞ്ഛ അയാളുടെ മനസ്സിനെ അപ്പോൾ പൊള്ളിച്ചുകൊണ്ടിരുന്നു. പുതുതായി ചേർന്ന ഭടന്മാർക്ക് പോകാനുള്ള തീവണ്ടി നിർത്തിയിട്ടിരുന്ന പ്ലാറ്റു ഫോമിലേക്ക് പോകാൻ ആർത്തിരമ്പുന്ന ജനങ്ങൾക്കിടയിലൂടെ അയാൾ ഒരു ശ്രമം നടത്തി നോക്കിയെങ്കിലും കഴിഞ്ഞില്ല. പ്ലാറ്റ്ഫോം മുഴുവനും സൂചി കുത്താനിടയില്ലാത്തവണ്ണം ജനനിബിഡമായിരുന്നു. ബാൻഡ് മേളം അപ്പോഴും മുഴങ്ങിക്കൊണ്ടിരുന്നു. പ്ലാറ്റ്ഫോമിന്റെ കൈവരിയിൽ ചേർ ന്നുനിന്നുകൊണ്ട് മുന്നിൽ ഒരു സമുദ്രം പോലെ ഇളകിമറിയുന്ന ആളു കളുടെ തലയ്ക്കുമുകളിലൂടെ അറ്റമില്ലാത്തതുപോലെ കിടക്കുന്ന തീവ ണ്ടിയിലേക്ക് അയാൾ എത്തി വലിഞ്ഞു നോക്കി.

"മോനെ, മോനെ, സുൽത്താൻ... എന്റെ മോനേ, ഞാനിതാ, ഇവി ടെയുണ്ടെടാ..." കൈവരിയുടെ അഴികൾക്കിടയിലൂടെ തല അകത്തേക്ക് കടത്തി അയാൾ ഉറക്കെ വിളിച്ചു പറഞ്ഞു.

പക്ഷേ, കോലാഹലങ്ങൾക്കു നടുവിൽ അയാളുടെ ശബ്ദം മുങ്ങി പ്പോയി. സമീപത്തുണ്ടായിരുന്ന ഒരു റെയിൽവേ ജോലിക്കാരൻ ചോദിച്ചു: "നിങ്ങൾക്ക് കുതിരയുണ്ടോ?"

"ഉണ്ട്..." ചോർദൻ പറഞ്ഞു.

"ഷണ്ടിങ് സ്ഥലം എവിടെയാണെന്ന് അറിയുമോ?"

"അറിയാം.. അതാ, അവിടെയല്ലേ.." അയാൾ ദൂരേക്ക് ചൂണ്ടിക്കാണി ച്ചുകൊണ്ട് ചോദിച്ചു.

"അമ്മാവാ, എന്നാൽ ഒട്ടും വൈകാതെ കുതിരപ്പുറത്തു അങ്ങോട്ട് പൊയ്ക്കോളൂ... അവിടെ ചെന്നാൽ മോനെ കാണാം. ഇവിടന്ന് അഞ്ചു കിലോമീറ്റർ ഉണ്ടാവും. തീവണ്ടി അവിടെ ഒരു മിനിറ്റ് നില്ക്കും. മകനെ ശരിക്കും കാണാനും യാത്രയാക്കാനും സമയം കിട്ടും. വേഗം ചെല്ലണം. സമയം പാഴാക്കാനില്ല." അയാൾ അറിയിച്ചു.

ചോർദൻ പുറത്തേക്കു കുതിച്ചു. അമ്പരപ്പിക്കുന്ന വേഗത്തിലാണ് അയാൾ കുതിരയുടെ കെട്ടഴിച്ചതും അതിന്റെ ജീനി ശരിയാക്കിയതും. റെയിൽ പാളത്തിനു സമാന്തരമായ പാതയിലൂടെ അയാൾ കുതിരയെ പറപ്പിച്ചു വിട്ടു.

ഏറക്കുറെ വിജനമായ തെരുവിലൂടെ ഇടയ്ക്കെപ്പോഴോ നടന്നു പോകുന്ന യാത്രക്കാരെ പരിഭ്രാന്തരാക്കിക്കൊണ്ടാണ് കുതിര കുതിച്ചു പാഞ്ഞത്.

"തമ്പുരാനേ, സമയത്തിനു തന്നെ അവിടെയെത്താൻ കഴിയണേ..."

അയാൾ ആശങ്കപ്പെട്ടുകൊണ്ടിരുന്നു. അവനോട് എന്തെല്ലാം പറയാനുണ്ട്. ദീർഘദൂര യാത്രയിൽ ആളുകൾ സാധാരണ ചൊല്ലാറുള്ള പ്രാർത്ഥന അപ്പോൾ അയാളും ഉരുവിട്ടു. 'തമ്പുരാക്കന്മാരെ, എന്നെ സഹായിക്കില്ലേ, എല്ലാവരെയും രക്ഷിക്കുന്ന സർവ്വശക്താ, എന്റെ കുതിര വഴിയിൽ മുടന്തിപ്പോവല്ലേ.. ഇവന്റെ കാലിടറിപ്പോവല്ലേ ... ഇവനൊരു ഫാൽക്കൺ പക്ഷിയുടെ ചിറകു നല്കൂ. ഇവന്റെ ഹൃദയത്തിന് കാരിരുമ്പിന്റെ ശക്തി നല്കൂ. ഇവന്റെ കാലുകൾക്ക് കാട്ടുമാനിന്റെ വേഗംനല്കൂ.'

നിരത്തുകൾ പിന്നിട്ട് ചോർദൻ മുന്നോട്ടു കുതിച്ചു. കുറെ ദൂരം പോയപ്പോൾ അയാളുടെ മുന്നിൽ ഷണ്ടിങ് സ്റ്റേഷൻ തെളിഞ്ഞു വന്നു. അതോടൊപ്പം പിന്നിൽ നിന്നും കുതിച്ചുവരുന്ന തീവണ്ടിയുടെ ശബ്ദം അയാൾ വ്യക്തമായി കേട്ടു. ഇരട്ട എഞ്ചിൻ ഘടിപ്പിച്ച അതിന്റെ കാതട പ്പിക്കുന്ന ഒച്ചയിൽ പരിസരം കുലുങ്ങി വിറച്ചു. കുതിരപ്പുറത്ത് കുനിഞ്ഞി രിക്കുന്ന അയാളുടെ വീതിയേറിയ ചുമലുകൾക്കു മുകളിലൂടെ ഹിമപാതം പോലെ അതിന്റെ ശബ്ദം കടന്നുപോയി.

തീവണ്ടി അയാളെ മറികടന്നു. കുതിര ആകപ്പാടെ ക്ഷീണിച്ചിരുന്നു. എങ്കിലും ഒരുവിധം അത് മുന്നോട്ടോടി. സ്റ്റേഷൻ വളരെ അടുത്തെത്തി യിരുന്നു. തീവണ്ടി ഇനി അവിടെ നിർത്താതെ പൊയ്ക്കളയുമോ എന്ന ഭയം ചോർദനെ ഗ്രസിച്ചപ്പോൾ അയാൾ വീണ്ടും ദൈവത്തെ വിളിച്ചു. 'തീവണ്ടി അവിടെ നില്ക്കണേ... പൊയ്ക്കളയരുതേ...'

തീവണ്ടി സ്റ്റേഷനിൽ നില്ക്കുന്നുണ്ടായിരുന്നു. മകൻ ബാപ്പയെ തിരക്കി പ്ലാറ്റ്ഫോമിലൂടെ ഓടിവരുന്നുണ്ടായിരുന്നു. അവനെ കണ്ടപ്പോൾ കുതിരപ്പുറത്തുനിന്നും ചാടിയിറങ്ങി അയാൾ മുന്നോട്ടോടി. ഒന്നും മിണ്ടാതെ രണ്ടുപേരും പരസ്പരം ആശ്ലേഷിച്ചു. ലോകത്തെ മറ്റെല്ലാം മറന്നപോലെ അവർ അവിടെയങ്ങനെ നിന്നു.

“ബാപ്പാ, എന്നോട് ക്ഷമിക്കണേ, ഞാനൊരു സന്നദ്ധഭടനായി പോകാൻ തീരുമാനിച്ചു. മാപ്പു തരണം ബാപ്പാ..” അവസാനം മകൻ പറഞ്ഞു.

“മോനേ, എല്ലാം എനിക്കറിയാമെടാ..”

“ഞാൻ... ഞാൻ സഹോദരിമാരെ വേദനിപ്പിച്ചു. ബാപ്പാ.. അവർ എനിക്ക് മാപ്പു തരട്ടെ....”

“അവരെല്ലാം നിനക്ക് മാപ്പു നല്കിയിട്ടുണ്ട് മോനേ.. അവരോട് ദേഷ്യം തോന്നരുത് കേട്ടോ.. ഉമ്മയെ മറക്കല്ലേ മോനേ...”

“ഇല്ല ബാപ്പാ, ഒരിക്കലുമില്ല...”

തീവണ്ടി പുറപ്പെടാനുള്ള മണിനാദം മുഴങ്ങി. അവസാനമായി ചോർദൻ തന്റെ അരുമയായ മകന്റെ മുഖത്തേക്ക് അത്യധികമായ സ്നേഹവാത്സല്യത്തോടെ ഒന്നു നോക്കി. ഒരു നിമിഷം മകന്റെ സ്ഥാനത്ത് തന്നെത്തന്നെ അയാൾ കണ്ടു. അതേ ചെറുപ്പം. അതേ തിളങ്ങുന്ന യൗവനം ..മകനെ അപ്പോൾ അയാൾ വീണ്ടും നെഞ്ചോടു ചേർത്തു. ആ

നിമിഷം; പിതൃസ്നേഹത്തിന്റെ ഓരോ കണികയും തന്റെ മകനിലേക്ക് ചൊരിയുവാൻ അയാളുടെ ഓരോ പരമാണുവും തുടിച്ചു. ഹൃദയത്തിന്റെ ഓരോ അംശവും വേദനയാൽ വിങ്ങി. മകനെ തുരുതുരെ ചുംബിക്കുന്ന തിനിടയിൽ ചോർദൻ പറഞ്ഞ വാക്കുകൾതന്നെ ആവർത്തിച്ചു കൊണ്ടിരുന്നു. "മോനേ, നല്ലൊരു മനുഷ്യനാവണമെടാ.. അന്തസ്സ് കാത്തുസൂക്ഷിക്കണം കേട്ടോ.. ഉത്തമനായ പുരുഷനാവണം ഏത് ഘട്ടത്തിലും, കേട്ടോ..."

തീവണ്ടിയുടെ ബോഗികൾ കുലുങ്ങി.

"വേഗം കേറ് തീവണ്ടി പോകാറായി..." കമാൻഡിങ് ഓഫീസർ വിളിച്ചു പറഞ്ഞു.

മെല്ലെ മെല്ലെ നീങ്ങിത്തുടങ്ങിയ തീവണ്ടിയിലേക്ക് എല്ലാവരും ചേർന്ന് മകനെ കൈപിടിച്ചു വലിച്ചു കയറ്റുന്നത് വർദ്ധിച്ച ഹൃദയമിടിപ്പോടെ ചോർദൻ നോക്കിനിന്നു. പിന്നെ അയാൾ പിന്തിരിഞ്ഞു. കൈകൾ താഴ്ത്തിയിട്ട് അയാൾ കുതിരയുടെ നേരെ നടന്നു. തന്റെയുള്ളിൽ ഒരു പളുങ്കുപാത്രം വീണുടഞ്ഞതുപോലെ അയാൾക്ക് തോന്നി. അപ്പോൾ കുതിരയുടെ കുഞ്ചിരോമങ്ങളിൽ മുഖം പൂഴ്ത്തി അയാൾ വിങ്ങിവിങ്ങി കരഞ്ഞു. കുതിരയുടെ കഴുത്തിൽ കൈചുറ്റിക്കൊണ്ട് അയാൾ ഏങ്ങലടിച്ചു. കരച്ചിലിന്റെ ശക്തിയിൽ നെഞ്ച് കുലുങ്ങി വിറച്ചപ്പോൾ അയാളുടെ ഭാരം ശരിയാക്കാനായി കുതിര മുൻകാലുകൾ മാറിമാറി നിലത്തുറപ്പിച്ചു ചവിട്ടിക്കൊണ്ടിരുന്നു.

റെയിൽവേ ജോലിക്കാർ നിശ്ശബ്ദരായി അങ്ങോട്ടുമിങ്ങോട്ടും പൊയ്ക്കൊണ്ടിരുന്നു. ആ ദിവസങ്ങളിൽ ആളുകൾ കരയുന്നതെന്തിനാണെന്ന് അവർക്ക് നന്നായറിയാമായിരുന്നു. സ്റ്റേഷന്റെ അരികിൽ കളിച്ചുകൊണ്ടിരുന്ന കുട്ടികൾ മാത്രം കരച്ചിൽ കേട്ട് പെട്ടെന്ന് നിശ്ശബ്ദരായി തലയുയർത്തി ചോർദനെ സഹതാപത്തോടെ, ബാലസഹജമായ നിഷ്കളങ്കതയോടെ നോക്കി നിന്നു.

ചോർദൻ ആ ഗ്രാമം കടന്നു പോകുമ്പോൾ സൂര്യൻ മലകൾക്കു മുകളിൽ കത്തിജ്ജ്വലിച്ചു നിന്നിരുന്നു. അയാൾ പിന്നെ ഒരു താഴ്വാരത്തിന്റെ വിശാലമായ പരപ്പിലേക്ക് പ്രവേശിച്ചു. മഞ്ഞു പുതച്ച മലകളുടെ താഴ്വാരം. അവിടങ്ങനെ നിന്നപ്പോൾ അയാളുടെ ഹൃദയമിടിപ്പ് ഒരു നിമിഷനേരത്തേക്ക് നിശ്ചലമായി.

ഈ മണ്ണിലായിരുന്നു തന്റെ മകൻ ജീവിച്ചിരുന്നത്....

കഥയറിയാതെ....
(ജോർജിയൻ കഥ)

ഫാസിൽ ഇസ്കന്ദർ

സോവിയറ്റ് സാഹിത്യത്തിലെ ശ്രദ്ധേയനായ എഴുത്തുകാരനാണ് ഫാസിൽ അബ്ദുള്ളോവിച്ച് ഇസ്കന്ദർ. സോവിയറ്റ് യൂണിയന്റെ ഭാഗമായിരുന്ന ജോർജിയയിലെ അബ്ഖാസിയ പ്രവിശ്യയിൽ 1929 ൽ ജനിച്ചു. കഥാകൃത്ത്, കവി, നോവലിസ്റ്റ് എന്നീ നിലകളിൽ ശ്രദ്ധേയൻ. മോസ്കോയിലെ ഗോർക്കി ലിറ്ററി ഇൻസ്റ്റിറ്റ്യൂട്ടിൽ നിന്നും ബിരുദം നേടിയ ശേഷം മോസ്കോയിൽ സ്ഥിരതാമസം. കോക്കേഷ്യൻ ഗ്രാമീണ ജീവിതത്തിന്റെ സ്പന്ദനങ്ങൾ ആവിഷ്കരിക്കുന്നവയാണ് അദ്ദേഹത്തിന്റെ രചനകൾ. കവിതകളെഴുതി എഴുത്തിന്റെ ലോകത്തേക്കു കടന്നുവന്ന ഇസ്കന്ദർ പക്ഷേ, നോവലിസ്റ്റ്, ചെറുകഥാകൃത്ത് എന്നീ നിലകളിലാണ് പ്രശസ്തനായത്. കവിതസംഹാരങ്ങളിൽ *പാത* വലിയ ശ്രദ്ധ നേടി. പത്തൊൻപത് കഥാസമാഹാരങ്ങളിൽ *Forbidden Fruit, and Other Stories, The Thirteenth Labor of Heracles* എന്നിവ ദേശീയ തലത്തിൽ പ്രശസ്തമായ കഥകളാണ്. *Sandro of Chegem, The Goatibex Constellation* എന്നിവ പ്രധാന നോവലുകൾ. രചനകളിൽ നിറഞ്ഞു നില്ക്കുന്ന ഫലിതവും ആക്ഷേപഹാസ്യവും അദ്ദേഹത്തെ അബ്ഖാസിയൻ മാർക്ക് ട്വൈൻ എന്ന വിശേഷണത്തിന് അർഹനാക്കി. 2016 ൽ അന്തരിച്ചു. ഫലിതത്തിന്റെ ചേരുവകളിൽ തയ്യാറാക്കിയതാണ് അദ്ദേഹത്തിന്റെ, *കഥയറിയാതെ* എന്ന കഥ. പ്രണയത്തിന്റെ കാര്യത്തിൽ താനൊരു നെപ്പോളിയനാണെന്ന് അവകാശപ്പെടുന്ന കഥാനായകൻ അവസാനം അഭിമുഖീകരിക്കുന്ന പ്രണയപ്രതിസന്ധിയാണ് ഈ കഥയുടെ മർമ്മം.

വിധി ഒരുവന്റെ നേരെ തന്റെ ശിക്ഷാഹസ്തം നീട്ടുന്നതുവരെ ഏതു പ്രതിസന്ധിയിലും അയാൾ സുരക്ഷിതനായിരിക്കുമെന്നത് പരക്കെ അംഗീകരിക്കപ്പെട്ട ഒരു തത്ത്വമാണ്. ഈയൊരു തത്ത്വത്തെ ഓർമ്മിപ്പിക്കുന്ന ഒട്ടേറെ സംഭവങ്ങൾ നമ്മുടെ കഥാനായകനായ മറാത് എന്ന ചെറുപ്പക്കാരന്റെ ജീവിതത്തിൽ ഉണ്ടായിട്ടുണ്ട്. അതിലൊന്നിനെക്കുറിച്ചാണ് ഇവിടെ പറയാൻ പോകുന്നത്. അതാകട്ടെ അവന്റെ ജീവിതാഭിലാഷവുമായി ബന്ധപ്പെട്ടതാണുതാനും.

സ്കൂൾ പഠനം കഴിഞ്ഞയുടനെ മറാത് മോസ്കോയിലേക്കാണ് പോയത്. അവിടുത്തെ ഫിലിം ഇൻസ്റ്റിറ്റ്യൂട്ടിൽ ഫോട്ടോഗ്രഫി പഠിക്കുക എന്നതായിരുന്നു അവന്റെ അഭിലാഷം. ഇൻസ്റ്റിറ്റ്യൂട്ടിലെ ഫോട്ടോഗ്രഫി ഡിപ്പാർട്ട്മെന്റിൽ തനിക്ക് പ്രവേശനം ലഭിക്കുമെന്ന് അവന് പ്രതീക്ഷയുണ്ടായിരുന്നു. ഫോട്ടോഗ്രഫി എന്നും അവനിഷ്ടപ്പെട്ട വിഷയമായിരുന്നു. ഇൻസ്റ്റിറ്റ്യൂട്ടിലെ പ്രവേശനവുമായി ബന്ധപ്പെട്ട പ്രധാന നിബന്ധനകളിലൊന്ന് അപേക്ഷകർ അവരെടുത്ത ചില ഫോട്ടോകളും അപേക്ഷയോടൊപ്പം സമർപ്പിക്കണമെന്നതായിരുന്നു. താനെടുത്ത മനോഹരമായ ഫോട്ടോപ്രിന്റുകൾ കാണുന്ന മാത്രയിൽ തന്നെ അധികാരികൾ തനിക്ക് പ്രവേശനം നല്കുമെന്ന് മറാത് ഉറപ്പിച്ചിരുന്നു. അവ അവന് അത്രയേറെ ആത്മവിശ്വാസം നല്കിയിരുന്നു.. പക്ഷേ, കാര്യങ്ങളൊന്നും മറാത് വിചാരിച്ച പോലെയല്ല നടന്നത്. അവന്റെ അപേക്ഷയും ഫോട്ടോയും അധികാരികൾ നിഷ്കരുണം തള്ളിക്കളയുകയാണുണ്ടായത്.

ഇനിയിപ്പോൾ എന്തു ചെയ്യാനാണ്. സ്കൂൾ ഫൈനൽ പരീക്ഷയിൽ മറാതിന് ഉയർന്ന മാർക്ക് ലഭിച്ചിട്ടുണ്ട്. അതുകൊണ്ടുതന്നെ ഡയറി ഇൻസ്റ്റിറ്റ്യൂട്ടിൽ പ്രവേശനം എളുപ്പമാണ്. പക്ഷേ, മറാതിന് അതിലൊട്ടും താല്പര്യമുണ്ടായിരുന്നില്ല. അവന്റെ മനസ്സ് ഫിലിം ഇൻസ്റ്റിറ്റ്യൂട്ടിൽ കുരുങ്ങിക്കിടക്കുകയായിരുന്നു. പക്ഷേ, വെറുതെ സ്വപ്നം കണ്ടിട്ട് കാര്യമില്ലല്ലോ. സമയം നഷ്ടപ്പെടുകയും ചെയ്യും. അതിനാൽ താല്പര്യമില്ലെങ്കിലും അവൻ ഡയറി ഇൻസ്റ്റിറ്റ്യൂട്ടിൽ പ്രവേശനം നേടി.

ഇൻസ്റ്റിറ്റ്യൂട്ടിലെ രണ്ടു വർഷത്തെ തീർത്തും വിരസമായ പഠനത്തിനു ശേഷമാണ് മറാതിന്റെ മനസ്സിൽ അപ്രതീക്ഷിതമായി ഒരാശയം മുളപൊട്ടിയത്. ഡയറി ഇൻസ്റ്റിറ്റ്യൂട്ടിൽനിന്നും തന്നെ ഫിലിം ഇൻസ്റ്റിറ്റ്യൂ

ട്ടിലേക്ക് മാറ്റാൻ മന്ത്രിയായ ബേരിയക്ക് ഒരപേക്ഷ നല്കിയാലോ .... മന്ത്രിയുടെ നാട്ടുകാരനായ സ്ഥിതിക്ക് ഒരുപക്ഷേ, തനിക്ക് എന്തെങ്കിലും പരിഗണന കിട്ടിയേക്കുമെന്ന് അവൻ പ്രതീക്ഷിച്ചു. അദ്ദേഹത്തെ സംബന്ധിച്ചിടത്തോളം ഇതൊക്കെ വളരെ നിസ്സാരമായ കാര്യവുമായിരിക്കും

മറാത് കർമ്മോത്സുകനായ ചെറുപ്പക്കാരനായിരുന്നു. അതുകൊണ്ടു തന്നെ ഇക്കാര്യം പെട്ടെന്ന് നടപ്പിൽ വരുത്തുവാൻ അവൻ ആഗ്രഹിച്ചു. മന്ത്രിയെ നേരിൽ കണ്ടാൽ മാത്രമേ തന്റെ ആഗ്രഹം നടക്കുകയുള്ളു എന്ന് അവനറിയാമായിരുന്നു. അർഗാവിലെ റസ്റ്റോറന്റിൽ വാർഷിക വിരുന്നിൽ പങ്കെടുക്കാനായി മന്ത്രി വരുന്നുണ്ടെങ്കിൽ അവിടെ വെച്ച് അദ്ദേഹത്തോട് ഇക്കാര്യം പറയാൻ കഴിയുമെന്ന് അവനു തോന്നി. അപ്പോഴാണ് ഈ വർഷത്തെ വിരുന്ന് പിറ്റേ ദിവസമാണെന്ന് അവന്റെ ഓർമ്മയിലെത്തിയത്. അതിനാൽ ഉടനെ മന്ത്രിയെ ചെന്നു കാണാൻ അവനുറച്ചു. ഭാഗ്യം! മറാത് ചെല്ലുമ്പോൾ മന്ത്രി ബംഗ്ളാവിൽ തന്നെയുണ്ടായിരുന്നു. ലാവ് റെൻഡി പാവ്ലോവിച് എന്ന സാക്ഷാൽ ബേരിയ രണ്ട് അംഗരക്ഷകരോടൊപ്പം മുറ്റത്ത് ഉലാത്തുന്നത് ദൂരെ വച്ചു തന്നെ അവൻ കണ്ടു. അവൻ നേരെ അങ്ങോട്ട് കടന്നുചെല്ലാൻ ശ്രമിച്ചെങ്കിലും അംഗരക്ഷകരിൽ ഒരുവൻ ഓടിവന്ന് അവനെ തടഞ്ഞു.

"എന്താ എന്തുവേണം?" അയാൾ പരുക്കൻ സ്വരത്തിൽ തിരക്കി.

"ഞാൻ മന്ത്രിയുടെ നാട്ടുകാരനാണ്. ഞാനിപ്പോൾ ഡയറി ഇൻസ്റ്റിറ്റ്യൂട്ടിലാണ് പഠിക്കുന്നത്. അവിടെനിന്നും എന്നെ ഫിലിം ഇൻസ്റ്റിറ്റ്യൂട്ടിലേക്കൊന്ന് മാറ്റിത്തരുവാൻ മന്ത്രി വിചാരിച്ചാൽ നടക്കും...."

ഫിലിം ഇൻസ്റ്റിറ്റ്യൂട്ടിൽനിന്നും തിരിച്ചയക്കപ്പെട്ട ഫോട്ടോകൾ അവൻ കീശയിൽ കരുതിയിരുന്നു. ഒരുപക്ഷേ, മന്ത്രിക്കെങ്ങാനും അവ കാണണമെന്ന് തോന്നിയാൽ...

പക്ഷേ, അംഗരക്ഷകന്റെ തണുപ്പൻ മട്ടിലുള്ള മറുപടി അവനെ നിരാശനാക്കി.

"മന്ത്രി ഇത്തരം നിസ്സാരകാര്യങ്ങളിലൊന്നും ഇടപെടില്ല."

അപ്പോഴേക്കും മന്ത്രി തന്നെ അവിടേക്കു വന്നു.

"എന്താ വേണ്ടത്?" ഘനഗംഭീര സ്വരത്തിൽ ബേരിയ ചോദിച്ചു.

തന്റെ അപേക്ഷ ആവർത്തിക്കുവാൻ എന്തുകൊണ്ടോ മറാത് ധൈര്യപ്പെട്ടില്ല. അതുകൊണ്ട് അവൻ ഇങ്ങനെയാണ് പറഞ്ഞത്: "സാർ, അങ്ങയുടെ നാട്ടുകാരായ ട്രാൻസ്കോക്കേഷ്യൻ വിദ്യാർത്ഥികൾ നാളെ രാത്രി എട്ടുമണിക്ക് അർഗാവിൽ വെച്ച് ഒരു വിരുന്ന് സംഘടിപ്പിക്കുന്നുണ്ട്. അതിൽ പങ്കെടുക്കുവാൻ അങ്ങയെ ക്ഷണിക്കാനാണ് ഞാൻ വന്നത്."

മന്ത്രിയും അംഗരക്ഷകനും പരസ്പരം നോക്കി.

"ശരി" അവസാനം അദ്ദേഹം പറഞ്ഞു. "എന്റെ അംഗരക്ഷകർ സമ്മതിക്കുമെങ്കിൽ തീർച്ചയായും ഞാൻ വരാം."

മന്ത്രിയെ കണ്ടതിലും അദ്ദേഹത്തിന്റെ ഉറപ്പ് കിട്ടിയതിലും സന്തോ

ഷിച്ച് മറാത് ഹോസ്റ്റലിലേക്ക് നടന്നു. അർഗാവിൽ വച്ച് തന്റെ കാര്യം അദ്ദേഹത്തിന്റെ മുന്നിൽ അവതരിപ്പിക്കാമെന്ന് അവൻ തീരുമാനിച്ചു.

പക്ഷേ, നിർഭാഗ്യമെന്നല്ലാതെ എന്തു പറയാൻ. വിരുന്നിൽ പങ്കെടുക്കാൻ അംഗരക്ഷകർ മന്ത്രിയെ അനുവദിച്ചില്ല....!

മറാത് നിരാശനായി. അതിനെത്തുടർന്ന് ഡയറി ഇൻസ്റ്റിറ്റ്യൂട്ടിലെ ജീവിതം അവന് ദുസ്സഹമായപ്പോൾ അവിടെ നിന്നും ഒരുദിവസം അവൻ പുറത്തു ചാടി. മുഹ്സിലുള്ള വീട്ടിലേക്ക് അവൻ പോയി. തന്റെ അപേക്ഷ വീണ്ടും മന്ത്രിയുടെ മുന്നിൽ അവതരിപ്പിക്കാൻ അവൻ പിന്നെ ധൈര്യപ്പെട്ടില്ല. അദ്ദേഹവുമായുള്ള അവന്റെ കൂടിക്കാഴ്ചയെക്കുറിച്ച് അറിഞ്ഞവരൊക്കെ കുഴപ്പമൊന്നും കൂടാതെ അവന് അവിടെനിന്നും തിരിച്ചുപോരാൻ കഴിഞ്ഞതു തന്നെ ഭാഗ്യമാണെന്നാണ് പറഞ്ഞത്. അനന്തരം നാടിനടുത്തുള്ള ഒരു വിനോദ സഞ്ചാരകേന്ദ്രത്തിൽ ഉല്ലാസയാത്രയ്ക്കെത്തുന്ന സഞ്ചാരികളുടെ ഫോട്ടോയെടുത്ത് മറാത് പുതിയ ജീവിതത്തിന് തുടക്കം കുറിച്ചു .

അവിടെ വച്ചാണ് അവൻ ആ സുന്ദരിയെ ആദ്യമായി കണ്ടത്. ശരല്കാലത്തെ ഒരു വൈകുന്നേരമായിരുന്നു അത്. കടലോരത്തുകൂടി അലസമായി നടന്നുവരികയായിരുന്നു ആ സുന്ദരി. മറാത് ഏറെ നേരം അവളെത്തന്നെ നോക്കി നിന്നുപോയി. സാധാരണയായി പെൺകുട്ടികളെ കാണുമ്പോൾ പിന്നാലെ കൂടാറുള്ള പൂവാലന്മാരൊന്നും അവളുടെ ഏഴയലത്തേക്കുപോലും എത്തിനോക്കാതിരുന്നത് മറാതിനെ അത്ഭുതപ്പെടുത്താതിരുന്നില്ല. പെട്ടെന്ന് അവനെ അമ്പരപ്പിച്ചുകൊണ്ട്, അതിലേറെ ആഹ്ലാദിപ്പിച്ചുകൊണ്ട് ആ പെൺകൊടി അവന്റെ നേരെ നടന്നു വന്നു.

"ഭവതിയുടെ ഒരു ഫോട്ടോ എടുത്തോട്ടെ..." മറാത് ചാടിക്കയറി ചോദിച്ചു. അവൾ പുഞ്ചിരിയോടെ സമ്മതം മൂളിയപ്പോൾ അവൻ അവളുടെ പല പോസിലുമുള്ള കുറെ ഫോട്ടോകളെടുത്തു. അവളുടെ സാന്നിദ്ധ്യം പറഞ്ഞറിയിക്കാനാവാത്ത ഒരു നിർവൃതി തന്നിൽ ഉണ്ടാക്കുന്നതായി അവനു മനസ്സിലായി. പക്ഷേ, അവൾക്ക് തിരക്കുണ്ടായിരുന്നു. ഫോട്ടോ പിന്നൊരിക്കൽ വാങ്ങാമെന്നു പറഞ്ഞു അവൾ തിരിഞ്ഞു നടന്നു. അതിനിടെ ശബ്ദം താഴ്ത്തി അവൾ ഇത്രയും കൂടി പറഞ്ഞു:

"എന്റെ കൂടെ മറ്റാരെങ്കിലും ഉണ്ടെങ്കിൽ എന്നെ വിളിക്കരുത്. നോക്കുക പോലും ചെയ്യരുത്, കേട്ടോ...."

കാര്യം മനസ്സിലായില്ലെങ്കിലും മറാത് തലയാട്ടി.

അടുത്ത ദിവസം വൈകുന്നേരം അതേ സ്ഥലത്തുവച്ച് മറാത് അവളെ കണ്ടു. അവൾ അപ്പോൾ തനിച്ചായിരുന്നില്ല. തടിയന്മാരായ രണ്ടു അംഗരക്ഷകർ അവൾക്ക് അകമ്പടിയായി നടന്നിരുന്നു. അതുകൊണ്ടുതന്നെ അവളെ ശ്രദ്ധിക്കുന്നതായി മറാത് ഭാവിച്ചതേയില്ല.

പിറ്റേ ദിവസവും അവളോടൊപ്പം അംഗരക്ഷകരുണ്ടായിരുന്നു. എങ്കിലും കുറെ സമയത്തിനുശേഷം അവൾ തനിച്ച് അവന്റെ അടുത്തെത്തി. അവളുടെ ഫോട്ടോ അവൻ കൈമാറി. അവൾക്കതെല്ലാം നന്നേ ഇഷ്ടപ്പെടുകയും ചെയ്തു. അന്ന് കുറേക്കൂടി ഫോട്ടോയെടുത്തു. തന്റെ

കൂടെ കടലിനരികിലേക്കുവന്ന് ക്യാമറയ്ക്ക് പോസുചെയ്യാൻ അവൻ നിർബ്ബന്ധിച്ചെങ്കിലും അവൾ സമ്മതിച്ചില്ല. അവന്റെ ആഗ്രഹം ഒരിക്കലും നടക്കില്ലെന്ന് അവൾ പറഞ്ഞു. തനിക്ക് പ്രതാപശാലിയായ ഒരു കാമുകനുണ്ടെന്നും ഇത്തരത്തിലുള്ള ചെറിയ തമാശകൾ പോലും അദ്ദേഹത്തിന് ഇഷ്ടപ്പെടില്ലെന്നും അവൾ പറഞ്ഞു.

മറാത് പക്ഷേ, പിന്മാറാൻ തയ്യാറായില്ല, എത്ര വലിയവനാണെങ്കിലും തനിക്ക് അതെല്ലാം പുല്ലാണെന്ന് അവൻ പറഞ്ഞു.

"ഭവതിക്ക് എന്നെ ഇഷ്ടമാണെങ്കിൽ പിന്നെ മറ്റൊന്നും ഞാൻ കാര്യമാക്കുന്നില്ല...."

അവന്റെ ധീരമായ വാക്കുകൾ അവളെ ആഹ്ലാദിപ്പിച്ചു. ആരാധനയോടെ അവനെ നോക്കി അവൾ പറഞ്ഞു:

"താങ്കളുടെ ധീരത എനിക്ക് ഇഷ്ടപ്പെട്ടു. പക്ഷേ, അപകടത്തിൽ ചെന്നു ചാടരുതെന്നാണ് എനിക്ക് പറയാനുള്ളത്."

കിട്ടുന്ന ഒരവസരവും മറാത് ഒഴിവാക്കാറില്ല. അപ്പോഴും അവൻ അത് തന്നെ ചെയ്തു. അവൻ പറഞ്ഞു.. "ഭവതിക്കറിയില്ല, പ്രേമത്തിന്റെ കാര്യത്തിൽ ഞാനൊരു നെപ്പോളിയനാണ്..."

അതുകേട്ട് അവൾ കുലുങ്ങിച്ചിരിച്ചു.

കുറച്ചു ദിവസത്തിനു ശേഷം അവർ വീണ്ടും ഒത്തുചേർന്നു. അന്ന് അവളുടെ കൂടെ അംഗരക്ഷകർ ഉണ്ടായിരുന്നില്ല. അതിനാൽ അന്നവർ കുറച്ചധികം സ്വാതന്ത്ര്യം കാണിച്ചു. മറാത് അവളെ ഒരു ബോട്ടുയാത്രയ്ക്ക് ക്ഷണിച്ചു. അവൾ ആദ്യം ഒന്നു പരിഭ്രമിച്ചെങ്കിലും പിന്നെ അവന്റെ നിർബ്ബന്ധത്തിന് വഴങ്ങി.

ദൂരെ പുറംകടലിൽ തിരമാലകളിൽ ചാഞ്ചാടുന്ന ചെറിയ ബോട്ടിൽ അവർ പ്രേമപ്രകടനങ്ങൾക്ക് തിരികൊളുത്തി. പലപ്പോഴും അതിരുകടന്ന അവന്റെ കുസൃതിത്തരങ്ങൾ അവൾ തടഞ്ഞില്ലെന്നു മാത്രമല്ല അവനു പ്രതീക്ഷിച്ചതിലും സ്വാതന്ത്ര്യം നല്കുകയും ചെയ്തു. എങ്കിലും കൂടുതൽ ഒന്നിനും സമയമായിട്ടില്ല. തന്റെ കാമുകൻ ഉടൻതന്നെ സോച്ചിയിലേക്ക് പോകുമെന്നും അപ്പോൾ തങ്ങൾക്ക് കുറെ സമയം ഒരുമിച്ചു കഴിയാമെന്നും അവൾ പറഞ്ഞു. അതുവരെ കാത്തിരിക്കാൻ അവൾ അവനോട് പറഞ്ഞു.

പിരിഞ്ഞു പോകുമ്പോൾ അവൾ തന്റെ മേൽവിലാസം മറാതിനു നല്കി. എന്നാൽ താൻ പറയാതെ ഒരിക്കലും വീട്ടിലേക്കു വരാൻ പാടില്ലെന്ന മുന്നറിയിപ്പും അവൾ നല്കി. കാമുകൻ വല്ലപ്പോഴുമേ തന്റെയടുത്ത് വരാറുള്ളൂ എന്നും എന്നാൽ താനല്ലാതെ മറ്റാരെങ്കിലും അവളെ സന്ദർശിക്കുന്നുണ്ടോ എന്നറിയുന്നതിനായി വീടിന്റെ പരിസരങ്ങളിൽ അദ്ദേഹം ചാരന്മാരെ ഏർപ്പാടാക്കിയിട്ടുണ്ടെന്നും അവൾ അറിയിച്ചു.

അവൾ പറയുന്നത് അതിശയോക്തിയാണെന്ന് മറാതിന് തോന്നി. അവൾക്കൊരു കാമുകനുണ്ടെന്നത് ശരിയായിരിക്കും. പക്ഷേ, അതിൽ ഇങ്ങനെ പേടിക്കേണ്ടതുണ്ടോ. ഒരുപക്ഷേ, അയാൾ ഏതെങ്കിലും നാട്ടുപ്രമാണിയോ അധോലോക നായകനോ ആയിരിക്കാം. അത്തരം ആളു

കൾ അല്പം പിശകായിരിക്കുമെന്ന് അവനറിയാമായിരുന്നു. ഏതായാലും ചെറിയൊരു ശ്രദ്ധ നല്ലതാണെന്ന് അവനും തോന്നി.

കുറെ ദിവസങ്ങൾക്കു ശേഷം ആ മധുരദിനം വന്നെത്തി. അന്നു വൈകുന്നേരം അംഗരക്ഷകരുടെ കണ്ണുവെട്ടിച്ച് ആ സുന്ദരി മറാതിന്റെ അരികിലെത്തി. രാത്രി പത്തുമണിക്ക് തന്റെ വീട്ടിലെത്തണമെന്ന് ഒറ്റ ശ്വാസത്തിൽ പറഞ്ഞ് മറുപടിക്ക് കാത്തു നില്ക്കാതെ അവൾ വേഗം പൊയ്ക്കളഞ്ഞു.

മറാത് ആഹ്ലാദംകൊണ്ടു തുള്ളിച്ചാടി. അവന് സന്തോഷം അടക്കാനായില്ല. സമയം നീങ്ങുന്നില്ലെന്ന് അവനു തോന്നി. സന്ധ്യയായപ്പോൾ അവൻ ബൊട്ടാണിക്കൽ ഗാർഡനിലേക്ക് പോയി പലവിധ പൂക്കൾകൊണ്ട ലങ്കരിച്ച മനോഹരമായ വലിയ ഒരു ബൊക്കെ വാങ്ങിക്കൊണ്ടുവന്നു. പൂക്കൾ വാടിപ്പോകാതിരിക്കാൻ അവൻ അത് ഒരു വലിയ പാത്രത്തിലെ വെള്ളത്തിലിട്ടു വച്ചു. നേരം നല്ലവണ്ണം ഇരുട്ടിയപ്പോൾ ബൊക്കെയുമെടുത്ത് മറാത് വീട്ടിൽ നിന്നിറങ്ങി. മേൽവിലാസം കൈയിലുണ്ടായിരുന്നതിനാൽ അവളുടെ വീട് കണ്ടുപിടിക്കാൻ അവന് വിഷമമുണ്ടായില്ല. നഗരത്തിലെ പഴയ ഒരു തെരുവിലാണ് ആ വീട്. മുന്നിൽ വലിയ ഒരു ഗെയ്റ്റുണ്ട്.

മറാത് ഗെയിറ്റിന്റെ കൊളുത്തെടുത്ത് അത് മെല്ലെ തുറന്ന് മുന്നോട്ടു നടന്നു. ഗെയ്റ്റിന് മുന്നിൽ മുറ്റമുണ്ട്. അവിടുന്നങ്ങോട്ട് ചുറ്റും ഇരുമ്പു ദണ്ഡുകൾ പിടിപ്പിച്ച പടികൾ. ചുറ്റും വള്ളിപ്പടർപ്പുകൾ. ആ പടികളിലൂടെ മറാത് സാവധാനം മുന്നോട്ടു നടന്നു. വരാന്തയിലെത്തിയ അവൻ വാതിലിൽ മുട്ടി.

തുറന്ന വാതിലിനു മുന്നിൽ ആ സുന്ദരിയുടെ മുഖം തെളിഞ്ഞു. ആഹ്ലാദത്തോടെ അവൾ അവനെ സ്വീകരിച്ചു. അവൻ നല്കിയ ബൊക്കെയിൽ അവൾ മുഖമമർത്തിയപ്പോൾ തന്റെ ആത്മനിയന്ത്രണം നഷ്ടപ്പെടുന്നതായി മറാതിന് തോന്നി. അവൻ അവളെ കെട്ടിപ്പിടിക്കാനും ഭ്രാന്തമായി ചുംബിക്കാനും തുടങ്ങി. അവനെ തൽക്കാലത്തേക്കെങ്കിലും ഒന്ന് അടക്കി നിർത്തുവാൻ അവൾക്ക് കുറച്ചൊന്നുമല്ല കഷ്ടപ്പെടേണ്ടി വന്നത്.

അനന്തരം പ്രേമചാപല്യങ്ങളിലും വീര്യം കൂടിയ വീഞ്ഞിലും ഗംഭീരമായ ഡിന്നറിലും മുഴുകിയിരിക്കുകയായിരുന്നു അവർ...

പൊടുന്നനെ ആ സുന്ദരി ഒന്നു ഞെട്ടി. അവളുടെ മുഖം വിളറി. സംഭ്രമവും ആകാംക്ഷയും കലർന്ന സ്വരത്തിൽ അവൾ അവനോട് മന്ത്രിച്ചു:

"ഒച്ച വെക്കാതെ. പുറത്ത് ഒരു കാറ് വന്നിട്ടുണ്ടെന്നു തോന്നുന്നു."

അവൾ പറഞ്ഞുനിർത്തിയപ്പോഴേക്കും മുന്നിലെ ഇരുമ്പു ഗെയ്റ്റ് വലിച്ചു തുറക്കുന്ന അസുഖകരമായ ശബ്ദം അവർ രണ്ടുപേരും വ്യക്തമായി കേട്ടു.

"ബെഡ് റൂമിലേക്ക് പോകൂ, വേഗം..." അവൾ മറാതിനെ അടുത്ത

മുറിയിലേക്കു തള്ളിവിട്ടു. അടുത്ത നിമിഷം വാതിലിൽ ആരോ മുട്ടുന്ന ശബ്ദം അവൻ കേട്ടു.

"ആരാണത്?" അവൾ വിളിച്ചു ചോദിക്കുന്നു.

പുറത്തുനിന്ന ആൾ എന്തോ പറഞ്ഞെങ്കിലും മറാതിന് അത് വ്യക്തമായില്ല.

"എനിക്കിന്ന് സുഖമില്ലെന്ന് അദ്ദേഹത്തോട് പറയൂ..." അവളുടെ ശബ്ദം വീണ്ടും. അതിനും പുറത്തുനിന്നും മറുപടി വന്നു. അതും പക്ഷേ, അവൻ വ്യക്തമായി കേട്ടില്ല.

പുറത്ത് ആരാണെന്നറിയുവാനുള്ള ആകാംക്ഷ മറാതിന് അടക്കാനായില്ല. ഒരുപക്ഷേ, അവളുടെ കാമുകന്റെ ശിങ്കിടിയായിരിക്കാം.

"ഏയ്, ഡോക്ടറെയൊന്നും കാണേണ്ട കാര്യമില്ല." അവളുടെ ലജ്ജയിൽ പൊതിഞ്ഞ വാക്കുകൾ വീണ്ടും. "ഇത് സ്ത്രീകൾക്ക് സാധാരണയായി ഉണ്ടാകുന്നതാ...."

തുടർന്നുള്ള സംസാരങ്ങൾക്ക് ചെവി കൊടുക്കാതെ മറാത് ശയനമുറിയുടെ ഒരറ്റത്തെ വാതിൽ തുറന്ന് മുന്നോട്ടു നടന്നു. കുറെ നടന്നപ്പോൾ മുന്നിൽ മറ്റൊരു വാതിൽ പ്രത്യക്ഷപ്പെട്ടു. അത് വരാന്തയിലേക്കാണ് തുറക്കുന്നത്. തറയിൽ നിന്നും കുറച്ച് ഉയരത്തിൽ നിർമ്മിച്ച വരാന്തയിൽനിന്നും താഴേക്ക് പടികളുണ്ട്. വാതിൽ തുറന്ന് മറാത് വരാന്തയിലൂടെ ഓടി പടികളിറങ്ങി. വരാന്തയുടെ അടിയിലേക്ക് അവൻ ഞൊടിയിടയിൽ നുഴഞ്ഞു കയറി അവിടെ ഒളിച്ചിരുന്നു. വരാന്തയുടെ കോൺക്രീറ്റ് തറ അവന്റെ തലയിൽ മുട്ടുന്നുണ്ടായിരുന്നു.

പൊടുന്നനെ ഒരു മനുഷ്യന്റെ കാലടിശബ്ദം അവൻ വ്യക്തമായി കേട്ടു. ആരോ വരാന്തയിലേക്കുള്ള പടി കയറുകയാണ്. പിന്നെ കുറച്ചു നേരത്തേക്ക് ശബ്ദമൊന്നും കേട്ടില്ല. ഒരുപക്ഷേ, ആ മനുഷ്യൻ ജനാലയിലൂടെ ശയനമുറിയിലേക്ക് നോക്കുകയായിരിക്കുമെന്ന് അവൻ ഊഹിച്ചു.

ഭയത്തേക്കാളേറെ അവനെ അപ്പോൾ ഗ്രസിച്ചിരുന്നത് ആകാംക്ഷയായിരുന്നു. അതുകൊണ്ടുതന്നെ അവൻ വരാന്തയുടെ അടിയിലൂടെ ഇഴഞ്ഞുനീങ്ങി പുറത്തു കടന്നു. മുറ്റത്ത് വളർന്നുനില്ക്കുന്ന വള്ളിച്ചെടികൾക്കിടയിൽ മറഞ്ഞിരുന്ന് മുന്നോട്ടുനോക്കിയപ്പോൾ തെരുവിൽ പരന്ന വഴിവിളക്കിന്റെ വെളിച്ചത്തിൽ വീടിനു മുന്നിൽ നിർത്തിയിട്ടിരുന്ന ഒരു കാർ അവൻ കണ്ടു. അതിനുള്ളിൽ കാലില്ലാ കണ്ണട വച്ച ഒരു അതികായന്റെ രൂപം പെട്ടെന്നാണ് അവന്റെ കണ്ണിൽപ്പെട്ടത്. അവന്റെ ഹൃദയത്തിൽ ഒരു കൊള്ളിയാൻ മിന്നിമറഞ്ഞു.

അവളോട് സംസാരിച്ചിരുന്ന ആ മനുഷ്യൻ അപ്പോഴേക്കും കാറിനടുത്തേക്ക് വന്നു. അയാൾ കാറിലുണ്ടായിരുന്ന മന്ത്രി ബേരിയയോട് എന്തോ പറയുന്നത് വർദ്ധിച്ച ഹൃദയമിടിപ്പോടെ മറാത് കണ്ടു. പിന്നെ അയാൾ കാറിൽ കയറുന്നതും വല്ലാത്ത ഒരിരമ്പലോടെ കാർ മുന്നോട്ടു നീങ്ങി മറയുന്നതും ഒരു സ്വപ്നത്തിലെന്നപോലെ അവൻ നോക്കിയിരുന്നു.

ഭയം കൊണ്ട് പകുതി മരിച്ചതുപോലെയാണ് അവൻ മുറിയിൽ

തിരിച്ചെത്തിയത്. അവൻ ആകെ നടുങ്ങിപ്പോയിരുന്നു. ഹൃദയം പടപടാ മിടിക്കുന്നുണ്ടായിരുന്നു. അവൾ വന്നു അടുത്തിരുന്ന് പൊട്ടിച്ചിരിച്ചു കൊണ്ട് എന്തൊക്കെയോ പറഞ്ഞു. അതൊന്നും പക്ഷേ, അവന്റെ ചെവിയിലേക്കെത്തിയില്ല.

"അയാൾ വരാന്തയിലൂടെ വന്നപ്പോൾ എന്തെങ്കിലും സംഭവിക്കുമെന്നു കരുതി പേടിച്ചിരിക്കുകയായിരുന്നു ഞാൻ. പക്ഷേ, ഞാൻ നോക്കിയപ്പോൾ ബെഡ്റൂമിൽ നിങ്ങളെ കണ്ടില്ല. അടുത്ത മുറിയിലും കണ്ടില്ല. ഞാൻ കരുതി ആ മനുഷ്യൻ നിങ്ങളെ നോക്കി ദഹിപ്പിച്ചു കളഞ്ഞിരിക്കുമെന്ന്."

മറാത് അതിനും മറുപടി ഒന്നും പറഞ്ഞില്ല. ഒന്നു ചിരിക്കുക പോലും ചെയ്തില്ല. അവൻ ആകെ ഭയന്നുപോയിരുന്നു. ഒരു അധോലോക നായകനെയോ നാട്ടുപ്രമാണിയായ എതിരാളിയെയോ നേരിടുവാൻ തനിക്ക് ഒരു പ്രയാസവുമില്ലെന്ന് അവനറിയാമായിരുന്നു. എന്നാൽ സർവ്വശക്തനായ മന്ത്രിയുടെ എതിരാളിയാവുക എന്നത് അവന് ആലോചിക്കാൻപോലും പറ്റാത്ത കാര്യമായിരുന്നു.

മുൻപുണ്ടായിരുന്ന ആവേശവും ആഹ്ലാദവും പിന്നെ മറാതിനെ കടാക്ഷിച്ചില്ല. ഭക്ഷണ സമയത്ത് അവൻ വിഷാദമൂകനായിരുന്നു. ഏറെ ദയനീയമായ കാര്യം മുൻപത്തെ ആവേശത്തോടെ അവനിപ്പോൾ അവളുമായി പ്രേമപ്രകടനങ്ങൾ നടത്താൻ കഴിയുന്നില്ല എന്നതായിരുന്നു. രാജ്യത്തെ ഏറ്റവും പ്രബലനായ ഒരു മനുഷ്യന്റെ രൂപം കണ്ണുകൾക്കു മുന്നിൽ തെളിയുമ്പോഴെല്ലാം തന്റെ സപ്തനാഡികളും തളരുന്നതായി അവനു തോന്നി. കുറെ ദിവസങ്ങൾക്കു മുൻപ് ബോട്ടിൽവെച്ച് എത്ര ആവേശത്തോടെയാണ് അവൻ അവളെ ചുംബിച്ചതും ആശ്ലേഷിച്ചതും. പക്ഷേ, ഇപ്പോൾ അതെല്ലാം ആറിത്തണുത്തിരിക്കുന്നു.

അവളാണെങ്കിൽ അവനെ ഉണർത്താനായി കുറച്ചൊന്നുമല്ല പരിശ്രമിച്ചത്. ഞരമ്പുകളുടെ തളർച്ച മാറ്റുന്നതിന് തുർക്കിയിൽ പ്രത്യേകം തയ്യാർ ചെയ്ത കാപ്പി തയ്യാറാക്കി അവൾ അവനു നല്കി. പക്ഷേ, രണ്ടു കപ്പു കാപ്പി കുടിച്ചിട്ടും അവന്റെ ഞരമ്പുകൾ ചത്തു തന്നെ കിടന്നു. അവന്റെ മുഖത്ത് അവ്യക്തവും എല്ലാ വികാരങ്ങളും കൂടിച്ചേർന്നതുമായ ഒരു പുഞ്ചിരിയുണ്ടായിരുന്നു. അതാകട്ടെ ഫലത്തിൽ വികാരരഹിതവുമായിരുന്നു.

അവസാനം നിരാശയും പരിഭവവും കലർന്ന സ്വരത്തിൽ അവൾ പിറുപിറുത്തു:

"നിങ്ങളല്ലേ പറഞ്ഞത്, സ്നേഹത്തിന്റെ കാര്യത്തിൽ നിങ്ങളൊരു നെപ്പോളിയനാണെന്ന്. എന്നിട്ടിപ്പോൾ എന്തു പറ്റി?"

"ഭവതീ.." മാറാത് മൃദുവായി, തന്റെ മുഖത്തെ അതേ വികാരരഹിതമായ പുഞ്ചിരിയോടെ ഇങ്ങനെ പ്രതിവചിച്ചു:

"ഏത് നെപ്പോളിയനും ഒരു വാട്ടർലൂ ഉണ്ടെന്ന് ഭവതിക്കറിഞ്ഞുകൂടേ..."

www.ingramcontent.com/pod-product-compliance
Lightning Source LLC
LaVergne TN
LVHW060114051026
849517LV00007B/2303
* 9 7 8 9 3 9 4 7 5 3 1 4 3 *